இந்திர நீலமும இமைக்கா இரவுகளும்

பிரதீபா சந்திரமோகன்

பாரதி புத்தகாலயம்

Indira Neelamum Imaika Iravugalum (in Tamil)

Pratheba Chandramohan

First Published: August, 2023

Published by

BHARATHI PUTHAKALAYAM

7, Elango Salai, Teynampet, Chennai - 600 018

Email: bharathiputhakalayam@gmail.com / www.thamizhbooks.com

இந்திர நீலமும் இமைக்கா இரவுகளும்

பிரதீபா சந்திரமோகன்

முதல் பதிப்பு: ஆகஸ்ட், 2023

வெளியீடு:

பாரதி புத்தகாலயம்

7, இளங்கோ சாலை, தேனாம்பேட்டை, சென்னை - 600 018.

தொலைபேசி : 044-24332424, 24330024 | விற்பனை: 24332924.

விற்பனை நிலையங்கள்

அருப்புக்கோட்டை: கதவுஎண் 49 A/4 மெயின் ரோடு, தெற்கு தெரு - 9994173551

ஈரோடு: 39: 39 ஸ்டேட் பாங்க் சாலை - 9245448353

கரூர்: நாரத கானசபா அருகில் (TNGEA OFFICE) - 9442706676

காரைக்குடி : 12, 2 வது தெரு, கம்பன் மணிமண்டபம் பின்புறம் - 9443406150

கும்பகோணம்: 352, ரயில் நிலையம் எதிரில் - 9443995061

குன்னூர்: N.K.N வணிக வளாகம் பெட்போர்ட்

கோவை: 77, மசக்காளிபாளையம் ரோடு, பீளமேடு - 8903707294

சிதம்பரம்: 22A / 18B தேரடி கடைத் தெரு, கீழவீதி அருகில் - 9994399347

செங்கல்பட்டு: 1 D ஜி.எஸ்.டி சாலை - 044 27426964

சேலம்: 15, வித்யாலயா சாலை சாலை

சேலம்: பாலம் 35, அத்வைத ஆஸ்ரமம் சாலை 0427 2335952

தஞ்சாவூர்: காந்திஜி வணிக வளாகம் காந்திஜி சாலை - 9655542400

திண்டுக்கல்: பேருந்து நிலையம் - 9942331105, 9976053719

திருச்சி: வெண்மணி இல்லம், கரூர் புறவழிச்சாலை - 9994289492

திருநெல்வேலி: நவஜீவன் டிரஸ்ட் வளாகம், 48-B/10, அம்பை ரோடு, வீரமாணிக்கபுரம் - 9442149981

திருப்பூர்: 447, அவினாசி சாலை - 9486105018

திருவண்ணாமலை: முத்தம்மாள் நகர்

திருவல்லிக்கேணி: 48, தேரடி தெரு - 9444428358

திருவாரூர்: 35, நேதாஜி சாலை - 9442540543

நாகர்கோவில்: 699 கே.பி.ரோடு R.V.புரம் - 9443450111

நெய்வேலி: பேருந்து நிலையம் அருகில், - 9443659147

பழனி: பேருந்து நிலையம் அருகில் - 7010760693

பாண்டிச்சேரி : கிழக்கு கடற்கரைச்சாலை, இலாசுப்பேட்டை, 9486102777

பெரம்பூர்: 52, கூக்ஸ் ரோடு - 9444373716

மதுரை: 37A, பெரியார் பேருந்து நிலையம் - 045 22324674

மதுரை: சர்வோதயா மெயின்ரோடு

வடபழனி: பேருந்து நிலையம் எதிரில் அடையார் ஆனந்தபவன் மாடியில் - 9444476967

விருதுநகர்: 131, கச்சேரி சாலை - 0456 2245300

வேலூர்: பேஸ் III, சத்துவாச்சாரி - 9442553893

நினைத்த நூல்கள்... நினைத்த நேரத்தில்... BharathiTV | www.bookday.in

thamizhbooks.com 8778073949

அச்சு : பிரிண்டெக், சென்னை - 600 005.

அர்ப்பணிப்பு

பட்டறிவோடு தமிழில் ஊறவைத்த அம்மாவுக்கும் பகுத்தறிவோடு வரலாற்றில் தேறவைத்து என் புத்தகம் சுமந்து பதிப்பில் ஏற்றிய அப்பாவுக்கும்...

எழுதும்போது எனக்கு தனிமை கொடுத்து

என் பிள்ளையின் சேட்டைகள் பொறுத்த தம்பி மற்றும் அத்தை, மாமாவுக்கும்...

எழுத்துப்பிழைகள் சரி செய்து, எப்போதும் ஊக்கம் தரும் ஷாலு, எல்லா நாளும் கதை பற்றி மட்டுமே பேசி என்னை எழுத வைத்த என் உறவுகள் மற்றும் என்னுயிர் கல்லூரித் தோழமைகளுக்கும்...

என் பள்ளி தமிழாசிரியர்களுக்கும்...

என் கவிதைகளுக்கு கைதட்டி வளர்த்த எம் சேலம் அரசினர் பொறியியல் கல்லூரி தமிழ் மன்றத்திற்கும்...

முகநூல் வலைப் பதிவுகளுக்கு ஆதரவு தந்த எழுத்தாளர் குழுத் தோழிகளுக்கும்...

புகுந்த வீட்டுக்குத் தோழியாய் வந்ததுமுதல், புத்தகத்திற்கு அடித்தளமிட்டதுவரை பலவற்றை செய்த சசிக்கும்...

மற்றும்...

எப்போதும் துணை நிற்கும் அன்பு கணவருக்கும் செல்ல மகன்களுக்கும்...

நன்றி...

இப்புத்தகம் அச்சில் வர, முதல் முயற்சி தொடங்கிய பொறியாளர். திரு.செள.ஸ்டாலின் பாரதி அவர்களுக்கும்,

பலவித ஆலோசனைகள் தந்து இறுதிவரை வழிநடத்திய பேராசிரியர் அ.ப. அருண் கண்ணன் அவர்களுக்கும்,

தன் சொந்த வேலைகள் பலவற்றிற்கு நடுவில் இந்த நூலில் பிழை திருத்தம் செய்து தந்த கவிஞர். கூத்தலிங்கம் பழனியப்பன் அவர்களுக்கும்,

புத்தகப் பதிப்பு குறித்த ஆலோசனைகள் தந்து கரம் கொடுத்த அய்யா. கண. கல்யாணம் அவர்களுக்கும்,

இந்நூலைப் படித்துப் பார்த்து ஊக்கமளித்த கவிஞர். திருமிகு. மதுக்கூர் ராமலிங்கம் அவர்களுக்கும்,

என் கனவை நனவாக்கிய பாரதி புத்தகாலயத்திற்கும்,

இறுதியாக, அணிந்துரை வழங்கிய அய்யா. ச. தமிழ்ச்செல்வன் அவர்களுக்கும்,

என் மனமார்ந்த நன்றிகளை உரித்தாக்குகிறேன்.

நூலைப் பற்றி

பள்ளி பருவம் தொட்டே கவிதை எழுதி வந்தாலும், கொரோனா ஊரடங்கில் தொடங்கிய புது முயற்சியே இந்நூல். பொழுதுபோக்காக முகநூலில் எழுதிய தொடர்கதையை மின்னூல் ஆக்கி வெளியிட்டபோது பலரின் கவனம் பெற்று, கொஞ்சம் பாராட்டு பெற்று இன்று புத்தகமாக மாறியிருக்கும் இந்திர நீலத்தைப் பார்க்கையில் கண்கள் பணிக்கின்றன. தமிழ்ச் சமூகத்தின் மாண்புகளை நம் மக்கள் முழுதும் அறிந்துகொள்ள கதைகள் நல்ல தளமாகத் தோன்றியதால் உருவானது இப்புதினம். வரலாற்றுச் செய்திகளோடு என்னுடைய புனைவும் சேர்த்து முதல் படைப்பைச் செதுக்கியிருக்கிறேன். வரலாற்றின்மீது ஈடுபாடு கொண்டவர்களுக்கு இது மறக்கமுடியாததொரு அனுபவமாக அமையுமென்று நம்புகிறேன்.

வாருங்கள் பயணிப்போம்.

அணிந்துரை..

பிரதீபா சந்திரமோகனின் "இந்திர நீலமும் இமைக்கா இரவுகளும்" என்கிற இந்நாவல் முற்றிலும் வித்தியாசமான ஒரு புதிய முயற்சி. வாசிக்கத் துவங்கினால் கீழே வைக்க முடியாமல் சரசரவென நகர்கிறது கதை.

இன்று கீழடி, கொற்கை, சிவகளை அகழாய்வுகளும் ஆதிச்சநல்லூர் அகழாய்வு முடிவுகளும் தமிழ் மக்கள் மனங்களில் ஒரு பெருமித உணர்வையும் நம் முந்தைய வரலாற்றைத் தேடும் ஆர்வத்தையும் ஒரு சேர கிளர்ந்தெழச்செய்துள்ளன. அக்கிளர்ச்சி அலையின்மீது பயணப்பட்டு வரும் கப்பலாக இந்நாவல் நம் கரை வந்து சேர்ந்திருக்கிறது. இதை ஓர் அறிவியல் புனைகதை என்பதா, தொன்மங்களைத் தேடும் மாயா யதார்த்தக் கதை என்பதா என்கிற குழப்பம் எனக்குண்டு.

அனன்யா என்கிற தொல்லியல் ஆய்வாளர் கையில் ஒரு நீலநிறக்கல்–அதுவே இந்திர நீலம்-கிடைக்கிறது. அதைக் கடற்கரையில் அவரும் அவருடைய தோழியும் கண்டெடுக்கிறார்கள். அதைத் தூர எறியும்போது கடற்கரையில் விளையாடிக்கொண்டிருந்த இளைஞர்களில் ஒருவரின் நெற்றியைப் பதம் பார்க்கிறது. அந்த இளைஞர்தான் நாவலின் நாயகன் ஆதர்ஷ் எனப்படும் ஆதர்ஷ். தொடரும் அத்தியாயங்களில் ஆதிக்கும் அனன்யாவுக்கும் தி ரு மணம் நிச்சயிக்கப்படுகிறது. ஆய்வை முடித்து பி.எச்.டி. பட்டம் பெற்ற பிறகுதான் திருமணம் என்பதில் அனு உறுதியாக இருக்கிறாள். அதற்கு உதவி செய்கிறான் ஆதர்ஷ். ஒரு கடலாய்வுக்குழுவின் கப்பலில் சேர்ந்து ஆய்வு செய்ய அவளுக்கு அனுமதி பெற்றுத்தருகிறான். இருவரும் அந்த ஆய்வுக்கப்பலில் பயணிக்கிறார்கள். ஆதியின் நண்பன் மித்ரனும் பயணத்தில் இணைகிறான். அவர்களின் காதலும் வளர்கிறது. கதையும் வளர்கிறது.

அனுவின் கையிலிருக்கும் அபூர்வக்கல்லான இந்திரநீலத்தை பௌர்ணமி நிலவொளியில் கையில்பற்றிக் கப்பலின் மேல் தளத்தில் ஜோடிகள் நிற்கும்போது அந்த அதிசயம் நிகழ்கிறது. ஆழிப்பேரலை வந்து தாக்க, அனு, ஆதர்ஷ், மித்ரன் மூவரும்

கடந்த காலத்துக்குள் தூக்கி எறியப்படுகிறார்கள். அந்த இந்திரநீலம் ஒரு கால யந்திரத்தின் வேலையைச் செய்துவிடுகிறது.

எந்தப் பூம்புகார் குறித்து அனன்யா ஆய்வு செய்ய விரும்பினாளோ அதே பூம்புகார் நகரத்தில்தான் இப்போது மூவரும் இருக்கிறார்கள். இளவரசன் உதயகுமாரன் மணிமேகலையை விரும்புகிறான். அதைத்தவிர்க்க மணிமேகலையின் தாய் மகளைத் துறவறம் பூணச்செய்கிறாள். புத்த விகாரையில் தவக்கோலத்தில் இருக்கும் மணிமேகலையை இம்மூவரும் சந்திக்கிறார்கள். “உதயகுமாரனின் காதலை நிராகரிக்காதே அவனை ஏற்றுக்கொள்” என்று அனன்யா மணிமேகலையிடம் பேசுகிறாள். அனன்யாவின் வார்த்தைகள் மணிமேகலையின் மனதைக் கரைக்கின்றன. இதுதான் நாவலின் முக்கியமான திருப்புமுனை. சீத்தலைச்சாத்தனார் செய்த அநியாயத்தை இந்த நாவலில் நேர்செய்கிறார் பிரதீபா சந்திரமோகன்.

இந்திர நீலத்தின்மூலம் மீண்டும் ஆய்வுக்கப்பலுக்கே வந்து சேர்கிறார்கள். ஆனால் கப்பலில் கூட இருக்கும் நீல், இந்த நீலக்கற்களைத் தேடித்தான் இந்த ஆய்வுக்கப்பலையே கொண்டுவந்துள்ளான் என்பது தெரிகிறது. அதன் பிறகு வணிக சினிமாவின் வில்லனாக நீல் அந்தக் கற்களை எடுத்துவராவிட்டால் அனன்யாவையும் இனியாவையும் கொன்று விடுவதாகக் கொக்கரிக்கிறான். அப்புறம் திரைப்படம்போல வேகவேகமாகக் காட்சிகள் நகர்கின்றன. இறுதியில் எல்லாம் சுபம்.

கருந்துளைகள் இரண்டு இணைந்தால் காலத்தைக் கடக்கலாம் என்கிற கருதுகோளை இந்திரநீலத்தில் ஏற்றி இக்கதை புனையப்பட்டுள்ளது. இதெல்லாம் எவ்வளவு தூரம் சாத்தியம் என்பதை யாரேனும் அறிவியல் அறிஞர்கள்தாம் விளக்க வேண்டும்.

நாவல் வாசிக்கச் சுவையாகவும் விறுவிறுப்பாகவும் இருக்கிறது. ஒரு வித்தியாசமான கோணத்தில் கதை சொல்ல முயற்சித்திருக்கிறார். காதலைக் கொண்டாடியிருக்கிறார். அவரை வரவேற்போம். வாழ்த்துவோம்.

அன்புடன்,
ச.தமிழ்ச்செல்வன்,
சிவகாசி-626124.
19-04-2023.

முகவுரை

பத்தாயிரம் ஆண்டுகளுக்குமுன் புவியில் நிகழ்ந்த காலநிலை மாற்றத்தின் காரணமாக ஐஸ் ஏஜ் எனப்படும் உறைபனிக் காலம் முடிவுக்கு வந்தது என்றும் அதுவரை நீர்ப்பரப்புக்கு மேலிருந்த பல நாகரிகங்கள், சிறிது சிறிதாக உருகிய பனிநீரால் கடலில்

மூழ்கியதாகவும் ஒரு கோட்பாடு ஆதிகாலம் தொட்டே உலகில் உண்டு.

எல்லா மதங்களிலும், ஊழிக்காலத்தில் மக்கள் மற்றும் விலங்குகளை இறைத்தூதுவன் கப்பலில் ஏற்றிக்கொண்டு காப்பாற்றுவது போன்ற கதைகள் ஏராளமாய் உள்ளன.

இந்து மதமாகட்டும், கிறித்துவமாகட்டும் இன்னும் பல கலாச்சாரங்கள் அவற்றை நமக்கு எடுத்துரைக்கின்றன.

கிரேக்கப் புராணங்களில் வரும் அட்லாண்டிஸ், தமிழ் நூல்கள் விவரிக்கும் குமரிக்கண்டம், சமஸ்கிருத மொழி சொல்லும் துவாரகை மற்றும் பல நம்ப முடியாத கதைகளில் மறைந்துள்ள உண்மைப் பின்னணியைத் தேடி பல ஆய்வாளர்கள் இன்றும் உலகை சுற்றி வருகிறார்கள்.

ராவணனுக்கு பத்து தலையென்றும், முருகனை ஆறுமுகன் என்றும், சீதையும் திரௌபதியும் ஆதிரையும் தீயில் குளித்து மீண்டனர் என்பதையும், அனுமன் சஞ்சீவி மலையை சுமந்ததையும் நம்பும் நாம் இவற்றைத் தாண்டி அறிவியலுக்கு மிக அருகில் இருக்கும் மேற்கண்ட இந்தக் கோட்பாடுகளையும் சிறிது காலம் நம்புவோம்...

இக்கதை முடியும்வரை...

உள்ளடக்கம்

முன்கதை சுருக்கம்

அவன் தன் உடலிலும் வேட்டியிலும் ஒட்டிக்கொண்டிருந்த ஈர மணலை உதறியபடி எழுந்தான்.

“குப்பன் சொன்னான்னு நான் காலையிலேயே இந்த ஆளோட வந்தது எவ்வளவு தப்பா போச்சு... கண்ணத் தொறந்து முழிச்ச மொத ஆளும் அவன்தான். இனி ஒரு தரம் அவனப் பார்த்தா இந்த இக்கட்டுல மாட்டிவுட்டதுக்கு ஒரு புடி புடிச்சுதான் அனுப்பணும்”

என்று நினைத்துக்கொண்டான்.

ஆனால் மீண்டும் ஒருமுறை குப்பனை சந்திக்கும் வாய்ப்பு அவனுக்கு வரப்போவதேயில்லை என்பதை அவனறியான்.

“இந்த வெள்ளைக்காரன் வந்ததுலேருந்து மொறப்பாவே இருந்தான். மயக்கத்துலகூட அவன் மூஞ்சப் பாரு சிடுசிடுன்னு...” வாய்விட்டுப் புலம்பினான்.

வெள்ளைக்காரன் பாம்புபோல் நெளிந்துவிட்டு... ஒரு வினாடியில் அலறிக்கொண்டு எழுந்தான். எழுந்து பரபரப்பாக அவர்கள் இருந்த இடம் முழுவதும் துழாவினான்.

அவன் பரபரப்பைப் பார்த்ததும்தான் முதலாமவன் சிறிது நேரத்திற்குமுன் நடந்தவற்றை உணர்ந்து அதிர்ந்தான்.

அன்று அதிகாலையில் குப்பன் வந்து "ஒரு பெரிய கை சிக்கிருக்கு... நீ சும்மா ஒரு தபா கூட்டிட்டுப் போயிட்டு வா... அவன் சொல்ற எடத்துல ஒரு முங்கு முங்கி எந்திரி... ஒரு மணி நேரம்தான்... நிறைய காசு தேறும்... பிரசவத்துக்கு ஊருக்குப் போன பொண்டாட்டி, புள்ள பெத்து வந்தா... அதக் காப்பாத்த துட்டு வேணாமா?” என்றான்.

செயற்கை முத்துக்கள் மற்றும் சிப்பிவளர்ப்பு வந்தபிறகு ஆழ்கடலில் மூழ்கி முத்துக் குளிப்பவர்களின் கிராக்கி குறைந்து விட்டது. வரும் வருமானம் இருவருக்கே போதவில்லை.

குப்பன் சொன்ன இறுதி வாக்கியம் இவனைத் தலையாட்ட வைத்தது. அவனும் வந்தான்.

ஆனால் இதுபோன்ற சிடுசிடுப் பேர்வழியை இதுவரை சந்தித்ததில்லை. வெள்ளைக்காரனிடம் ஏச்சு வாங்கப் பயந்து, மறுக்காமல் அவன் சொல்லுமிடமெல்லாம் பகல் முழுவதும் படகில் சுற்றி அலைந்தான்.

நண்பகலுக்கு மேல் ஓர் இடத்தில் அவன் கை காட்ட... அங்கே குதித்து நீந்தி ஆழம்வரை சென்றான். அப்போது, தான் கண்ணில் கண்டவற்றை அவனால் நம்ப முடியவில்லை.

கடலுக்கடியில் கட்டிடங்கள்! அதுவும் அரண்மனைபோல் பெரும் சுவர்கள்! அங்கே ஓரிடத்தில் கடலுக்கே நீல நிறத்தை வாரி வழங்கிக் கொண்டிருந்த அந்த சுடர்மிகு கல்லைக் கண்டான். நீருக்குள் மூழ்கியிருந்த அவன் கைகள், தானாகக் கும்பிடும் தொணியில் சேர்ந்தன. அனிச்சையாய் நீந்தி அவன் அதன் அருகில் செல்ல, குழந்தை போல கல்லை வாரி எடுத்தான்.

நீருக்குள் எடையிழந்த அவன் தேகம்போல் மனமும் எடை இழந்தது. பின் நீந்தி நீர்ப் பரப்புக்கு மேலே வந்து சேர்ந்தான். தான் கண்டெடுத்த பொக்கிஷத்தை அவனிடம் கொடுத்தால், இது என்னவாகும் என்று மனம் அடித்துக்கொண்டது.

'ஆனால் அந்த வெள்ளைக்காரன் சொல்லித்தானே குதித்தோம்! அதனால்தானே இது கிடைத்தது!' என தன்னைத்தானே சமாதானம் செய்துகொண்டு கல்லை அவனிடம் தந்தான்.

பிற்பகலில் தொடங்கிய தேடல் முடிந்து இருட்டிய பின்னரே கல்லுடன் அவன் தோணியில் ஏறினான். சலனமின்றி தெளிவாய் இருந்த கடல் பரப்பு அதிர்வதுபோல் தோன்றியது.

முழு நிலவு தெரிந்த வானம் சட்டென இருட்டி, சூறைக்காற்றுடன் சேர்ந்து அச்சுறுத்தியது. வானைப் பிளந்துகொண்டு மின்னல் ஒன்று வந்து மறைந்தது. அலைகள் இவர்கள் இருவரையும் நீருக்குள் தள்ளின.

மேற்சொன்னவைதவிர வேறு எதுவும் நினைவில் இல்லை இவனுக்கு. வெள்ளைக்காரன் பேசிய ஐரோப்பிய மொழி ஆங்கிலம் இல்லை. அவன் தீவிரமாகத் தேடுவது அந்தக் கல்லைத்தான் என்பது புரிந்து போனது.

இருவருக்கும் மொழி ஒரு தடையாயிருந்த காரணத்தால் கல்லைக் காணாமல் ஆத்திரம் கொண்டவன், தன் கழுத்தை நெரிக்க முற்பட்டபோது மீனவன் தப்பியோடினான்.

அவன் கோபம் இவனுக்கு அச்சமூட்டியது. கரை வந்ததும் தன் ஊர் என்று நினைத்தவனுக்கு, இங்கே திக்குதிசை புரியவில்லை. தற்போது நடந்தவற்றை உணரவே நாட்கள் அல்ல, வருடங்கள் ஆகும் என்பதை அவன் அறியான்.

அங்கே நடப்பவையனைத்தையும் விண்மீன்களும் பால்நிலவும் பார்த்தும் பார்க்காமல் இருந்தன. மக்கள் போராட்டங்களின்போதும் தன் வேலையை மட்டுமே செய்யும் பிரபலங்கள்போல, காவி வண்ணச் சூரியனின் ஒளியை வாங்கி, இரவுக்கு வெள்ளி வண்ணம் பூசிக்கொண்டிருந்தது வெண்ணிலா.

அந்த இடம் அவன் இடம்தான். ஆனால் அவன் அறிந்த இடமல்ல. இவனுக்கும் இனி தொடரப்போகும் கதையின் மாந்தருக்கும் எவ்விதத் தொடர்புமில்லை. ஆனால் இவன் இன்று அசைந்திராவிட்டால், சில வருடங்களுக்குப்பின் ‘அனு’ அசைந்திருக்க வாய்ப்பில்லை.

♦♦♦

இப்போ கீழடி அகழ்வாய்வுகளுக்குப் பிறகு மக்கள் நிறைய தொன்மையைப் பத்தின விஷயங்களைத் தெரிஞ்சுக்கத் தொடங்கி இருக்காங்க...

ஆனால் அனன்யாவுக்கு அதில் சின்ன வயதில் இருந்தே பெரும் ஆர்வம்...வறலாறுன்னா உயிர விட்டுட்டு படிப்பா... புத்தகங்கள் எப்போதும் அவளுக்கு நண்பர்கள்...

பாத்தா எல்லாருக்கும் பிடிக்கும் முகம். கோதுமை நிறமும் ஐந்தரை அடி உயரமும், தெளிவான அவள் முகம்போலவே எண்ணமும் கொண்டவள் அனன்யா. பார்க்கும் யாரையும் ஒரு நிமிடம் கட்டிப்போட்டுவிடும் கண்கள். ஏதோவொரு விஷயத்தைச் செஞ்சு முடிக்கணும்னு ஆர்வம் கண்ணுல எப்போதும் இருக்கும்.

அவ தன்னோட முனைவர் பட்டத்தை தொல்லியல் துறையில தான் வாங்கணும்னு பிடிவாதமா தமிழ் பல்கலைக்கழகத்துல சேர்ந்துட்டா...

வாய் லொடலொடன்னு பேசும்... எங்க அவ இருந்தாலும் எல்லாருக்கும் தெரிஞ்சுடும்... ஆனால் படிப்பும் நல்லா வரும்...

தன்னுடைய ஆய்வுக்கட்டுரைக்காக அவ கூடவே படிச்சுட்டு இப்போ வேற கல்லூரியில் வேலை பார்த்துட்டு இருக்க ரேஷ்மாவை எப்போதும் கூட்டிட்டே சுத்துவா... ரேஷ்மா கேரளாவிலிருந்து வந்து படித்தவள். ஒரே அறையில் தங்கிய இருவரின் எண்ண ஒற்றுமை, மொழியைத் தாண்டி சீக்கிரமே நட்பாக்கியது.

இப்போகூட அவங்க ரெண்டு பேரும் தான் பூம்புகார் வந்திருக்காங்க...

அவ்ளோ சிறப்பான பூம்புகார் காலப்போக்கில் சிதைஞ்சு இருக்கறதப் பாத்து அனன்யா ரொம்ப வருத்தப்பட்டா...

அங்குள்ள அருங்காட்சியகம், ஒரு பழங்காலக் கோவில், கண்ணகி மணிமண்டபம் மற்றும் சில இடங்களையும் பார்த்துவிட்டு, கடற்கரையில் அரைமணி நேரமாக ஆடிக்கொண்டிருத்தபோது அவள் காலில் ஏதோ தட்டுப்பட்டது. முதலில் சிப்பி அல்லது கிளிஞ்சலாக இருக்கும் என்று நினைத்து பொருட்படுத்தவில்லை

இவர்கள். ஓர் இரண்டு நிமிடங்கள் காற்றும் அலைகளும் ஓய்ந்துவிட.... சட்டென்று அந்தக் கல் அனன்யாவின் கண்ணில் பட்டது.

அதைக் கையில் எடுத்ததும் ஏதோவொரு உணர்வு... மகிழ்ச்சி என்று ஒரு சொல்லில் நிறுத்திவிட முடியாது...

“இதுமாதிரி ஒரு பொருளைப் பாத்ததே இல்லடீ... பாக்க எவ்ளோ அழகா இருக்குல்ல...!” என ரேஷ்மா சொன்னதுதான் தாமதம்...

அனன்யா குடுகுடுவென ஓடிப்போய் நான் தரமாட்டேன் என்பதுபோல பாவனை காட்டினாள்.

“ஹேய்... ஹேய்... அனன்யா! ஓடாத இப்படி... நான் ஒன்னும் வாங்கிக்க மாட்டேன்..! நில்லுடீ!” சொல்லிக்கொண்டே பின்னால் ஓடினாள் ரேஷ்மா...

“முடியாதுடீ... செம்ம அழகா இருக்கு பாரேன்...” சொல்லிக்கொண்டு தோழியைப் பார்த்துக்கொண்டு பின்னால் நகர்ந்தாள்... சூரிய ஒளியில் அந்த நீலக்கல் மிகவும் அற்புதமாய் தெரிந்தது...

அவளிடமிருந்து அதை வாங்கிவிடும் எண்ணத்தில் ரேஷ்மா நெருங்க... அனன்யா கல்லைத் தராமல் தொலைவில் வீசினாள்...

அப்போது பெரிய அலையொன்று கரை நோக்கி நகர்ந்து வரத்தொடங்கியதைப் பார்த்துப் பயந்து இருவரும் மேடான இடத்தை அடைவதற்குமுன் அலை வந்து அவர்களை நனைத்துவிட்டது...

கல் எங்கே போனதென்று தெரியவில்லை... ஆனால் அப்போது ஆண்கள் நான்கு பேர் இவர்களை நெருங்கி வருவதுகண்டு அனன்யாவும் ரேஷ்மாவும் பயந்து ஓடத்தொடங்கினார்கள்...

அலை வந்து நனைத்த மாத்திரத்தில் நான்கு பேர் அவர்களை நோக்கி கத்திக்கொண்டே ஓடி வந்தனர்...

♦♦♦

அனன்யா கல்லைத் தராமல் தொலைவில் வீசியபோது அது பத்தடி தள்ளி நின்று கடலை வேடிக்கை பார்த்துக்கொண்டிருந்த ஐந்து இளைஞர்களில் ஒருவன்மேல் விழுந்தது...

இவர்கள் இருவரும் கல் வீசிவிட்டு அலையில் விளையாடிக்கொண்டிருப்பதைப் பார்த்த அடிபட்டவனது நண்பர்கள், கோபத்துடன் சத்தம் போட்டபடி அனன்யா மற்றும் ரேஷ்மாவை நோக்கி ஓடிவந்தனர்.

“என்னடா! இப்படி சின்னப் பிள்ளைங்கமாதிரி பண்றீங்க! வேணும்ன்னு செஞ்சதில்லை! இதுக்குப் போய் ஏன் கோபப்படணும்" கல்லடி வாங்கியவன் அவர்கள் பின்னே ஓடிவந்து தன் நண்பர்களைப் பிடித்து நிறுத்தினான்...

ஓடிக்கொண்டிருந்த அனன்யா நின்று மூச்சிரைக்க திரும்பிப் பார்த்தாள். ரேஷ்மாவும் திரும்பினாள்... அப்போதுதான் அவர்களுக்கு உயிர் வந்தது...

‘அப்பாடி!’ என்று நிதானித்து பெண்கள் இருவரும் அவன் முகத்தை உற்று நோக்கினர்...

நெற்றியில் கொஞ்சமாக ரத்தம்... அவள் வீசியெறிந்த கல்லின் கைங்கரியம் என்று புரிந்தது. இன்னும் சற்று கூர்ந்து பார்த்துவிட்டு ஆச்சர்யத்தில் ஒன்றாக இருவரும் கூவினர்...

"ஹேய் ராக்கெட்...!"

கூட இருந்த அவன் நண்பர்கள் இதில் இன்னும் கடுப்பாக... அவன் அவர்கள் கோபத்தைத் தணிக்கும் பொருட்டு ஏதோ பேசிக்கொண்டிருந்தான்...

சரி, இந்தச் சூழ்நிலையில் பெண்களுடன் வம்பு வேண்டாமென்று விலக்கிவிட்டு, அனன்யா மற்றும் ரேஷ்மாவைப் பார்த்து அங்கிருந்து போகும்படி சைகை செய்தான்.

இருவரும் வேகமாக நடையைக் கட்டி பேருந்து நிலையம் அடைந்தனர்...

"ச்ச... ச்ச... அந்தக் கல்லு கடற்கரைகிட்டேயே இருக்கு மச்சி...! வாடி! போயி தேடிட்டு வருவோம்" என்று அனன்யா சொல்லிவிட்டு ரேஷ்மாவை பார்ப்பதற்குமுன்...

அவள் கைப பைய ரோடு பேருந்து அருகில் போக நடந்துகொண்டிருந்தாள்...

விர்ரென்று போய் தடுத்த அனன்யா... "சொல்லிக்கிட்டே இருக்கேன்... நீ பாட்டுக்குப் போற?" என்றாள் சீறலாய்....

"உன்கூட வந்தா இனி நீ என்ன உருப்படியா ஊரு போய் சேர விடமாட்டபோல...! அவசரப்படாதன்னு எத்தன தடவ சொன்னாலும் புத்தில ஏறவே மாட்டேங்குது....! அந்தக் கல்ல வீசணும்னு என்ன அவசியம்... வீசிட்டு நாம ஏன் இப்படி ஓடி... ஒளியணும்! எல்லாமே உன் அவசரம்!" மிகக் கோவமாகச் சொன்னாள் ரேஷ்மா.

"சாரி டீ...! நான் தெரிஞ்சு செய்யல..." அனன்யா பாவமாக முகத்தை வைத்துக்கொண்டு சொன்னதும் ரேஷ்மா மனம் மாறி "உன் சாரியை தூக்கி குப்பையில் போடு... வந்து தொலை ப்ராந்து...!" அவளைப் பார்த்துச் செல்லக் கோவத்தோடு சொல்ல... இருவரும் புன்னகைத்துக்கொண்டே பேருந்தில் ஏறி அமர்ந்து அந்த நாள் முழுதும் நடந்தவற்றை பேசிச் சிரித்தபடி ஊர் வந்து சேர்ந்தனர்.

இருவரும் அவரவர் விடுதிக்கு வந்தாச்சு... அதுக்கப்புறம் ராக்கெட் பையன்பற்றிய நினைப்பே இல்லை... இரண்டு வருடங்கள் ஓடிவிட்டன இப்படியே...

❑

1

இது என்ன மாயம்!

அது மதுரையின் புறநகர்ப் பகுதி...

மேலூர் அருகில் வீடு...

அனன்யா அப்பா பாண்டியன், அரசாங்க உயர்பணியில் இருப்பவர். அம்மா அமுதாவோ இல்லத்தரசி.

எப்போதும் 6 மணிக்கெல்லாம் எழுந்து விடுவாள். இன்று என்ன இவ்வளவு நேரம் தூக்கம்...

அன்று காலை 8 மணிக்கு அவள் அப்பா, அம்மா இருவரும் அறைக்கு வந்து கதவைத் தட்ட முயன்றபோது கதவு தாழிடப்படாமலேயே இருந்தது.

தூங்கிக்கொண்டிருந்த மகளின் தலையணைக்கு அருகில் ஒரு மரப்பெட்டியை வைத்துவிட்டு சத்தம் செய்யாமல் சென்று விட்டனர்.

கொஞ்சம் புரண்டு படுத்தவள், கையில் ஏதோ தட்டுப்பட... அதைத் திறந்து பார்த்தாள்.

ஓர் அழகான வேலைப்பாடுகள் கொண்ட மரப்பெட்டி.

சென்ற மாதம் பொருட்காட்சி சென்றபோது அவள் வேண்டும் என்று கேட்டு அம்மா வாங்கித்தர முடியாது என்று சொல்லிவிட்டார்.

இன்று அதே பெட்டி... 'பிறந்தநாள் வாழ்த்துக்கள்!' என்னும் வாசகத்துடன் பக்கத்து அறையின் சாவி வைக்கப்பட்டிருந்தது.

தூக்கக் கலக்கத்தோடு அடுத்த அறைக் கதவைத் திறந்ததும் அட்டைப்பெட்டி ஒன்று அங்கே வைக்கப்பட்டிருந்தது.

உள்ளே பார்க்கும் ஆவலில் கிட்டத்தட்ட குதித்துக்கொண்டே சென்றாள்.

அவள் கேட்ட அதே விலையுயர்ந்த புகைப்படக் கருவி. எப்போதுமே கேட்கும் எதையும் உடனடியாக வாங்கித் தருவதில்லை வீட்டில்...

இந்த முறை மனதில் நினைத்தது எல்லாமே வந்து கண்முன் நிற்கிறது. யோசித்துக்கொண்டே வெளியில் வந்தாள்.

“அம்மா! நடக்கறது எல்லாம் பாத்தா... எனக்கு ஒன்னும் சரியா படலையே...!” என்றாள் சந்தேகப் பார்வையோடு...

மகளைப் பார்த்து புன்னகையுடன் பிறந்தநாள் வாழ்த்துகள் சொல்லிவிட்டு... “அதெல்லாம் ஒன்னும் இல்ல... உனக்குப் பிடிச்சதை செஞ்சா அதுலகூட குத்தம் கண்டுபிடிப்பியா..?” என்று குறைப்பட்டுக் கொண்டார் அமுதாம்மா.

“எனக்குப் பாத்தா அப்படித் தெரியலையே...”

“போன வாரம் கோவிலுக்குப் போனோம் இல்ல... அங்ககூட நம்ம ஒரு ஆன்ட்டியை பார்த்தோமே...” என்றாள் அம்மா.

“ஆமா... அந்தக் குண்டு ஆன்ட்டியா! ஏதோ மொக்க போட்டுட்டு இருந்தாங்களே...” என்றாள் சலிப்புடன்.

“நீயும் சொந்தக்காரங்ககிட்ட பேசமாட்ட... பேசினாலும் கிண்டல் பண்ணுவ! எப்படி நாலு பேரத் தெரியும் இதுமாதிரி இருந்தா...?”

“மம்மி...இதெல்லாம் உன்னோட வச்சுக்கோ!” என்றாள் பேச்சை சட்டைசெய்யாமல்.

“சரி, போ... நீயும் உன் கொள்கையும்... அவங்களோட அக்கா ஹிஸ்டரி ப்ரொபசராம்... அவங்க வீட்டுக்காரர் பிசிக்ஸ் புரொபசராம்”

“மேல சொல்லு... மேல சொல்லு... நீ எதுக்கு வர அப்படின்னு எனக்குத் தெரியாதா அமுதா?”

“ஏய் போடி! நான் உன்கிட்ட சொல்லல... என்னங்க! நீங்க கேளுங்க... இது ரொம்ப நல்ல சம்பந்தம், எப்படியாவது முடிச்சுடலாமே?”

“தகப்பா! அம்மா பக்கம் சாயாத... நான் டாக்டரேட் வாங்கித்தான் கல்யாணம் பண்ணிக்குவேன்னு சொல்லிட்டேன்..."

“நீ பிஎச்.டி முடிக்கிறவரைக்கும் என்னால பொறுமையா இருக்க முடியாது... இப்பவே இருபத்தேழு ஆச்சு... இதுக்குமேல நல்ல மாப்பிள்ளை கிடைக்காது...”

“மா... ஏன் இப்படிப்படுத்துற...”

"சரி, இதுதான் கடைசி... இனிமே நான் உனக்கு மாப்பிள்ளை பார்க்க மாட்டேன்... இந்த இடம் செட் ஆகாம இருந்தால் உன் விருப்பப்படி நீ போ..."

"ஆஹா... அதெல்லாம் முடியாது... நீ மட்டும் மாப்பிள்ளைய வரச்சொல்லிப்பாரு...

அப்புறம் தெரியும் என்னப் பத்தி...

பொண்ணு பார்க்க யார் வந்தாலும் கல்ல விட்டு அடிச்சிடுவேன்... உயிருக்கு உத்தரவாதம் இல்லை... சொல்லிட்டேன்..."

"பெரிய 'குஷி' பட ஜோதிகா... இன்னும் ஏன் சின்ன பிள்ளை மாதிரி அடம் பிடிக்கிற? பாத்தா உனக்கே பிடிக்கும்... நானும் அண்ணனும் ஃபேஸ்புக்ல பார்த்துட்டோம்..."

"ஹேய்! அவன் அமெரிக்கால இருந்தாலும் வேற பொழப்பே இல்லையா... பொண்டாட்டி புள்ள எல்லாரையும் விட்டுட்டு உங்க கூட சேர்ந்து எனக்கு ஆப்பு வச்சுட்டு இருக்கானா.. நான் அண்ணி கிட்ட பேசிக்கிறேன்"

"சரி என்னமோ பண்ணு.... பையனோட ஃபேஸ்புக் ஐடி ஆதர்ஷ் பொன்மாறன்."

"ஆஹான்னானா... இப்படி எல்லாம் சொல்லிட்டா நாங்க பாத்துருவோமா... அஹெம்... அஹெம்... தண்ணியக் குடி..."

இதைக் கேட்டதும் அம்மா முணுமுணுத்துக்கொண்டே கிச்சனுக்குள் போய் வேலையில் மூழ்கிவிட்டார்...

சரி, பாப்போமே... பாத்தவுடனேயே காதலா வரப்போகுது.... நமக்கும் அதுக்கும் எப்பவுமே செட்டாகாது... என்று நினைத்துக்கொண்டாள்...

வெளியில் வேண்டாம்னு சொல்லிக்கிட்டாலும், ஓர் ஆர்வம் உள்ளே இருந்தது.

காதல் தப்புன்னு வாய் சொல்லும்... ஆனா காதலித்து வரும் தோழிகளைப் பார்த்தால் கொஞ்சம் பொறாமையா இருக்கும்.

அவள் தன் கைபேசியை எடுத்து ஆதர்ஷ் பொன்மாறன் என்னும் பெயரை முகப் புத்தகத்தில் தேட ஆரம்பித்தாள்.

❑

2

ராக்கெட்!

மதுரை அண்ணாநகர்...

வித்யா காலேஜுக்கு ரெடியாகி கொண்டிருந்தார்.

"என்னம்மா! அப்பா சீக்கிரமே போயாச்சா! நான் வேணா உங்களக் கொண்டுவந்து விடவா?" என்று கேட்டுக்கொண்டே உள்ளே நுழைந்தான் ஆதர்ஷ்.

ஆறடி உயரம். மிதமான உடற்பயிற்சி செய்த உறுதியான உடற்கட்டு. பணிவும் பரிவும் நிறைந்த கண்களும் பொறுமையான சுபாவமும் கொண்டவன்.

"ஆதர்ஷ்! ஒரு நிமிஷம் இங்கே வா... உன்கிட்ட ஒன்னு பேசணும்."

"சொல்லுங்கம்மா! என்ன விஷயம்?"

"அது ஒன்னும் இல்லடா... உன் ஃப்ரண்ட் மித்ரன் இருக்கானே, அவனுக்குப் போன மாசம் பொண்ணு பாத்தாங்களே, என்ன ஆச்சு?"

"அவன் அதுக்குள்ள கல்யாணமா அப்படின்னு யோசிக்கிறான். இன்னும் கொஞ்சநாள் லைஃப்ப என்ஜாய் பண்ணலாம் அப்படின்னு நினைக்கிறான்."

இவன் மனசுல என்ன கணக்கு வச்சிருக்கான் தெரியலையே? என்று நினைத்துக்கொண்டு..."லவ் கிவ் ஏதும் பண்றானா ளடா?"

"அதெல்லாம் ஒன்னும் இல்லம்மா..." என்று சொல்லிவிட்டு சத்தமேதும் தராத தன் கைபேசியில் மும்முரமாக எதையோ தேடிக்கொண்டிருந்தான்.

"நீ யாரையும் விரும்புறியா தம்பி! அப்படி ஏதும் இருந்தால் சொல்லிடு" என்று கேட்ட வித்யாம்மா மனதில் ஆயிரத்தெட்டு கேள்விகள்.

"ஏம்மா! உங்களுக்கு மருமகளக் கொண்டுவரணும்னு ஆசை வந்திருச்சா?" என்றுவிட்டு புன்னகைத்தான். இந்தப் புன்னகையில் ஏதும் குறிப்பு இருக்கிறதா?

"எல்லாருக்கும் அது இருக்கத்தானே செய்யும்... எனக்கு இருக்காதா.. உனக்கு ஏதும் எதிர்பார்ப்புகள் இருந்தா சொல்லிடு தம்பி!" கொஞ்சம் குழம்பியவராய் அம்மா கேட்க...

"பாருங்கம்மா... நீங்க பாத்து முடிவு பண்ணிக்கோங்க... எனக்கு ஒன்னும் பெருசா ஆசை எல்லாம் இல்லை". இப்போதும் அவன் பார்வையெல்லாம் கைபேசியில்தான் இருந்தது.

"என்னப்பா! இப்படிச் சொல்ற... கல்யாணம் பண்ணி வாழப் போறது நீதானே?" என்றார் தன் பேச்சில் கவனம் செலுத்தாத மகனை நொந்துகொண்டபடி.

"அம்மா! எனக்கு எந்த எதிர்பார்ப்பும் இல்லம்மா... அப்படி வச்சிக்கிட்டு இருந்தாதான் வாழ்க்கை கஷ்டமா இருக்கும்... டோன்ட் வொர்ரி... நான் ரெடி ஃபார் மேரேஜ்..." சிரித்துக்கொண்டே சொன்னான்.

இதைக் கேட்டதும் அம்மா மனம் கொஞ்சம் ஆசுவாசம் கொண்டது. தானாக ஒட்டிக்கொண்டது புன்சிரிப்பு.

"நம்ம சித்தி நேத்து குலதெய்வம் கோவிலுக்குப் போனாங்க. அங்க அவங்க நம்ம சொந்தக்காரங்க ஒருத்தரப் பார்த்திருக்காங்க.

அவங்க பொண்ணு, பாக்க நல்ல லட்சணமா இருக்காளாம்... தஞ்சாவூர்லயோ, திருச்சிலயோ பிஎச்.டி. பண்ணிட்டு இருக்காளாம்..."

திருச்சி என்று சொன்னதும் அவன் கண்ணுல ஒரு சின்ன ஒளி வந்துட்டுப் போனத அவங்க கவனிக்காம விடுவாங்களா...

"நீ பாத்துட்டு சரின்னு சொன்னேன்னா மேல பேசலாம்... என்னன்னு யோசிச்சு சொல்லு" என்று சொல்லிவிட்டு தன் கைப்பையோடு எழுந்தவர் கையைப்பற்றி அமர வைத்து...

"என்ன, பாதியிலேயே விட்டுப் போயிட்டீங்க... எங்க போய் பார்க்கிறதுனு சொல்லுங்க..." கண்ணடித்தான்.

"இப்பவேயா?" என்று சொல்லிவிட்டு கடகடவென சிரித்தவாறு "நாளையோட ஆடி முடிஞ்சுடும். வர்ற ஞாயிற்றுக்கிழமை நல்ல

நாளா இருக்குன்னு... கோவில்ல பாக்கலாம்ன்னு இருக்கோம். இப்போ என்னை காலேஜில் கொண்டுவந்து விட்டுடு'' என்று சொல்லிக்கொண்டே வாசல் நோக்கி நடந்தார்.

♦♦♦

அனன்யா வீடு....

ஆதர்ஷ் பொன்மாறன்...

அந்தப் பெயரை பத்து தடவை சொல்லிப் பார்த்துக்கொண்டாள்.

எப்படியோ அவன் முகநூல் பக்கத்தைத் தேடி ஒரு வழியாகக் கண்டுபிடித்துவிட்டாள்.

அந்தப் புகைப்படத்தைப் பார்த்ததும் அவளுக்கு அப்படியே ஒரு நிமிடம் மண்டைக்குள் கொசுவர்த்திச் சுருள் சுற்ற ஆரம்பித்தது...

“நல்லா மாட்டிக்கிட்டடி...'' தனக்குத்தானே சொல்லிக் கொண்டாள்......

நான்கு வருடங்களுக்கு முன்பு...

அவள் மாஸ்டர்ஸ் படித்தது திருச்சியில் பெரிய தேசியக் கல்லூரி...

ஆண்டுக்கு ஒருமுறை அங்கே கலைநிகழ்ச்சிகள் நடப்பது வழக்கம். நாடு முழுவதும் இருந்து பல மாணவர்கள் வருவது உண்டு.

எங்கே என்ன அநியாயம் நடந்தாலும் அங்கே முதலில் போய் நியாயத்தை நிலைநாட்ட வேண்டும் என்பது அவளுக்கு சிறுவயதிலிருந்தே உள்ள கெட்ட பழக்கம்.

ஆனால் அவளுக்கே அன்று விதி ஒரு கணக்குப் போட்டு வைத்திருந்தது.

♦♦♦

அந்த விழாவின் இரண்டாம் நாள்...

அவள் தனியே நடந்து சென்றுகொண்டிருந்தபோது ஒரு பேப்பர் ராக்கெட் வந்து அவள் தலையில் விழுந்தது.

அது வந்த திசையில் இருந்த கேன்டீன் வாசலில் கூட்டமாக நிறைய பையன்கள் அமர்ந்து பேசிக்கொண்டிருந்தனர் . அருகில் ஒருவன் கைகளில் நிறைய ஏ ஃபோர் காகிதங்களை வைத்துக்கொண்டு நின்றுகொண்டிருந்தான்.

இவள் பரபரவென பக்கத்துல போய் "ஹேய்... நீ பேப்பர் வச்சிருந்தா போற வரவங்க மேல எல்லாம் ராக்கெட் விடுவியா?" என்று சீறினாள்.

“எதுக்கு என்கிட்ட இப்படி வந்து பேசுறீங்க... நான் உங்கமேல ராக்கெட் வீசலயே?” பொறுமையாகக் கேட்டான் அவன்.

“தப்பு பண்ண யாரும் பண்ணேன்னு ஒத்துக்க மாட்டாங்க... நான் நேரா போய் உங்க கல்லூரி எதுன்னு கேட்டு புகார் செய்யப்போறேன், எந்தப் போட்டியிலயும் கலந்துக்க விடாம செய்றேன் பாரு...” ஒற்றை விரலை நீட்டி மிரட்டலாய் அவள் பேச...

உடனே அருகில் இருந்து சில பையன்கள் ஓடி வந்து “சாரி சார்... நாங்கதான்... அந்தப் பக்கம் உள்ள தோழியைக் கூப்பிட ராக்கெட் விட்டோம்” என்று சங்கடமாய் நெளிந்தார்கள். “என்னது சார் ஆஆ.....” அவள் மன்னிப்புக் கேட்கும் விதமாய் பார்த்துவிட்டு சங்கடமாக உணர்ந்தாள் மனதுக்குள்.

“சரி விடுங்க... தெரியாமதானே... நான் ஒன்னும் தப்பா எடுத்துக்கமாட்டேன்” என்றான் இவளைக் கண்டுகொள்ளாமல்.

அங்கிருந்து வேகமாய் நகர்ந்துவிட்டாள். எதுவும் பேசத் தோன்றவில்லை.

அவன் மாணவர்களை கல்லூரிப் பொறுப்பில் அழைத்து வந்ததாலும், அவளும் விழா அமைப்புக் குழுவில் இருந்ததாலும் அடிக்கடி இருவரும் பார்க்க நேர்ந்தது.

ஒவ்வொரு முறையும் அவனிடம் மன்னிப்புக் கேட்க வேண்டும் என்று நினைப்பதும், நமக்கு எதுக்கு வம்பு என்று விலகுவதுமாகவே இருந்தாள்.

ஆனால் அவன் இவளைப் பார்த்ததாகவே தெரியவில்லை.

அன்று இரவு விடுதியில்...

“எப்போதுமே அவசரப் புத்தி நினக்கு... கையில பேப்பர் வச்சிருந்தார், சரி... அவர்தான் வீசுனார்ன்னு நீ எப்படி முடிவு செஞ்சது...!” தோழி ரேஷ்மா கடிந்துகொண்டாள்.

“இல்லடி! உனக்குதான் தெரியுமே, நான் எவ்ளோ கோவக்காரின்னு... என்னால முடில மச்சி... அநியாயம் எதிர்ல நடந்தாலே பொறுத்துக்க மாட்டேன்... எனக்கே நடந்தா... அதான் கண்ண மறச்சிடுச்சு..!” பாவமாய் சொன்னாள் அனன்யா...

“எடீ... எவ்வடாயிலும் நன்னாயிட்டு சிக்குனா நினக்கு அறியும்!” இது ரேஷ்மா.

◆◆◆

“**ஏ**ண்டி... எவ்ளோ நேரமா கழுதைமாதிரி காட்டுக் கத்து கத்துறேன்... காது கேக்கலையா உனக்கு... சாப்பிட வா சீக்கிரம்...” அம்மாவின் குரல் கேட்டு தன்னிலை உணர்ந்து நினைவுக்கு வந்தாள்.

“ஆஆம்ம்மா... வரேன்...” இவளும் இங்கிருந்தே கத்தினாள்.

பின்னணி இசையில் பழைய காலப் படங்களில் வரும் சோக இசை டோய்ங்ங்ங் என்று மண்டைக்குள் ஒலித்தது...

சிக்கிட்டேன்டி... சிக்கிட்டேன்... என்று வாய்க்குள் சொல்லிக்கொண்டே ரேஷ்மாவுக்கு தொலைபேசியில் அழைத்தாள்.

❑

3

ஏனிந்த மாற்றம்?

"உன் நாக்கு ஏதும் கருநாக்காடீ... நாலு வருஷம் ஆனாலும் நீ சொன்னது அப்டியே நடக்குது!"

"ஏன்டீ... ஏதும் குழப்பமா??"

"போன வாரம் கோவிலுக்குப் போனேன்னு சொன்னேன்ல... அங்க ஒரு ஆன்ட்டிகிட்ட எங்கம்மா என் வாழ்க்கையே அடகு வச்சுட்டாங்க டீ...! அந்த ராக்கெட் பையன் இருக்கானே... அவன முகநூலில் காமிச்சு... இதான் மாப்பிள்ளை அப்டின்னு சொல்றாங்க..."

"அடிப்பொளி...!

அவரா...? செம்மயா இருக்குமே பொருத்தம்...

உன் அவசரப் புத்திக்கு அப்படிப் பொறுமையான ஆளுதான் சரி...

ராக்கெட் பையன்னு அத்தோட முடிச்சிட்ட... மிச்சக் கதை எல்லாம் ஞாபகம் இல்லையா? ஆய்வுக் கட்டுரைக்காக போனப்போ நடந்தது மறந்துபோச்சா??"

"பாவம்டீ அந்த ராக்கெட்!" அனன்யா சொல்ல...

"அது நடந்து ரெண்டு வருஷமாச்சு... ரொம்பதான் பாவப்படற... இதுவரைக்கும் என்ன பிரமாதம்...

ஒருவேள உனக்கு கட்டிவச்சுட்டா, அப்புறம்தான் அவரு உண்மையா பாவம்..." சொல்லிவிட்டு கடகடவெனச் சிரித்தாள்.

"கடுப்பேத்தாம வைடீ!" அழைப்பைத் துண்டித்துவிட்டு அம்மாவிடம் போனாள்.

ரேஷ்மாவுக்குத் தெரியும் இவள் இப்படித்தான் என்று... கோபம் இருக்கும் இடத்துலதான் குணம் இருக்கும்.

அனன்யாவுக்கு இது அப்படியே பொருந்தும். அவளே மறுபடி கூப்பிடுவாள் என்று திரும்ப அழைக்காமல் விட்டுவிட்டாள்.

♦♦♦

“**அ**ம்மா... அம்மா... சோறு போடுங்கம்மா..."என்று அரபிக் கடலோரம் பாட்டை வார்த்தைகள் மாற்றி முணுமுணுத்துக்கொண்டே வந்து அமுதாம்மாவை இடித்தாள்...

“தடிமாடு... கூப்பிட்டு எவ்ளோ நேரமாச்சு... இந்தா, தோசையச் சாப்பிடு.” அம்மா கடுப்பான குரலில் பேசிவிட்டுப் போனார்...

“அம்மா! மன்னிச்சூ... நான் ரேஷ்கிட்ட பேசிட்டு இருந்தேன்... என்னம்மா தட்டு மேல இன்னொரு தட்டு... ஓஹோ... தோசையா?” என்றவளை முறைத்த அவள் அம்மா,

“சொல்லுவடீ... சொல்லுவ... ஊத்தி அரைமணி நேரம் ஆச்சு... பொழுது விடிஞ்சு, பொழுது போறதுகூடத் தெரியாம அளக்குறீங்க... அப்படி என்னதான் டீ பேசுவீங்க?” என்று சொல்லி அவள் தலையில் வலிக்காமல் கொட்டினார்.

தலையை தேய்த்துக்கொண்டே “இது வாலிப வயசு... அப்படித்தான் இருப்போம்... உங்களுக்கு வயசாயுடுச்சு... புரியாது தாயே...!” என்றாள் கண்ணடித்து.

அமுதாம்மா அன்று வீட்டில் ஆடி அமாவாசை என்று வகை வகையாக சமையலுக்கு ஆயத்தம் செய்ததால், “உன்கிட்ட வாயக் குடுத்தா பேசிட்டே இருப்ப... எனக்கு வேலையிருக்கு, போ...” என்று சொல்லிவிட்டுப் போய்விட்டார்.

சாப்பிட்டு முடித்துவிட்டு இதேபோல் வாயாடிக்கொண்டே வேலைகளையும் பகிர்ந்துகொண்டாள்.

அவள் மகிழ்ச்சியாகவும் இருந்தாள், அதேசமயம் திருமணமானால் சுதந்திரம் போயிடும்னு பயமும் இருந்தது...

ஒரு விதமான ரோலர்க்கோஸ்டர் மனநிலை அது...

சமயத்தில் ‘நான் பண்ண மொக்கை பிரச்சனையெல்லாம் அவன் பெருசுபடுத்தல... முறைக்கக்கூட இல்ல... கல்யாணம் பண்ணாலும் இப்படிப் பாத்துக்கிட்டா நல்லா இருக்கும்...’ என்று மனம் சொல்லும்போது மிதக்கும் உணர்வும் வரும்.

‘பாக்க நல்லாதான்யா இருக்கான்... ம்ம்ம்... பாத்ததும் புடிக்கும் எல்லாருக்கும்...’

வேறொரு நேரம் ‘இதுகிட்டப் பேசத் தேவயில்லைன்னுகூட விலகியிருக்கலாம்...’ என தனக்குத் தானே சொல்லிக்கொண்டாள்.

‘இல்லன்னா வேற யாரையும் விரும்புறானோ என்னவோ?’ இந்த எண்ணமே அவளுக்கு சோர்வு தந்தது.

இப்படி யோசித்துக்கொண்டே அவள் தூங்கிப்போனாள்.

மறுநாள் காலையில் காபியோடு அம்மா இன்னொன்றும் தந்தார். அது ஞாயிற்றுக்கிழமை கோவிலில் பையனைப் பாக்கப்போறோம் எனும் செய்தி...

அனன்யா அப்பாவும் பையனோட அப்பாவும் பேசினார்களாம். பாத்துட்டுப் பிடிச்சுருந்தா மத்தது பேசிக்கலாம் என்று எண்ணமாம்.

காலை டிபனுக்கு செய்தவற்றை டைனிங் டேபிளில் வைத்துவிட்டு அம்மா, அப்பா, அவள் மூவரும் சாப்பிட்டபோது...

“பாருடா...ஏன் உம்முன்னு இருக்க... போய் பாப்போம்... உனக்குப் பிடிச்சாதான் எதுவும் நடக்கும்... இதுக்காக மனசைக் குழப்பிக்காத... சரியா?” அப்பா சொன்னார்.

“ம்ம்ம்ம்...” கொஞ்சமாக புன்னகை எட்டிப்பார்த்தது. இதுதான் அவள் அப்பா...

அம்மாவுக்கு எல்லாம் தெரிந்தும் தெரியாததுபோல் சாப்பிட்டு எழுந்துவிட்டார். உள்ளுக்குள் கல்யாணம் நல்லபடியா நடக்கணும்னு வேண்டுதல் மட்டும் இருந்தது....

நாட்கள் வேகமாய் நகர்ந்தன... அன்று காலை எழுந்தபோது ஞாயிற்றுக்கிழமை என்று சொன்னது கைபேசித் திரை...

❑

4

பெண்ணல்ல பெண்ணல்ல ஊதாப்பூ

மீனாட்சியம்மன் கோவில்... பொற்றாமரைக்குளம் அருகிலுள்ள மண்டபம்...

நம்ம கதாநாயகி எப்படி இருந்தாங்க தெரியுமா!

பட்டுப்புடவையெல்லாம் அவளுக்கு விருப்பமில்லை... சாதாரண காட்டன்...

சிம்பிளாக ஒரு லாங்செயின்...

ஒப்பனையில் ஆர்வம் அதிகம் இல்லையென்பதால் சின்ன திலகப்பொட்டு. அதன்மேல் ஒரு சிறு சந்தனக் கீற்று...

அப்புறம் சின்ன ஜிமிக்கி...

அம்மாவின் வற்புறுத்தலின் பேரில் கொஞ்சம் மல்லிப்பூ...

அதோடு முகத்தில் ஆர்வம், வெட்கம், பதட்டம் என எல்லாம் சேர்ந்த கலவையாக பட்டாம்பூச்சிபோல் கண்கள் படபடக்க நடந்து வந்தாள்.

அப்பா, அம்மா, அவள் மூவரும் நடந்து கோவில் மண்டபத்திற்குள் நுழையும்போது ஒரு தம்பதி வந்து கைகுலுக்கி பரஸ்பரம் அறிமுகம் செய்துகொண்டனர்.

அவங்க ஆதர்ஷ் அப்பாவும் அம்மாவும்...

அங்கே நிழலான ஓர் இடத்தில் அமர்ந்தார்கள்.

"வணக்கம் சார்... நான் பொன்மாறன். இது என் மனைவி வித்யா... நாங்க ரெண்டுபேரும் அமெரிக்கன் கல்லூரியில் பேராசிரியர்களா இருக்கோம்... நான் பிஸிக்ஸ்... இவங்க ஹிஸ்டரி டிப்பார்ட்மெண்ட்...எங்களுக்கு ஒரு பொண்ணு, ஒரு பையன்... பொண்ண கல்யாணம் பண்ணிக் குடுத்தாச்சு... கணவர், குழந்தையோட டெல்லியில இருக்காங்க..." பேசி முடித்தார் அவர்.

அனன்யா அப்பா பாண்டியன், தன்னையும் குடும்பத்தையும் பற்றி சொல்லிக்கொண்டிருந்தார். அப்போது கைபேசியில் ஏதோ

பார்த்துக்கொண்டே அவன் வந்து தன் பெற்றோருடன் சேர்ந்துகொண்டான்.

சற்றும் தயக்கமில்லாமல் "வணக்கம் அங்கிள்... வணக்கம் ஆன்ட்டி... நான் ஆதர்ஷ்... தியாகராஜா காலேஜில் அசிஸ்டெண்ட் புரொபஸரா இருக்கேன்..." என்று சொல்லிவிட்டு அனன்யா பக்கம் திரும்பியவன் வியப்புக்கான அறிகுறியாய் புருவங்கள் சற்று தூக்கி

நின்றான்.

பின் பெரியவர்கள் இருப்பதை உணர்ந்து தலைமுடியைக் கலைத்துவிட்டு சிரித்து எப்படியோ சுதாரித்துக்கொண்டான்.

யாரும் பார்க்காமல் இவளும் அவனைப் பார்த்தாள். அவன் அதைப் பார்த்து புன்னகைத்தான்.

'அச்சச்சோ... பாத்துட்டானே...சிரிப்பு அழகா இருக்குல்ல?' என்று நினைத்துக்கொண்டாள்....

ஒருவேளை நம்ம வம்பெல்லாம் சொல்லி மாட்டி விட்டுவிடுவானோ... என்ற எண்ணம் உள்ளுக்குள் ஒலிக்க, இவளும் அவனைப்பார்த்து புன்னகைக்க முயன்று ஏதோ பேருக்கு சிரித்து வைத்தாள்.

அவன் அவளையே வியப்பாகப் பார்த்துக்கொண்டு எங்கும் திரும்பவில்லை... இது தெரிந்து அனன்யா அவனை நேராக பார்க்காமல் வேறு பக்கமே பார்வையை வைத்திருந்தாள்.

'என்னடா இவன்?' என்று அவள் நினைத்தாலும் "ஒரு வெட்கம் வருதே வருதேன்னு..." பாட்டு ஒரு பக்கம் ஓட ஆரம்பித்தது.

சிறிதுநேரப் பேச்சுக்குப்பின்... பையனோட அம்மா சொன்னார், "கல்யாணம் பண்ணிக்கப் போறது அவங்கதான்... தனியாகப் பேசறதுன்னா பேசலாமே" என்றார்.

"ம்ம்ம் பேசலாமே" என்று உடனே எழுந்தான் ஆதர்ஷ்...

அவளுக்கோ... உள்ளே ஓடிக்கொண்டிருந்த பாட்டு நின்றுபோனது சட்டென்று.

"டேய்! இருடா... என்னம்மா அனன்யா! பேசலாம்ல... பயப்படாம பேசு, சரியா...?"என்றார் வித்யா.

“சரிங்க ஆண்ட்டி...” என்று சொல்லிவிட்டு பெற்றோரைப் பார்த்தாள்... ‘போ’ என்பதுபோல் சைகை செய்ய... அவளும் எழுந்தாள்.

ஆதர்ஷ் வேகமாக நடக்க... இவளால் சேலையுடன் ஓட முடியவில்லை....

‘இங்க என்ன ரன்னிங் ரேசா வைக்குறாங்க... இப்படி ஓட்றான்... அவன் மண்டையில் ஒரு கொட்டு வைக்கணும்’ன்னு மனத்துக்குள்ளேயே சொல்லிக்கொண்டாள்.

குளத்தின் படிக்கருகில் சென்று அவன் திரும்பியபோது அவள் அப்போதுதான் பாதி தூரம் வந்திருந்தாள்.

“மெதுவாவே வாங்க... ஒன்னும் அவசரமில்ல” கொஞ்சம் கிண்டலாக சிரித்துக்கொண்டே சொன்னான்.

‘அவனப் பாக்க ஏண்டி இவ்ளோ தயங்குற...’ மனசாட்சி கேள்வி கேட்டதால், ஒருமுறை மட்டும் நிமிர்ந்து பார்த்து சரியென்பதுபோல் தலையசைத்துவிட்டு அங்கு சென்றாள்.

அது வெட்கமா என்பது தெரியவில்லை அவளுக்கு... ஆனால் அவன் முகத்தைப் பார்க்காமல் போய் படிக்கட்டின் அருகில் அவளும் நின்றாள்...

இரண்டு அம்மாக்களும் சொந்த பந்தம், ஊர் நடப்பு என்று பேச... அப்பாக்கள் இருவரும் அரசியல் பேசத்தொடங்கினர்...

அது இவர்களுக்கும் கேட்டது..."நாமளும் ஏதும் பேசலாமா? நான் உன்ன... சாரி, உங்கள இங்க எதிர்பாக்கவே இல்ல... என்ன ஞாபகம் இருக்கா!" என்று மௌனத்தைக் கலைத்தான்.

“ம்ம்ம்ம்...” என்றவள் மனசாட்சி ‘நம்மள ஞாபகம் வச்சிருக்கான்... ஆனா இப்போ போட்டோ பாக்கலையோ?’ என்று ஏதோ எடுத்துக்கொடுத்தது.

“முன்ன பாத்தப்போ எல்லாம் அவ்ளோ பேசுனீங்க... இப்போ என்ன ரொம்ப அமைதியா இருக்கீங்க... வெறும் ம்ம்ம்ம் மட்டும் தானா?” என ஆதர்ஷ் கேட்க,

“எனக்கு என்ன பேசுறதுன்னு தெரில...” என்றாள். உண்மைதான்... கூச்சம். தயக்கம்... பயம் எல்லாம் சேர்ந்த அவஸ்தை நிலை அவளுக்கு.

ஆதர்ஷ் இதனைப் புரிந்ததுபோல, “சரி நானே பேசறேன்... என் பேரு ஆதர்ஷ். எனக்கு பச்சை நிறம், கடல் பயணம், அடை மழை, பாட்டு கேக்கறது, பாடறது, புகைப்படம் எடுக்கறது எல்லாம் ரொம்பப் பிடிக்கும்...” என்று பேசிக்கொண்டிருக்கும்போதே கைபேசி சிணுங்கியது...

“ஒரு நிமிடம்!” என்று சொல்லிவிட்டு கொஞ்சம் தூரம் நகர்ந்து போய் பேசலானான்.

“பயபுள்ள யாரையோ விரும்புதுபோல... ம்ம்ம்... நமக்கு செட்டாகாது... அவனுக்கு குடுத்து வைக்கலடீ...” வெளியில் பேசாவிட்டாலும் உள்மனம் பலவற்றை சொல்லியவண்ணம் இருந்தது...

‘அப்படி ஏதும் நடக்கக்கூடாது... இது திருமணம்வரை போகவேண்டும்’ என்று உள்ளே அடித்துக்கொண்டது.

அங்கு ஆதர்ஷ் அவன் நண்பன் மித்ரனிடம் தொலைபேசியில் பேசிக்கொண்டிருந்தான்...

“மச்சா... என்னடா! உன் லவ் மேட்டர் பத்திச் சொல்லிட்டியா?” எதிர்முனையில் இருந்தவன் கேட்டான்.

“இல்லடா... எப்படி ஆரமிக்கிறதுன்னு தெரில...” என்றான் ஆதர்ஷ்.

“இப்படி தயங்கிட்டே இருக்காத... வாழ்க்கை கையவிட்டுப் போயிடும்..... அப்புறம் நேரா கல்யாணத்துக்கு தேதிதான்...” இது மித்ரன்.

“சரிடா... நான் அவங்ககிட்ட பேசிட்டு சொல்றேன் .” சொல்லிவிட்டு ஆதர்ஷ் அழைப்பைத் துண்டித்தான்.

“ஹேய் அனன்யா! தாமதம் ஆயிடுச்சா... என் நண்பன்தான் பேசினான்” என்று சொல்லிக்கொண்டே முன்பு நின்ற இடத்தில் வந்து அமர்ந்துகொண்டான்.

‘ம்ம்ம்...ம்ம்ம்... நம்பிட்டேன் போ...’ இதுவும் மனசாட்சி தான்... ஆனால் “ஓஓ... சரிங்க...” என்று லைலா மாதிரி கண்களை இடுக்கிக்கொண்டு சிரித்தாள் அவன் அடுத்து சொல்லப்போவதைப்பற்றி அறியாமல்...

❑

5

ஒரு செல்ஃபி..!

அவள் அப்படி சிரித்ததைப் பார்த்ததும் அவனும் சிரித்துவிட்டான்...

'சிரிக்காதப்பா... ரொம்ப நல்லா இருக்க...' நினைத்துக்கொண்டே அவள் புன்னகைத்தாள்.

சார் எப்படி இருந்தார்ன்னு சொல்லவேயில்லையே உங்களுக்கு... ஜீன் மற்றும் டீ ஷர்ட்...

க்ளீன் ஷேவ்...

கோவிலில் சாமி கும்பிட்டதற்கு அடையாளமாய் கொஞ்சம் விபூதி...

அப்புறம் முகம் முழுக்க சிரிப்பு...

கூடவே ஓர் இனம்காணமுடியா உணர்ச்சி...

அவள் தன்னையே பார்ப்பதை உணர்ந்த ஆதர்ஷ், அங்கே நிலவிய மௌனத்தைக் கலைக்க எண்ணி, "ம்ம்ம்... பேச்சை பாதிலேயே விட்டுட்டேனே... என்ன உனக்கு ஞாபகம் இருக்கா அனு! உனக்கு என்னவெல்லாம் பிடிக்கும்..?"

அவன் கேட்டதும் தூக்கத்திலிருந்து விழித்ததுபோலப் பார்த்தவள், 'அனுவா... இது நம்ம கணக்குலயே இல்லையே...' என்று நினைத்தபடி "ம்ம்ம்...இருக்கு... நீங்க கல்லூரி கலைவிழாவுக்கு வந்தீங்கள்ல... மன்னிக்கணும்.... எனக்கு கொஞ்சம் கோவம் அதிகமாயிடிச்சு அப்போ... நாங்க நடத்துன விழா... வேலை நிறைய... அதனாலதான்..." என்றாள்.

"என்ன அதோட விட்டுட்டீங்க... கல்லால அடிச்சது மறந்துபோச்சா..." என்றவன் சத்தமின்றி சிரித்தான். அன்று நடந்த களேபரத்தை நினைத்திருப்பானோ..?

அனன்யா கொஞ்சம் அசடு வழிந்தாள்... "அது... அது வந்து... அதுவும் தெரியாம நடந்ததுதான்... இன்னொரு மன்னிப்புக் கேட்டு அறிக்கை விடணுமா?" என குறும்புப் பார்வையுடன் கேட்டாள்.

ஆதர்ஷ் "அய்யோ... அவ்ளோலாம் வேணாம்... அப்புறம் உங்களுக்கு நான்தான் பொண்ணு பாக்க வரப்போறேன்னு தெரியுமா!" என்று ஆச்சரியமாய் கேட்டான்.

அனன்யா "தெரியும்... அம்மா முகநூலில் பாக்கச் சொன்னாங்க... பாத்துட்டுதான் வந்தேன்... ஆனா நீங்க என்ன மறந்திருப்பீங்கன்னு நெனச்சேன்... சந்தர்ப்பவசத்துலதான நாம சந்திச்சோம்... அதான்..." என்று சொன்னாள்.

ஆதர்ஷ் மௌனமானான்...

"சரி, நேரா விஷயத்துக்கே வரேன்... நீங்க யாரையோ விரும்புறீங்க தானே... கல்யாணம் வேணாம்னு நீங்க சொல்றீங்களா? நான் சொல்லட்டா??" தடாலடியாக, அவள் மனதிலிருந்ததைப் போட்டு உடைத்துவிட்டாள். ஆனால் சொல்லிவிட்ட பின்புதான், 'அவன் ஆமாம் என்றுவிட்டால் தன் மனம் தாங்குமா?' என உள்ளே துடித்துக்கொண்டிருந்தாள்.

"ஹேய்... நானே இதைத்தான் பேசணும்னு நெனச்சேன்... எப்படி சரியா கண்டுபிடிச்ச..." என்றான் ஆதர்ஷ்.

அனன்யா 'அச்சச்சோ... அப்போ உண்மைதான்போல' என்று நினைத்து வாட்டமாய்" அப்படியா!" என்றாள். ஆனால் அதில் உயிரே இல்லை.

ஆதர்ஷ் மீண்டும் அதை உறுதி செய்வதுபோல "ஆமாம்..." என்றான்.

சிறு மௌனம் அங்கே நிலவியது...

விழியில் நீர்த்திரையிட்டது அனன்யாவுக்கு...

வானத்தை வெறித்துக்கொண்டிருந்த ஆதர்ஷ் தொடர்ந்தான்...

"ஐ லவ்யூ அனன்யா... இந்த அனுவைத் தான் நான் லவ் பன்றேன்... எவ்ளோ சீக்கிரம் முடியுமோ அவ்ளோ சீக்கிரம் கல்யாணம் பண்ணிக்கலாமா?" வாக்கியத்தை முடிக்கும் நேரம் அவள் புறம் திரும்பி புன்னகை புரிந்தான்.

அனன்யா முகத்தில் ஈயாடலை... அப்டியே மரம்...கடல்.. அலை... எல்லாமே அசையாம நின்னுடுச்சு...

“உன்னத்தான் கேக்கறேன்... நாலு வருஷமா தேடினேன்...திருச்சி முழுக்க...” அவன் பேசிக்கொண்டிருக்க...

"என்ன சொல்றீங்க...” என்று குறுக்கிட்டவளின் ஆச்சர்யம் கூடியது, வார்த்தை வீச்சில் புலப்பட்டது.

ஆதர்ஷ் தொடர்ந்தான்...

“உனக்காக அடுத்த மூணு வருஷம் உங்க கல்லூரி விழாவுக்கு வந்தேன்...எப்படியாச்சும் பாப்போமா... ஏதாவது வாய்ப்பு கிடைக்குமான்னு.... ஒன்னுமே நடக்கல...இனி தேடி பயன் இல்லைன்னு முடிவுக்கு வந்து கல்யாணம் பண்ணிக்க சரின்னு சொன்னேன்... ஆனா... இங்க உன்ன எதிர்பாக்கல...”

“நானும் கதையில இப்படி ஒரு திருப்பத்தை எதிர்பாக்கல...” என்றாள் அனன்யா அவன் பேச்சை இடைநிறுத்தி...

“இப்போகூட என் நண்பன் அதுக்குதான் பேசினான்... ஆனா அவனுக்கு நீதான் பொண்ணுன்னு தெரியாது...” என்றான் சிரித்தபடி கைகளை காற்றில் வீசி எதையோ பிடித்துவிட்டதுபோல்....

“கடற்கரையில் பாத்தப்பவே சொல்லியிருக்கலாமே...”

“என்னையே மறந்து நீ அலையில் ஆடினதை பாத்துட்ருந்தேன்... என்னால் நம்ப முடியல நீதான்னு... கல் விழுந்ததும் ஒரு நிமிஷம் என்ன நடந்துச்சுன்னே தெரில... என் கவனமும் மாறிடுச்சு... அவங்ககிட்ட அப்போதான் நான் உன்னைப்பத்தி சொன்னேன்... சமாதானம் செஞ்சதுலயே நேரம் போயிடுச்சு... அப்போ உன்னத் தவறவிட்டதுதான் என் வாழ்க்கையில செஞ்ச பெரிய தப்புன்னு ரொம்ப வருத்தப்பட்டேன்...” என்று நிறுத்தினான்.

இப்படி அவன் சொல்லச் சொல்ல அவள் முகம் வெவ்வேறு மனநிலைகளைப் பிரதிபலித்தது...

அவள் முகத்தைப் பார்த்து “மன்னிச்சுக்க அனு... உன் மனசுல என்ன இருக்குன்னே தெரியாம நான் பாட்டுக்குப் பேசிட்டு இருக்கேன்” என்றான்.

தன்னை இப்படி ஒருவன் விரும்புவான் என்று அவள் நினைத்ததே இல்லை... எப்போதுமே காமெடி பீஸ் ஆக மட்டுமே

வகுப்பில் இருப்பாள்... வீடு, புத்தகம்தவிர வேறெதுவும் தெரியாது...

இந்த வார்த்தைகள் அவளை வேறொரு உலகிற்கே தூக்கிச்சென்றன...

'எனக்கும் உன்னை ரொம்பப் பிடிச்சிருக்குடா... லூசுப்பையா...' என்று ஓடிப்போய் கட்டிக்கொள்ளவேண்டும் போலிருந்தது. 'ச்சே... இது என்ன சினிமாத்தனமா இருக்கு?'என்று தனக்குத்தானே சொல்லி புன்னகைத்துக்கொண்டாள்.

சில்லென்ற தென்றல் கொஞ்சம் அவள் கூந்தலைக் கலைத்துவிட்டுப்போனது...

அவன் காற்றில் அலைபாயும் அவள் கூந்தலை இமைக்காமல் பார்த்திருந்தான்.

அனன்யா என்ன நடக்கிறது என்பதை மறந்தவள்போல் அவனருகில் சென்று ஒரு நிமிடம் அமைதியாக நின்றாள்...

கண்கள் மட்டும் ஏதோ செய்தி பரிமாறிக்கொண்டன. மின்சாரம் பாய்வதுபோன்ற உணர்வாலும், இன்னும் சில இன்ப அவஸ்தைகளாலும் இருவருக்கும் இதயம் படபடத்தது...

இடைவெளி குறைந்ததை உணர்ந்தவள் "எனக்கு சம்மதம்ன்னு சொல்லிடறேன்..." சிரித்துக்கொண்டே படியேறி ஓட முயல...

"ஒரு நிமிஷம்..." என்றான் ஆதர்ஷ்.

என்ன என்பதுபோல் பார்த்தாள்.

"உங்களுக்குப் பிடிச்சா மட்டும்...

ஒரு செல்ஃபி எடுத்துக்கலாமா..." கண்கள் கெஞ்சுவதுபோல் பார்த்தான்.

"ம்ம்ம்... அங்க வாங்க... குடும்பத்தோட எடுத்துப்போம்..." அவனிடம் சிக்காமல் கண்ணிமைத்துவிட்டு மற்றவர்கள் இருந்த இடத்திற்கு விரைந்தாள்.

அவனுக்கும் பின்னால் ஓடி அவளைப் பிடித்துவிடத் தோன்றியது... வீட்டில் உள்ளவர்கள்கூட இருப்பதை உணர்ந்தவன், மெதுவாக நடந்து அவ்விடம் அடைந்தான்.

அங்கு எல்லோர் முகத்திலும் மகிழ்ச்சி. அவள் என்ன சொல்லியிருப்பாள் என்று ஊகித்து அவனும் அவர்கள் மகிழ்வில் கலந்துகொண்டான்.

அம்மன் முன்பு, வித்யா அனன்யாவுக்கு பூ வைத்து, பொட்டு வைத்துவிட்டார்...

ஆதர்ஷ் அங்கு நடப்பவை அனைத்தும் தன் கைபேசிக்குள் படம் பிடித்துக் கொண்டிருந்தான்....

"எல்லாரும் ஒரு ஈஈஈஈஈ சொல்லுங்க... ஒரு செல்ஃபிஈஈஈஈஈ..... கிளிக்செய்துவிட்டு அவளைப் பார்த்து வெற்றிப்புன்னகை செய்தான்...

அனன்யாவோ 'நான்தான் வெற்றிபெற்றேன்'என்பதுபோல அவனைப் பார்த்து முகத்தை எட்டுக்கோணலாக்கி பழிப்புக் காட்டினாள்.

❑

6

உன் விழியீர்ப்பு விசையினிலே...

இரண்டு குடும்பத்திற்கும் மனமகிழ்வாய் சென்றது அந்த நாள்...

வீட்டிற்கு வந்தவுடனேயே அனன்யா அம்மா, கணவரிடம் "யாரோ ஒருத்தி பொண்ணு பாக்க யாரு வந்தாலும் கல்ல வச்சு அடிப்பேன்னு சொன்னா... அவளப் பாத்தீங்களா.." என்று கேட்டார்.

அனன்யாவுக்கு அப்போதுதான் அது உறைத்தது... தான் விளையாட்டுக்கு அப்படிச் சொன்னாலும் தன்னிடம் கல்லால் அடிவாங்கியவர்தான் மாப்பிள்ளை என்று... முகம் சுருங்கியது...

இதைக் கவனித்த அனன்யா அப்பா 'அவள் போக்கிலேயே விடு' என்று மனைவிக்கு கண்ணால் சைகை செய்துவிட்டு அனன்யாவைப் பார்த்து கொஞ்சம் முறுவலித்தார்.

"அப்பா... பாருங்கப்பா..." என்று சிணுங்கிக்கொண்டே சோபாவில் அமர்ந்து தொலைக்காட்சியை உயிர்ப்பித்தாள்...

சன் மியூசிக்கில் "வேறெதுவும் தேவையில்லை... நீ மட்டும் போதும்.." பாடல் ஓடிக்கொண்டிருந்தது.

'இவனுங்க வேற ரொம்ப டிஸ்டர்ப் பண்றானுங்கடா என்னய...' என்று நினைத்துக்கொண்டே தன் அறைக்குச் செல்ல படியேறினாள்.

"தாரமே... தாரமே... வா..." என்று சித்ஸ்ரீராம் உருகிக்கொண்டிருந்தார்...

அவள் கைபேசி பளிச்சென்று ஒளியுமிழ்ந்தது... புது அறிமுகமில்லா எண்...

அழைப்புமணிச் சத்தம் வெளியில் வருவதற்கு முன்பே அதை அமைதிப்படுத்தி அறைக்குள் புகுந்துகொண்டாள்...

“ஹலோ...” என்றவள் இதயம் டப்... டப்... டப்.. டப்... என அடித்துக்கொண்டது எதிர்முனையில்... “அனு நான் தான்...”

“ம்ம்ம்ம்”...அனு என்று அவளை அழைத்தது அவன் மட்டும்தான்... அவன் குரலேதான்...

“பாத்தியா... நீயும் நானும் கைபேசி எண் வாங்கலன்னாலும் நம்ம அப்பா, அம்மா ரொம்ப முன்யோசனையோட இருக்காங்க... எங்க அம்மா கொடுத்தாங்க இப்போதான்....” படபடவென்று பேசி முடித்தான்.

“இவங்கள்லாம் நல்ல ஆளுங்கப்பா... சத்தமே இல்லாம எல்லாம் செஞ்சுடறாங்க...” அனன்யா புன்னகைத்தாள்.

அப்புறம் பேச்சு ஏதுமில்லை...

நீண்ட மௌனத்திற்குப்பிறகு...

“எனக்கு பேசணும்போல தான் இருக்கு... ஆனா என்ன பேசுறதுன்னு தெரில...” தட்டுத்தடுமாறி சொல்லி முடித்தாள் அனன்யா.

“நான் பேசலன்னாகூட அர்த்தம் இருக்கு... நீ... பேசாம இருக்க வாய்ப்பே இல்ல...” மெதுவாக கிசுகிசுத்தான்.

“என்ன சொன்னீங்க...” அவள் கேட்க...

“நீ எவ்ளோ அமைதியான பொண்ணுன்னு நெனச்சுப் பாத்தேன்...” சொல்லிவிட்டு சிரித்தான்.

“நான் கோவமா போறேன்...” அனன்யா பொய்க்கோபம் காட்டினாள்.

ஆதர்ஷ் பதறி “ஹேய் வச்சுடாத... நான் சும்மா தான்... விளையாட்டுக்குச் சொன்னேன்...” என்றான், அவள் உண்மையாகவே கோபித்துக் கொண்டாளோ என்றெண்ணி.

அனன்யா “நானும் தான்...” எனவும், தான் ஆசுவாசமானான். கொஞ்சம் நேரம் மௌனம்...

இருவரும் புன்னகைத்துக்கொண்டே இருந்தனர்...

“வேறெதுவும் தேவையில்லை, நீ மட்டும் போதும்... கண்ணில் வைத்துக் காத்திருப்பேன் என்னவானாலும்...”

இது அவன் வீட்டில் பாடியது... தன் ப்ளூடூத் ஸ்பீக்கரில் போட்டுவிட்டான்...

அவளுக்கு இன்னதென்று சொல்லமுடியாத உணர்வு ஏற்பட்டது.

அங்கே நிலவிய மயக்கநிலையைக் கலைக்க எண்ணி "போங்கப்பா... தூங்குங்க... எனக்கு நாளைக்கு சைட் விசிட் இருக்கு... டேக் கேர்..."

"சரிடா... டேக் ரெஸ்ட்... ஸீயூ... லவ் யூ..." என்றவன் அழைப்பைத் துண்டித்தான்...

லவ் யூ... அவன் சொன்னது காதுக்குள் ஒலித்துக்கொண்டே இருந்தது. குரலில் கட்டுண்டதுபோல் மனம் அவன்பற்றி மட்டும் சிந்தித்தது.

இரவு முழுதும் தூக்கம் பிடிக்கவில்லை அவளுக்கு.... வெகுநேரம் விழித்திருந்து புன்னகைத்துக்கொண்டே நடுஇரவுக்குமேல் தூங்கிப்போனாள்.

♦♦♦

மாலை மங்கும் நேரம்... அதுவொரு கல்லூரி முகப்பு... அழகழகாய் கோலங்கள் போடப்பட்டு அவ்விடமே எழிலுடன் இருந்தது.

நான்கைந்து பெண்கள் தங்களுள் ஒருத்தியை துரத்திக்கொண்டு வந்தனர். அந்த ஒருத்தியைத்தவிர மற்றவர்கள் மொத்தமாக வண்ணச் சாயங்களில் மூழ்கியெழுந்ததுபோல இருந்தனர்.

வரும் வேகத்தைப் பார்க்கும்போது அவள்தான் அவர்களின் அந்தக் கோலத்திற்கு காரணம் என்று புரிந்தது...

அவளையும் வண்ணத்தில் நனைக்கவே அவர்கள் ஓடிவருகிறார்கள். இதோ அவள் சிக்காமல் ஒரு வளைவில் திரும்பிவிட... எதிரில் வந்த ஆதர்ஷ்மேல் வண்ண நீர்க்கலவைகள் ஊற்றப்பட்டன...

திரும்பிய அவளுக்கு இவன் முகம் தெரியவில்லை... "ஹேய்! ஆம் ரியலி சாரிப்பா" கண்கள் கெஞ்சின உண்மையாக வருந்தி...

அப்பெண் ஓடிவிட்டாள்... ஆனால் அவள் விழியும்... அந்தப் பார்வையும், அது தந்த நொடிநேர ரசாயன மாற்றமும் அவனிடமிருந்து எளிதில் விலகிவிடவில்லை.

அவளைத் துரத்தி வந்த பெண்களும் மன்னிப்புக் கேட்டுவிட்டு நகர்ந்தார்கள். கல்லூரி வாழ்வில் இவையெல்லாம் சாதாரணம் என்று அவனறிவான்.

அது விழாவிற்கு முதல் நாள்... நாளை அந்தப் பெரிய நிகழ்வுக்காக கல்லூரியே களைகட்டியிருந்தது... அவர்களை ஏதேனும் சொல்லி அந்த உற்சாகத்தை அவன் குலைக்க விரும்பவில்லை.

மறுநாளும் அவளைப் பார்த்தான்... குறும்பும் புன்னகையும் தளும்பும் அவள் கண்கள் மிக வசீகரமானவையென்று தோன்றியது அவனுக்கு....

அவன் தேடிச்செல்லாமலே அவளைப் பார்க்க நேர்ந்தது...

பின்தொடர்ந்து செல்வதெல்லாம் அவனுக்கு விருப்பமில்லை... இது காதலென்றும் தோன்றவில்லை. நதியோட்டத்தில் நீந்திக்குளிப்பதுபோல் காலத்தின் பாதையில் பயணிக்கவே நாட்டமுள்ளவன்.

இரவு தூக்கமில்லை... கண்ணுக்குள் அவள் கண்கள் சிமிட்டி மன்னிப்புக் கேட்டதும், முகத்தில் ஆயிரம் பாவனைகொண்டு பேசுவதும் மாறி மாறி வந்தன.

அடுத்த நாளும் அவள் இதோ எதிரில் கடந்துபோகிறாள்... குழந்தைத்தனத்தின் மொத்த உருவம்...

அடடே! ஒரு நிமிடம்...

அவள் இவனைப் பார்த்தே... இவன் இருக்கும் திசைநோக்கியே வருகிறாள்...

தலையில் கைவைத்துக்கொண்டே முகத்தை சுழித்துக்கொண்டு வந்து அவனிடம் வாக்குவாதம் செய்கிறாள்.

அவன் செய்யாத தவறுக்கு அப்போது திட்டிக்கொண்டிருக்கிறாள். உண்மையை விளக்கியபோது ஓடி மறைந்துவிட்டாள் குற்ற உணர்வுகொண்டு.

அடுத்த நாள் அதே பழைய மன்னிப்பு வேண்டும் எனும் பார்வையுடன் இவன் இருக்கும் இடங்களில் வளையவருகிறாள்.

பேசுவதற்குத் துணிவு இல்லை என்பதால் அவனும் அதைக் காணாததுபோலவே இருந்துவிட்டான்.

அவள் நினைவுகள் அவனை நீங்கவேயில்லை... நாளுக்கு நாள் விலைவாசிபோல் ஏறின...

இவன் தவிப்போ எரிபொருள் விலைபோல் உயர்ந்தது.

அவளுக்காக அதே விழாவிற்கு அடுத்த மூன்று வருடங்கள் சென்று வந்தான்.

அவளைக் காணவில்லை... பல இரவுகள் தூக்கம் தொலைத்தான்... சில மாதங்களுக்குப் பிறகு வந்த ஒரு நாள்... அந்த ஒரு நாள்...

❑

7

கனவே கலையாதே!

வேயா மாடமும் வியன்கல இருக்கையும்
மான்கட் காலதர் மாளிகை இடங்களும்
கயவாய் மருங்கிற் காண்போர்த் தடுக்கும்
பயனற வறியா யவனர் இருக்கையும்
கலந்தரு திருவிற் புலம்பெயர் மாக்கள்
கலந்திருந் துறையும் இலங்குநீர் வரைப்பும்

- இளங்கோவடிகள் (சிலப்பதிகாரம்)

என்ன... பாட்ட முழுசா படிக்காமயே இங்க வந்துட்டீங்கதானே... போய் படிச்சுட்டு வாங்க... அப்போதான் மீதி கதை சொல்லுவேன்...

பெரிய பெரிய கட்டிடங்கள் சூழ்ந்திருந்த... ஐரோப்பியர் மற்றும் பல நாட்டினர் தங்கியிருந்து வாணிகம் பெருமளவில் நடந்த இடம்னு சொன்னா யாருமே இப்போ நம்பமுடியாத பூம்புகார் நகரம் பற்றிய சிலப்பதிகாரத்தில் வரும் பாடல் இது...

படிச்சாச்சா?

இது ஏன் இங்கன்னு பாத்தீங்களா?

தெரிஞ்சுக்கணும்னா ரெண்டு வருடம் பின்னோக்கிப் போகணும்...

மேல சொன்ன அந்தப் பாட்ட அவ சத்தமா ரேஷ்மாகிட்ட சொல்லி அதோட அர்த்தமும் சொல்லிட்ருந்தா...

கடல் அலைகள் தூரமா ஓர் அழகான ஆர்கெஸ்ட்ரா நடத்த... இவ பாடம் நடத்த... இவர்களைக் கடந்து சென்ற ஆதர்ஷ் விழிவிரித்துத் திரும்பினான்.

மனசும் உடம்பும் ஒரு சேரப் பறக்கிறமாதிரி தோணுச்சு அவனுக்கு. அவன் பாத்தது அதே கண்கள்...

அவளேதான்...

எத்தன நாள்...

ரெண்டு வருஷம்...

சரி, மறந்துடலாம்னு நெனச்சு நண்பர்களோட ஊர் சுத்த வந்தா. இங்க வந்து நிக்கிறா.

நண்பர்கள் கடற்கரைக்கு விளையாடக் கூப்ட்டாலும் போக மனசில்லாம ஒன்னுமில்லாத அந்தக் கண்ணகி மணிமண்டபத்த சுத்திவந்தான்.

அந்தப் பொண்ணுங்க கடற்கரைப் பக்கம் போனதும்,"இப்போ வாங்கடா போலாம்..." என்று காண்டாகி ஒரு மூலையில் உக்கார்ந்திருந்த அவனோட பட்டாளத்தை கூட்டிட்டுப்போனான்.

அங்க போனாலும் அவன் கவனம் அவ மேலேயேதான் இருந்துச்சு... அப்பப்போ சிரிச்சுட்டே நின்னான்...

மித்ரன் மட்டும் இதைப் பாத்தும் பாக்காம மனதில் குறித்துக்கொண்டு "மச்சான் ஏதோ வசமா சிக்கியிருக்கான்" என்று புன்னகைத்துக்கொண்டான்.

அப்போதுதான் அந்தக் கல் வந்தது...

ஆதர்ஷ் அதையும் பார்க்காமல் நல்லா நெத்தில ரத்தம் வரும்வரை கல்லாட்டம் நிக்க...

மற்ற நண்பர்கள் அந்தப் பெண்களைத் துரத்த...

மித்ரனும் அவர்களோடு இணைந்துகொண்டான்.

சுயநினைவுக்கு அப்போதான் வந்த ஆதர்ஷ், எல்லாம் சொல்லி முடிக்கிறதுக்குள்ள அவ போய்ட்டா... கண்ட கனவு எல்லாம் குளோஸ்... ரொம்ப சோகமாயிடுச்சு சாருக்கு...

அதுக்கப்புறம் அவளப் பாக்கவேயில்ல...

இப்போ அடுத்த தடவ மறந்துடலாம்னு முடிவு பண்ணி பொண்ணுபாக்கப் போனா... அங்கேயும் வந்து நிக்குறா.

அவள் அன்று அவன்மேல் வீசின அந்தக் கல்ல தன் டேபிள் மேல ஓர் அழகிய மெட்டல் ஸ்டாண்டில் வைத்து தினமும் அதனுடன் பேசிக்கொண்டிருப்பான்...

அதுவும் அவனோடு சேர்ந்து இன்று மிகவும் சந்தோஷப்பட்டது.

பல மாதங்களுக்குப் பிறகு, அவன் அதிக நேரம் அன்று தூங்கினான்.

❑

8

காதல் நீதானா!

அன்று அனன்யா எழுந்து குளித்து கிளம்பி தன் அறையிலிருந்து ஏழு மணிக்கு வெளியில் வந்தபோது வீட்டில் ஏதோ பேச்சுக்குரல்கள் கேட்டன.

“என்னடா இது... இவ்ளோ காலையிலேயே விசிட்டர்ஸா... யாராயிருக்கும்...” யோசித்துக்கொண்டே படி இறங்கினாள்.

அங்கே ஆதர்ஷ், கையில் காபி கப்புடன். எதிரில் அவள் அப்பா. இருவரும் ஏதோ பேசிக்கொண்டிருந்தனர்.

தடதடவென்று ஓடி சமையல் அறைக்குள் நுழைந்து “மா... என்னம்மா இது... இவர் எப்படி இங்க!” என்றாள்.

“வந்தவங்கள வாங்கன்னு சொன்னியா!” என்றார் அம்மா.

“அச்சச்சோ... அத மறந்துட்டேனே.” மறுபடி வரவேற்பறைக்குப் போய் அவனை “வாங்க” என்று அழைத்துவிட்டு வந்தாள்.

“சாதாரணமா இரு... அவங்க அப்பா, அம்மா எப்போ நிச்சயதார்த்தம் வச்சுக்கலாம்... அதுக்குப் புடவை எல்லாம் எப்போ எடுக்கலாம்னு கேட்டுவிட்ருக்காங்க...” என்று சொல்லி தொடர்ந்தார்.....

“இன்னும் பதினஞ்சு நாள் கழிச்சு வர ஞாயிறு எல்லாருக்கும் சரின்னு படுதாம்... இந்த புதன் நல்ல நாள்... அன்னைக்குப் புடவை எடுக்கப் போலாம்...” என்றார்.

“எதுக்கு அவ்ளோ அவசரம்... என் ஆராய்ச்சி வேலையெல்லாம் முடியட்டுமே...” அம்மாவின் காதோடு சொன்னாள்.

“வீட்ல அவங்கள வச்சுக்கிட்டுப் பேசாத... அப்புறம் பேசிக்கலாம்... உன் படிப்புக்கு எந்தக் கெடுதலும் வராதுன்னு சொல்லிருக்காங்க...” என்றார் அம்மா அவளுக்கு ஆதரவாய் புன்னகைத்து...

“ப்ளீஸ்மா...எனக்கு ‘டாக்டர் அனன்யா’ன்னுதான் பத்திரிகைல வரணும்...” கொஞ்சம் மெதுவாகச் சொன்னாள்.

“பாத்துக்கலாம்... போ... போய் பேசிட்டு இரு, கொஞ்ச நேரம்...” என்று சமையலில் இறங்கினார்.

வெளியில் அனன்யாவின் அப்பா ஏதோ தொலைபேசி அழைப்பு வந்ததனால் உள்ளே சென்றிருக்க, இவையனைத்தையும் அவன் கேட்டுக்கொண்டிருந்தான்.

அனன்யாவின் அப்பா உள்ளே நுழையவும் அப்பேச்சு முடியவும் சரியாக இருந்தது. அவன் தன் கைபேசியைப் பார்ப்பதாய் பாவனை செய்திருக்க... அனன்யாவும் உள்ளே வந்து அவள் அப்பாவோடு சோபாவில் அமர்ந்தாள்.

இருவருக்கும் வெவ்வேறு மனநிலை... அதனால் ஒன்றும் பேசிக்கொள்ளவில்லை. நிமிர்ந்து சிறு புன்னகையைப் படரவிட்டதோடு அவள் குனிந்துகொண்டாள். அவனும் அவள் அப்பாவும் சற்று நேரம் பேசிக்கொண்டிருந்தனர்.

பின் அவன் "சரி அங்கிள் நான் கௌம்பறேன்... அப்பாவ உங்ககிட்ட கலந்துக்கச் சொல்றேன்... அப்புறமா பாக்கலாம்... வரேன்" என்றான்.

“மொதமுறையா வீட்டுக்கு வந்திருக்கீங்க... சாப்பிடாம போகக்கூடாது தம்பி... இந்த முறையெல்லாம் பாக்க வேணாம்... இதும் உங்க வீடுதான்... சாப்பாடு செஞ்சுட்டேன்... சாப்பிட்டுக் கிளம்பலாம்...” அமுதாம்மா சமையலறையில் இருந்து அவசரமாக ஓடிவந்து பேசினார்.

அவர் கணவரும் அதை ஆமோதிக்க, ஆதர்ஷ் அதிகம் மறுக்காமல் சாப்பிட்டுவிட்டு வந்தான்... அவ்வளவு குறைந்த நேரத்தில் நிறைய உணவுகள் செய்திருந்தார் அவன் அம்மாவைப்போலவே...

பின் சிறிது நேரத்தில் அவன் கிளம்பிவிட்டான். அனன்யா தானும் அன்று வெளியில் செல்லவேண்டியிருந்ததால் வீட்டில் சொல்லிவிட்டு பேருந்து நிறுத்தத்தை அடைந்தாள்.

❑

9

உன் மனம் என்னவென்று!

அங்கே அவளுக்காகவே காத்திருந்தான் நம்ம பையன்... இதை அனன்யா எதிர்பார்க்கவே இல்லை...

“நேத்து உன்கிட்ட எவ்ளோ சொன்னேன் அனு... என்கிட்ட உன் மனசுல இருக்கத சொல்றதுக்கு உனக்கு ஏன் அவ்ளோ தயக்கம்?” என்றான் சட்டென்று.

இவன் எதைப்பற்றிப் பேசுகிறான் என்று புரியாமல் அனன்யா விழிக்க...

“உனக்குப் படிப்பு முக்கியம்னு எனக்கும் தெரியும்... அது கெட்டுப்போக நான் விடமாட்டேன்... இது என்மேல ஆணை!” என்றான் ஆதர்ஷ்.

“அச்சச்சோ... அதுவா...

தப்பா எடுத்துக்காதீங்க...

இப்போதான் எல்லாம் புரியுது...

நேத்துதானே பாத்தோம், அதுக்குள்ள எப்படி உங்ககிட்ட சொல்றது...” என்றாள் அனன்யா தயங்கியபடி...

இந்த வார்த்தைகள் அவனை கொஞ்சம் சோகமாக்கினாலும், அதுதானே உண்மை என்று மூளை உரைத்தது.

“சரி, போனது போகட்டும்... வா போகலாம்...” என்று தன் காரை நோக்கி நடந்தான்...

“ஓஹோய்...

என்ன...

நீங்க பாட்டுக்கு என்னமோ கல்யாணம் பண்ணிக் குடுத்திட்ட மாதிரி வான்னு சொல்லிட்டுப் போறீங்க...! அதுக்கெல்லாம் நாள் இருக்குதாக்கும்..!” என்று குரலில் கொஞ்சம் சுதியேற்றினாள்.

அவன் அவளிடம் ஒரு கடிதத்தை நீட்டினான்.

“என்ன அதுக்குள்ள காதல் மடலா...?” சிரித்தாள் அனன்யா. “ஹேய்...

நீ என்னப் பத்தி என்னதான் நெனச்சுட்டு இருக்க?

ஒழுங்கா என்னன்னு பிரிச்சுப் படி... அப்புறம் பேசு!” என்றான் கையைக் குவித்து வணக்கம் சொல்வதுபோல.

அக்காகிதத்தைப் பிரித்துப் படித்ததும் அவளுக்கு தலைகால் புரியவில்லை...

“ஊஊஹ்ற...” என்று சிறிதாய் வியப்பிற்கான ஒலியும் வெளிப்பட்டது...

ஆதர்ஷ் கொஞ்சம் கேலியாக “என்ன அனு... காதல் மடல படிச்சுட்டியா...? நான் இப்போ பேசலாமா...”

அனன்யா விழிகள் வியப்பில் விரிந்திட “என்னங்க இது... நம்பவே முடில... ரொம்ப நன்றி... இது காதல் கடிதம் இல்ல... என் கனவுக்கு கடவுச்சீட்டு...” என்றாள்.

அவன் அனு, அணுவும் அசையாமல் அவனையே பார்த்தாள். கண்ணெல்லாம் புன்னகைத்தது அவளுக்கு...

ஆதர்ஷ் "உங்க அப்பாகிட்டயும் பேசிட்டேன். உனக்கு விருப்பம் தானே...!” என்று கேட்க...

அனன்யா "உங்களுக்கு எப்படி நன்றி சொல்றதுன்னே தெரிலன்னு யோசிச்சுட்டு இருக்கேன்... விருப்பம் இல்லாமயா... எப்போ கிளம்பலாம்? என்றபடி கிட்டத்தட்ட குதித்துக்கொண்டு அவனருகில் வந்துவிட்டாள்.

ஆதர்ஷ் அவள் மகிழ்ச்சியை ரசித்தவன்"ஆனா அதுக்கு முன்னாடி ஒரு நிபந்தனை....!!” என்றான்.

அனன்யா "என்ன.. என்ன...?” என்று வெளியில் கேட்க மனசாட்சி...."பிரியமானவளே விஜய் மாதிரி ஏதும் அக்ரிமெண்ட் வச்சிருப்பானோ?” என்று கேட்டுச் சிரித்துக்கொண்டது.

“நீ எனக்கு ஐ லவ் யூ சொல்லணும்... நன்றியெல்லாம் வேணாம்..” குறும்பாய் கண்ணிமைத்தான்....

இரண்டடி பின்னால் தள்ளிப்போய் "எப்படி இருந்தாலும் கல்யாணம் பண்ணிக்கத்தானே போறோம்...

அப்புறம் பாப்போம்...

இப்போல்லாம் சான்ஸ் இல்ல தம்பி!" அவளும் குறும்புடன் பதில் சொன்னாள்.

"ம்ம்ம்ம்...

பாக்கலாம் அனுக்குட்டி...

நீ சொல்லாட்டாலும் நான் சொல்லுவேன்...

ஐ லவ் யூ..!" என்று சாலையிலேயே ஒற்றைக்காலில் மண்டியிட்டு கைகள் விரித்தான்.

இதில் தலைகால் புரியாமல் மகிழ்ந்துபோனாலும்... வெளியில் காட்டிக்கொள்ளவில்லை அவள்.

"எது..?

இந்தக் குட்டி...கிட்டிலாம்...

ஐ டோன்ட் லைக்!

தெரிஞ்சுக்கோங்க..." கோபமாகத் திரும்பி, இந்தப் பக்கம் அவள் முகம் சிவந்தாள் நாணத்தால்.....

"சரிடீ! என் கோவக்காரி...

டாட்டா...

இத சொல்லத்தான் வந்தேன்...

வீட்ல கேட்டு சில வேலைகள சேத்து வாங்கிட்டு வந்துட்டேன்... கெட் ரெடி பார் தி த்ரில்..." சொல்லிவிட்டு காரில் ஏறினான்.

அந்தச் சாலை வளையும்வரையில் பக்கக் கண்ணாடியில் அவளைப் பார்த்துக்கொண்டே மெதுவாகச் சென்று திரும்பினான்.

அவளும் அவன் வாகனம் கண்ணைவிட்டு மறையும்வரை இமைக்காமல் பார்த்திருந்தாள்.

♦♦♦

இரண்டு நாட்கள் சென்ற பிறகு, நிச்சயதார்த்தத்திற்கு உடைகள் வாங்கினர்... இவளுக்கு மெரூன் நிறப் புடவையும் அவனுக்குப் பட்டு வேட்டி, சட்டையும்... வற்புறுத்தியும் கோட், சூட் எடுக்க அவன் மறுத்துவிட்டான்.

அவ்வப்போது விழியீர்ப்புவிசை அங்கே செயல்பட்டதை சொல்லணுமா என்ன உங்களுக்கு...?

♦♦♦

ஒரு நன்னாளில்...

இரண்டு வீட்டாரும் சொந்தங்களும் சூழ... அனன்யா வீட்டில் திருமண நிச்சயதார்த்தம் இனிதே முடிந்தது...

அனுவுக்கு... அவனோடு திருமணம் என்று நினைக்கும்போதே.... மகிழ்ச்சி மழைபோல் நனைத்தது.

அவன் தன்னை எவ்வளவு புரிஞ்சுவச்சிருக்கான்... தனக்குப் பிடிச்சதை எல்லாம் எப்படிக் கண்டுபிடிக்கிறான்? என்று ஒரே வியப்பு...

இப்போ பாத்தீங்கன்னா... நம்ம ஹீரோ சார், ஹீரோயின பாத்துட்டே சிரிச்சிட்டு இருக்க... ஹீரோயின் கண்ணுல ஒரே ஆனந்தக் கண்ணீர்...

"இப்போ இவ அழுவா, இதே அடுத்த வருஷம் பாருங்க... பையன்தான் அழப்போறார்..!" என்ற ரேஷ்மாவை "போடி"என்று சொல்லி கொஞ்சம் வெட்கம் என்று நினைத்து அனன்யா ஏதோ செய்ய... இப்படியே பலவாறு குறும்புகளுடன் மிக நன்றாய் நகர்ந்தது நேரம்...

நாளுக்கு நாள் காதலும், கூடவே மிக நல்ல நட்பும் உருவானது... காதலில் முதல் படி நம்பிக்கை...

அவன் இவள நடத்தும் விதமும், அவன் அன்பும் ஆதர்ஷ்மேல அவளுக்கு பல மடங்கு நம்பிக்கை வர காரணமாச்சு.

அவன் அவளுக்கு ஆதர்சமானான்... அவள் அவன் நெஞ்சின் ஆனந்தமானாள்...

இருவரும் அக்கடிதத்தில் குறிப்பிடப்பட்ட பயணத்திற்காக தங்கள் நாட்களை வேகமாக நகர்த்த பாடுபட்டுக் கொண்டிருந்தனர்.

எங்க போகப்போறாங்க..?

❑

10

ஒன்றா ரெண்டா ஆசைகள்!

இளந்தென்றல் இதமாய் வீசிக்கொண்டிருந்தது... இப்பயணம் முடியாமல் நீளவேண்டுமென நினைத்தவனாய், நிதானமாக வாகனத்தை செலுத்தினான் ஆதர்ஷ்.

ஆதவன் மறையும் தருணம்...

இரவும் பகலும் சேரும் அந்த நேரம்...

அந்தி நேரம்...

வானம் நாணம் கொண்டதுபோல் சிவந்திருந்தது....

கொஞ்சம் கருமேகங்கள் அச்செம்பொன்னொளியில் தகதகத்து மிதந்தன...

"சந்தியாக்கால மேகங்கள்...

என் வானில் ஊர்வலம் போகுதே...

பார்க்கையில் ஏனோ நெஞ்சிலே...

உன் நடையின் சாயலே தோணுதே..." பாடல் மென்மையாய் காற்றில் கரைந்துகொண்டிருந்தது...

பாடல் வேறு மனநிலைக்கு கொண்டுபோய்விடுமோ என்னும் நினைவில் அவள் பேசத்தொடங்கினாள்.

"காக்க காக்க படம் பாத்திருக்கீங்களா... எனக்கு அது ரொம்ப பிடிச்ச படம்... க்ளோஸ் டூ ஹார்ட்டுன்னு கூட சொல்லலாம்..." வெளியில் கண்ணாடி வழியே வேடிக்கை பார்த்தபடி கேட்டாள்.

"நானும் நிறைய தடவ பாத்திருக்கேன்....! பாட்டு... படம் பண்ண விதம்... எல்லாமே அருமையா இருக்கும்... ஜோன்னா ரொம்ப பிடிக்கும்..." என்று அவன் பதில் சொல்லிக் கொண்டிருக்கும்போது...

'என் கனவில் ஆஆஆ...

நான் கண்ட... ஆஆஆ... நாள் இதுதான்.... கலாபக் காதலா....' என்று பாம்பே ஜெயஸ்ரீ குரல் நெகிழ...

பேசுவதை நிறுத்தி காதலோடு அவளைப் பார்த்தான்... அவன் மௌனம் ஆயிரம் வார்த்தைகள் சொல்லிவிடத் தவித்தது.

அவன் பேசுவதைக் கேட்டுக்கொண்டு வெளியில் பார்த்துக்கொண்டிருந்தவள், சட்டென்று அவன் அமைதியானதும் இப்பக்கம் திரும்பினாள்.

விழி மேக மோதலில் கோடி கோடி எண்ணங்களும் ஆசைகளும்... மின்னல், மழையாய் பொழியத் தொடங்கின.....

வெளியிலும் சட்டென்று திரண்ட மேகங்கள் கொஞ்சம் ரம்மியமான சூழ்நிலை உண்டாக்கின.

வந்து ஒட்டிக்கொண்ட வெட்கப் புன்னகையை மறைத்து "எப்டி எங்க வீட்ல பர்மிஷன் வாங்கினீங்க... ரொம்ப கஷ்டமாச்சே?" என்று பேச்சை திசைமாற்றினாள்.

"ஹ... ஹா... ஹா...ஹா... உண்மயச் சொன்னேன்..." என்றான் ரஜினி தோரணையில்.

"பார்ரா... என்ன உண்மங்கய்யா அது?

எனக்கு அந்த உண்ம தெரிஞ்சாகணும் சாமிஈஈஈ..." என முதல் மரியாதை படத்து வசனம் போல இழுத்தாள்.

ஆதர்ஷோ "வா அனு... போனா நீயே தெரிஞ்சுப்ப..." என்று கண்சிமிட்டினான்.

♦♦♦

நதிகள் எப்போதும் ஒரே வழியில் செல்வதில்லை... அது ஆயிரமாயிரம் ஆண்டுகளாய் இயற்கையின் மாற்றத்துக்கு ஏற்ப போக்கும் திசையும் திரிந்து செல்லும். அதன் கரையில் இருக்கும் மக்களின் வாழிடங்களும் அதற்கேற்ப மாறும்.

நாடோடிகளாய் குகைகளில் வசித்து வந்த மக்கள் முதன்முதலில் நதிக்கரைகளிலேயே தங்கள் வாழ்வினை நிலைப்படுத்திக் கொண்டனர். அதனால்தான் பழைய நாகரிகங்கள் யாவுமே ஆற்றங்கரைகளிலேயே அமைந்திருந்தன.

அதுவே அவர்களுக்கு வேளாண்மை மற்றும் கால்நடை வளர்ப்புக்குத் தேவையான நீரை வழங்கியது.

உணவுப்பசி மற்றும் உணர்வுப்பசியே அக்காலத்தில் அவர்களின் வாழ்க்கைக்கு உந்துதல். தன்னையும் குட்டிகளையும் காத்துக்கொள்ள மனிதன் கண்டறிந்த வழிமுறை... ஆற்றங்கரைக் குடியேற்றம்...

அப்படித்தான் பழந்தமிழகத்தின் மக்களும் வைகை, காவிரி ஆறுகளின் கரைகளில் வசிக்கத் தொடங்கினர்.

இது இரண்டாயிரம் வருடக் கதையல்ல... பத்தாயிரம் வருடக் கதை...

நமக்கு இப்போதுவரைக்கும் கிடைச்ச தரவுகள் மற்றும் கார்பன் டேட்டிங் ஆய்வுகளின்படி பூம்புகார் நகரம் 2,300 ஆண்டுகள் பழைமை வாய்ந்தது என்று தெரியவந்துள்ளது.

கி.மு. மூன்றாம் நூற்றாண்டில் இருந்து கி.பி. மூன்றாம் நூற்றாண்டு வரை இந்நகரம் செழித்தோங்கி இருந்ததாக அறிகிறோம்...

பின் வந்த களப்பிரர் ஆட்சியில் பொலிவிழந்து, அதன் பின்னர் வந்த பல்லவர் ஆட்சியில் கொஞ்சம் வளர்ந்தது.

இறுதியாக பிற்காலச் சோழர்கள் சிறிது மேம்படுத்தினாலும் தன் பழைய சிறப்பினை அது மறுபடி அடையவேயில்லை.

சமீபத்தில் நடந்த கடல் ஆய்வுகளின் முடிவுகள் நம் கண்ணால் காண்பது மட்டும் உண்மையில்லை என்று உரக்கச் சொல்கின்றன.

கடலின் ஆழம் சொல்லும் செயற்கைக்கோள் புகைப்படங்களை ரிமோட் சென்சிங் எனப்படும் தொலையுணர்வு தொழில்நுட்பம் மற்றும் ஜியோ-கிராபிக்கல் இன்ஃபர்மேஷன் சிஸ்டம் (GIS) மூலம் சென்ற நூற்றாண்டில் வடிவமைத்தனர்.

இந்தியப் பெருங்கடல் முழுதும் 2,000 மீட்டர் ஆழம் இருக்க, குமரிக்கடல் பகுதியின் ஆழம் அதிகபட்சமாய் 125 மீட்டர் மட்டுமே இருக்கிறது.

அதிலும் கடலுக்குள்ளும் மலைத்தொடர்கள் இருக்கின்றன. ஆறுகள் ஓடியதற்கான தடயங்கள் (depressions) தெரிகின்றன.

அவ்வாறெனில் அங்கே ஒரு நிலப்பரப்பு இருந்திருக்க வேண்டும் அல்லவா? நிலமாக இருந்த இடம் கடலாய் மாறியது எப்போது?

எப்படி ஒரு நிலப்பரப்பே கடலானது..?

இந்த மாற்றம் இருபதாயிரம் ஆண்டுகளுக்குமுன் இருந்த ஐஸ் - ஏஜ் பனி உருகியதன் விளைவு.

புவி வெ ப்பமடைதல்பற்றி எல்லோரும் நிச்சயம் அறிந்திருப்போம். அது தொடங்கியது இன்று, நேற்றல்ல...

எப்போது மனிதன் தனக்கு இருப்பிடம் உருவாக்க காடுகளை அழிக்கத் துவங்கினானோ அப்போதே துவங்கிவிட்டது.

1800களுக்கு பிறகு ஒவ்வொரு நூற்றாண்டிலும் பூமியின் சராசரி வெப்பம் 1.7° செல்சியஸ் அளவு கூடுகிறது.

எனில் இருபதாயிரம் ஆண்டுகளில் சிறிது சிறிதாக கடல் நீர் சூழத்தொடங்கியது...

பூம்புகார் நகரமும் மூழ்கத்தொடங்கியது...

ஆனாலும் அதனை மாற்றி மாற்றிக் கட்டமைத்து இருப்பினும் இயற்கையின் விதி மாற்ற முடியாதது அல்லவா..?

ஒரு சிறப்பான வளர்ந்த நகரம், சில ஆயிரம் வருடங்களில் இதோ கடலடியில்... கடல் மடியில் துயில் கொண்டிருக்கிறது அமைதியாய்...

இன்னும் நூறு, இருநூறு ஆண்டுகளில் சென்னை, மும்பை போன்ற நகரங்கள் மூழ்கும் என்றும் கணிக்கப்பட்டுள்ளது.

எது நம்மைக் காக்கும்..?

♦♦♦

பயண நேரத்தில் அனன்யா தன்னுடைய கைபேசியில் பதிவு செய்தவை இவை...

❑

11

மனசுக்குள்ளே காதல் வந்துச்சா..!

நீங்க யூகிச்சமாதிரி...

பூம்புகாருக்கு அவளோட ஆராய்ச்சி நிமித்தமாதான் போறாங்க....! கண்டுபிடிச்சவங்க காலரை தூக்கி விட்டுக்கோங்க...

அவங்க தனியா இல்ல... கொஞ்சம் பயிற்சி பெற்ற ஆழ்கடல் நீச்சல் வீரர்கள் மற்றும் மீனவர்கள், மருத்துவர்கள், ஒரு சில வரலாற்று அறிஞர்கள், சில ஆய்வாளர்கள் எல்லாரும் சேர்ந்து பூம்புகார் கடல் பகுதியை ஆய்வு செய்யப் போறாங்க... அவங்களோட நாமும் போறோம்...

சென்னையில் இருக்கும் ஒரு தனியார் கடல்சார் ஆய்வு மையம் மூலமா கடலாய்வு செய்யற குழுவோட இவங்களும் சேர்ந்துக்க அனுமதி வாங்கினான்...

ஆனா... நமக்கு அப்படியேதும் தேவையில்ல...

வாங்க, அவங்களோட போலாம்...

அங்க போய் இறங்கியதும்... ஆதர்ஷ் அனுவிடம் "மதுரையிலிருந்து பூம்புகார் போக சாதாரணமா ஆறு மணிநேரம் போதும்... ஆனா நாம பொறுமையா எட்டு மணிநேரம் வந்துருக்கோம்... காவிரியாறு அப்புறம் அதன் கிளை நதிகள் கூடவே பயணம் செஞ்சு சோழன் வாழ்ந்த இந்த சொர்க்க பூமிய

மிதிச்சாச்சு... வாங்க மகாராணி..!" என்று சொல்லிக்கொண்டே கார் கதவைத் திறந்து வைத்தான்.

"இது மித்ரன் இன்ஸ்டிட்யூட் ஆஃப் ஓஷனோகிராபில ரிசர்ச் ஸ்காலரா இருக்கான். இவன்மூலமாதான் தெரிஞ்சுக்கிட்டேன் இந்த புராஜெக்ட் பத்தி..." உயிர் நண்பனை தன் உயிருக்கு அறிமுகம் செய்துவைத்தான்.

"வணக்கம்...உங்களப் பாத்ததுல ரொம்ப மகிழ்ச்சி..." என்று அனன்யா சொல்லிப் புன்னகைக்க... மித்ரனும் தலையசைத்து புன்னகைத்தான்.

"உங்களப் பத்தி மட்டும்தாங்க இவன் பல நாளா பேசிட்டு இருப்பான். அப்புறம் நான்தான் பொண்ணு பாக்க வந்தப்போ போன் பண்ண ஆளு... இந்தக் கேடி என்கிட்ட நீங்கதான் பொண்ணுன்னு சொல்லவேயில்ல கடைசிவரை..!" என்று சொல்லி சிரித்து ஆதர்ஷ் தோளில் இடித்துவிட்டு...

"உங்களுக்கு கடல் பயணம் ஒத்துக்குமில்ல?" என்று கேட்டான்.

அதைக் கேட்டவுடனேயே அவள் விழிகள் ஆர்வத்தில் விரிந்தன.... இதெல்லாம் எல்லாருக்கும் கிடைக்குமா...

"எனக்குலாம் ஒன்னும் ஆகாது... எப்போ கௌம்புவோம்ன்னு ஒரே பரபரன்னு இருக்கு..." அவள் வார்த்தைகளைப்போலவே உடலும் மனமும் துள்ளத் தொடங்கின.

மித்ரன் அங்கே தூரத்தில் நிறுத்திவைக்கப்பட்டிருந்த ஒரு சிறிய கப்பலைக் காண்பித்து விளக்கத் தொடங்கினான்.

"இது கடல்சார்ந்த ஆராய்ச்சிகளுக்காகவே தனியா வடிவமைக்கப்பட்ட கப்பல். ஒலி, ஒளி பயன்படுத்தி கடலின் தரைத்தளத்தைக் கண்டுபிடிக்க உதவும் தொழில்நுட்பம் இதுல இருக்கு. அதோட ஆழ்கடல் நிகழ்வுகளை படம் அல்லது காணொளியா பதிவு பண்ணிக்கவும் முடியும்" விலாவாரியாக சொல்லிக்கொண்டிருந்தான்.

அனு அவன் சொன்னதையெல்லாம் குறிப்பு எடுத்துக்கொண்டாள்.

"இங்க இருந்து நாம படகுமூலமா கப்பலுக்குப் போவோம்... இந்த இடம் ஆழம் குறைவா இருக்கறதுனால கரைக்கு கொண்டு வர முடியாது... ஆனா முன்னொரு காலத்துல, உலகிலேயே பெரிய துறைமுக நகரமாக இருந்த இடம் இது... இப்போ இருக்க நிலைமையைப் பாத்தா, யாருமே நம்பமாட்டாங்க..." என்று சொல்லி முடித்தான் மித்ரன். அவன் பேச்சில் தெரிந்த ஆதங்கம் முன்பிருந்தே அனன்யாவுக்கு இருப்பதுதானே... அவளும் அதை உணர்ந்தாள்.

"மச்சா... மூச்சு விட்றா... நாங்க பொறுமையா தெரிஞ்சுக்கறோம்..." என்று ஆதர்ஷ் சொல்ல...

அனைத்தையும் அனு ஆர்வம் நிரம்பி வழியும் கண்களுடன் கேட்டுக்கொண்டிருந்தாள்.

இன்னும் என்ன இருக்கு என்பதுபோல் பார்க்க...

“இனி பாடம் எடுத்தேன்னா இவன் அடிக்க வந்துடுவான் போல... நீங்க கொஞ்ச நேரம் பேசிட்டு இருங்க... நான் போய் மத்தவங்களப் பாத்துட்டு வரேன்...” என்று சொல்லிவிட்டு அவ்விடம் விட்டு நகர்ந்தான்.

♦♦♦

கடற்காற்று சில்லென்று வீசியது... கைகள் கோர்த்து அந்தக் கடற்கரையில் நடக்க வேண்டுமென்பதுபோல் அவளை நெருங்கினான்...

அந்த எண்ணத்தை மாற்றிக்கொண்டு..."இங்கே பத்து நாள் தங்கப்போறோம்... தனித்தனி அறைகள் குடுத்துடுவாங்க... நிச்சயமா நமக்கு மறக்கமுடியாத அனுபவமா இருக்கும்... அனு உனக்குப் பிடிச்சுருக்கா?” என்றான் அவள் விழிகளை நேரே பார்த்து...

“மம்ம்ம்ம்...” என்று சொல்லிவிட்டு வேறுபுறம் திரும்பினாள்.

“என்ன ம்ம்ம் மட்டும்தானா?” கொஞ்சம் துணுக்குற்ற குரலில் கேட்டான்.

“எனக்காக இவ்ளோ செய்றீங்க... நான் பதிலுக்கு என்ன செய்யப்போறேன்...” கண்களில் உணர்வு மேலிட அவனைப் பார்த்தாள்.

சட்டென்று மனம் லேசாகிவிட “ஐ லவ் யூ சொல்லு...!” குறும்பு கொப்பளிக்க பதில் சொன்னான் ஆதர்ஷ்.

“ஐ லவ் யூ பேபி” தரையில் தீவிரமாய் ஏதோ பார்ப்பதுபோல் முகம் வைத்துக்கொண்டு சொன்னாள்.

“என்ன சொன்ன... கேக்கல...” அவன் வியப்பில் கேட்டான். இ ந்நேரத்தில் அவள் சட்டென்று சொல்வாள் என்று எதிர்பார்க்கவில்லை பையன்.

“ஒன்னுமில்ல... போங்க... எனக்குப் பசிக்குது... சாப்பிட ஏதாச்சும் வேணும்...” நான் மறுபடி சொல்ல மாட்டேன் என்பதுபோல் பழிப்புக் காண்பித்தாள் முகத்தில்...

“ஹேய்... திருடி... சொல்லு மறுபடி...” அவள் அருகில் அவன் நெருங்க... அவள் ஓடிப்போய் காருக்குள் அமர்ந்துகொண்டாள்.

செவ்வானம்போல சிவந்துபோனது அவள் முகம்...

கொஞ்சம் கொஞ்சமாக மூச்சிழுத்து தன்னைச் சமநிலைப்படுத்திக்கொண்டு வெளியில் வந்தாள்.

நல்லவேளை அவன் பின்தொடரவில்லை.

அவள் உணர்வுக்கு மதிப்புக்கொடுத்து தூர நின்று,

புன்னகை பூக்க இரவையும் விண்மீன்களையும் ரசித்துக்கொண்டிருந்தான்.

இவர்கள் நினைப்பதுபோல அவ்வளவு இனிமையாகுமா இப்பயணம்...

❑

12

அலைகடலும் ஓய்ந்திருக்க...

இரவு எட்டு மணி... அக்கப்பலில் ஏறத்தாழ பதினைந்து பேர் இருந்தனர். அவர்களில் மைக்கேல் என்னும் வெளிநாட்டு அறிஞரும் ஒருவர்.

அந்தப் பதினஞ்சு பேர்ல இரண்டு வெளிநாட்டினர், இரண்டு மீனவர்கள், நான்கு ஆழ்கடல் நீச்சல் வீரர்கள், இரண்டு மருத்துவர்கள், கோவாவில் இருந்து மித்ரனுடன் வந்த இரண்டு ஆராய்ச்சி மாணவிகள், அப்புறம் நம்ம நண்பர்கள் மூணு பேர்.

அங்கே அனன்யாவுக்கு இரண்டு தோழிகள் கிடைச்சாங்க... அவங்க பேரு கோதை மற்றும் இனியா... இரண்டு பேரும் அனன்யாவைப்போலவே வரலாற்றின் பேரில் மிகுந்த ஆர்வம்...

“இன்டர்ன்ஷிப்பில் உருப்படியா ஏதாச்சும் பண்ணணும்னு நெனச்சு இந்த ரிசர்ச் ஷிப்ல வந்து நிக்கிறோம்...” தங்களைப்பற்றி அறிமுகம் செய்துகொண்டபோது கோதை சொன்னாள்.

“நல்லாவே பேசுறீங்க...”சொல்லிவிட்டு சிரித்தாள் அனன்யா. பார்த்த மாத்திரமே நட்பு மலர்ந்துவிட்டது.

ஆதர்ஷ் அவளுக்கு நல்ல துணை கிடைத்துவிட்டதென்று கொஞ்சம் மகிழ்ந்தாலும், தனிமையில் பேசும் வாய்ப்பு பறிபோனதை எண்ணி கொஞ்சம் நொந்துகொண்டான்.

அவளுக்குத் தன்னோட கொஞ்சம் பெண்கள் இருந்தா ஒரு சகஜ உணர்வு இருக்கும்.

இவன்கூட இருக்கும்போது அவ வேறமாதிரி இருக்கா... அமைதியா...

சின்னப் புன்னகையோடு...

அந்தத் தோழிகள் கூட்டத்தில் கலந்தால்தான் கலாட்டா எல்லாம் வெளில வருது...

‘இதுவும் நல்லாதான் இருக்கு... கூடவே இருந்தும் தூரமா நின்னு, அப்பப்போ பாத்துக்கிறது... என்று எண்ணிக்கொண்டான்.

அவளுக்கும் அந்த எண்ணம் இல்லாமலில்லை...

“இன்னைக்கு முழுசும் இவன் கூடவே போயிடுச்சு...இப்போ விட்டுப்போக மனசு என்னவோபோல இருக்கே...”

இரவு பதினோரு மணிவரை அவனுடன் இருந்துவிட்டு அனைவரும் கலைந்து சென்றதும், தோழிகளோடு அறைக்குப் போக நடந்தபோது பலவித கலவையான உணர்ச்சிகள் வந்து அவளைச் சூழ்ந்துகொண்டன.

ஆதர்ஷ் அறியாத வண்ணம் நன்றாக ஒருமுறை எட்டி அவனைப் பார்த்துக்கொண்டாள்.

‘அவருக்கு தன் நண்பனைப் பாத்த மகிழ்ச்சி... நம்மை எங்க கண்டுக்கப் போறார்...!’ என்று சொல்லியவண்ணம் உள்ளே சென்றுவிட்டாள்.

இவற்றை எதிரில் இருந்த கண்ணாடி பிம்பத்தில் பார்த்து ஆதர்ஷ் திரும்புவதற்குள் உள்ளே சென்றுவிட்டாள்.

அவளின் இந்த சிறு சிறு மாற்றங்கள் அவனுக்கு மகிழ்ச்சி தந்தன.

“நான் உங்களப் பாத்தேன்...” தன் கைபேசியெடுத்து குறுஞ்செய்தி அனுப்பினாள்.

“நானும் பாத்தேன்...” அவனிடமிருந்து வந்த செய்தி ஒளிர்ந்தது. அப்புறம்தான் அங்கிருந்த கண்ணாடிகள் நினைவு வந்தது...

‘என்ன நெனச்சுருப்பார் என்னப் பத்தி..!’ அவள் தலையில் கை வைத்துக்கொண்டாள்.

“என்ன பதிலே காணோம்... ஒரு நிமிஷம் வெளில வரியா...” ஆதர்ஷ் அடுத்த குறுஞ்செய்தி அனுப்பினான்.

உள்மனம் படபடவென்று அடித்துக்கொள்ள “இல்ல... வேணாமே... எனக்கு இருட்டுன்னா பயம்...” என ஏதோவொரு காரணம் சொன்னாள்.

உண்மை என்னவெனில் அந்நேரம் அவள் அசடுவழிவதை அவன் பார்க்க வேண்டாம் என்பதாலேயே...

மறுபடி ஆதர்ஷிடமிருந்து வாய்ஸ் மெஸேஜ் ஒன்று வந்து அவள் தொலைபேசி மின்னியது... அதைத் திறந்ததும் "பொய் சொல்லக் கூடாது காதலி" (ரன் படத்துப் பாடல் மெட்டில்) நான் ஷிப் டெக்கில் வெய்ட் பண்றேன்... ஒழுங்கா வா..." அவன் கறாராகப் பேசினான்.

மெதுவாக கப்பல் அசைந்தாடிச் சென்றது. இவள் ஆதர்ஷ் சொன்ன இடத்திற்குச் சென்றபோது அங்கு யாருமின்றி திடுக்கிட்டாள்.

சட்டென்று ஒரு மின்னல் வெட்ட, அவள் பின்னோக்கி நகரும்போது யார்மீதோ இடித்துக்கொண்டாள்.

"ஆதர்ஷ்... இது என்ன விளையாட்டு...!" என்று திரும்பியபோது அங்கு நின்றது மித்ரன்.

"நீங்... நீங்க என்ன இங்க..? ஆதர்ஷ் இங்க எனக்காகக் காத்திருக்கறதா சொன்னாரே... எங்க போயிட்டாரு...??" என்றாள் படபடப்பாக...

அப்போது மித்ரன் பின்னே ஏதோ விளக்கு வெளிச்சம்போல் தெரிய... அந்த திசை நோக்கினாள்.

அங்கே... ஆதர்ஷ்... கைகளில் ஏதோ சிறிய பொருள்...

கோதையும் இனியாவும் கைபேசி விளக்கின் ஒளியை அவன் மீது பாய்ச்ச... அவன் மண்டியிட்டு மூடியிருந்த கைகளைத் திறந்தான்...

அங்கே ஒளிவீசும் ஒரு பொருள்... அவள் சில வருடங்களுக்கு முன்பு அவன்மீது வீசிய அதே கல்...

ஆச்சர்யத்தில் வாய் திறந்தவள் பேச்சு வராமல் திணறினாள். காரணம் அந்த இரவிலும்கூட அலைகடல்போல் நீலமும், விண்மீன்போன்ற ஒளியும் பொருந்திய கல்...

"என்ன, மோதிரம் குடுத்து வாழ்நாள் பூரா துணையிருப்பியான்னு கேட்பாங்க... நீங்க வாழ்நாள் பூரா என்கிட்ட அடிவாங்கத் தயார்ன்னு சொல்றீங்களா?" அவள் சிரித்தாள்...

"அது தெரிஞ்சுதானே வந்து மாட்டிக்கிட்டேன்...

இது அமெதிஸ்ட்... தமிழில் இந்திர நீலக்கல்...

ஏன்சியன்ட் கிரீக் இதை கடல் பயணங்கள்ல ரொம்ப ராசியானதுன்னு வச்சுப்பாங்க... சைலர்ஸ்க்கு லக்கி ஸ்டோன் இது...

உனக்கு இந்த நாட்கள் வெற்றியோடு மட்டுமில்லாம மறக்க முடியாததாவும் இருக்கணும்... அதுக்குதான் இந்தப் பரிசு...!

வாழ்நாள் முழுதும் என்னைக் கண்கலங்காம பாத்துப்பியா அனு" கண்ணில் குறும்புடன் கேட்டான்.

"லவ் யூயூயூ..." கீழே அவளும் அமர்ந்து அவன் கைகளைப் பற்றிக்கொண்டாள்.

முதலில் அவனுக்கே கேட்காமல் சொன்னவள், இப்போது நண்பர்களுக்கு நடுவில் வைத்து இவ்வாறு நடந்துகொண்டது அவனுக்கு வியப்பைத் தந்தது.

அதுவரை மேகத்திற்குள் ஒளிந்திருந்த நிலா அப்போது கொஞ்சம் எட்டிப்பார்த்தது.

தூரத்தில் ஒரு மின்னல் மின்ன... அவனிடமிருந்து அக்கல்லை அனு வாங்கிக்கொள்ளும்போது இருவர் கைகளுக்கும் நடுவில் அது மிக ரம்மியமாய் ஒளிர்ந்தது...

கடலில் சட்டென்று ஒரு மாற்றம்... கடுமையான சுழல் ஒன்று தோன்றி இவர்கள் கப்பலை விரைவாய் நெருங்கத் தொடங்கியது...

❑

13

புரியாத புதிர்!

இவர்களை நோக்கி வேகமாய் நகர்ந்து வந்தது அச்சுழல்...

மாலுமிகள் எச்சரிக்கை மணியை இயக்க, பயணிகள் அனைவரும் அரைத்தூக்கத்தில் அலறியடித்து கப்பல் தளத்தில் கூடினர்.

முன்பே அங்கிருந்த நம் நண்பர்களும் அந்த ஒலி கேட்டுதான் சூழப்போகும் ஆபத்தை உணர்ந்தனர்.

ஆனால் அனு, ஆதர்ஷ், மித்ரன் மூவரும் கப்பல் தளத்தின் ஓரத்தில் நின்றதால், அவர்கள்மீது புயலின்போது பேரலையொன்று மோதியது...

♦♦♦

மூவரும் அலையால் தாக்கப்பட்டு மயங்கியபோதிலும் அனு மற்றும் ஆதர்ஷின் கரங்கள் கோர்த்தபடியே இருந்தன.

அனு மெதுவாய் கண்விழித்தாள்...

எழ முயலுகையில் ஆதர்ஷின் கைகள் கோர்த்திருப்பது புரிந்து கொஞ்சம் நிம்மதி வந்தது...

கொஞ்சம் நாணமும் அதோடு சேர்ந்திருந்தது...

கூடவே இரவு அவன் பேசியது, இவள் காதலைச் சொன்னது என்று அனைத்தும் உள்ளே ரீங்கரித்தது ரஹ்மான் இசைபோலே...

அதுவொரு கனவுபோல் தோன்றியது...

நீங்காத புன்னகையை அந்த நினைவுகள் அவள் முகத்தில் தீட்டி வைத்தன பிக்காஸோ ஓவியம்போலே...

அவர்கள் கைகளில் அதே கல், மர்மப் புன்னகையோ, மந்திரப் புன்னகையோ எனப் புரியாதபடி ஒருமுறை நீல மின்னல் ஒன்றை உமிழ்ந்துவிட்டு அமைதியானது...

ஆதர்ஷீம் மயங்கியிருந்தான்... மித்ரன் அவன ருகில் மயங்கியிருந்தான்... அனு, ஆதர்ஷை எழுப்ப... அவன் தூக்கிவாரிப்போட்டு"அனுனுனு..." என்று அவள் கைகளைத் தேடியபடியே எழுந்தான்.

அந்த களேபரத்தில் மித்ரனும் மயக்கம் தெளிய, மூவரும் அப்போதுதான் தாங்கள் எங்கு இருக்கிறோம் என்றறிய எழுந்து பார்த்தனர்...

இன்னும் விடிய சில மணிநேரம் இருக்கும்போல் தெரிந்தது.... நன்கு சூழ்ந்த இருள்... ஆனால் பூரண நிலவொளி அவர்களுக்கு சுற்றுப்புறத்தை தெளிவாய் காட்டியது...

அந்த இடம் அவர்களுக்கு சற்றும் பரிச்சயமற்றதாய் இருந்தது... ஆம்...

அதுவொரு ஆளரவமற்ற கடற்கரை...

வெகு தொலைவில் ஒரு நகரம் தென்படுகிறது...

மூவரும் மிகுந்த குழப்பத்தில் ஆழ்ந்தனர்.

"நாம எங்க இருக்கோம் இப்போ..? நம்மகூட இருந்தவங்க எங்க போனாங்க...?" முதலில் அந்த மௌனத்தை உடைத்தது மித்ரன்.

"கப்பல் கடல்ல மூழ்கியிருக்குமா?" என்று கேட்ட அனு முகத்தில் பயம், அழுகை எல்லாம் கலவையாய் தெரிந்தது.

"நாம மட்டும்தான் அலையில் சிக்கி ஏதோ தீவில் கரை ஒதுங்கியிருக்கோம்..." என்று சொல்லிவிட்டு மித்ரன் தன் செல்போன் எடுத்து லொகேஷன் அறிய முயல... அது 'ஆன்' ஆகவில்லை. மற்றவர்கள் மொபைலுக்கும் இதே நிலைதான்...

வேறுவழியின்றி தொலைவில் தெரிந்த அந்த நகரத்தை நோக்கி கடற்கரை வழியே நடக்கத்தொடங்கினர்...

பார்ப்பதற்கு மிகவும் பிரமாண்டமான, செழிப்பான ஊராகத் தெரிந்தது. நெருங்க நெருங்க கரையோரத்தில் பெரிய கட்டிடங்கள் மற்றும் துறைமுகம் போன்ற அமைப்பும் இருப்பதும் தெரிய வந்தது.

“ஹேய்... நில்லுங்க... அங்க பாருங்க... இருக்க ஆளுங்கள பாத்தா இந்த இடம் இந்தியா மாதிரி இல்ல... தே லுக் லைக் யூரோப்பியன்ஸ்...” அனு வியப்பில் கத்தத் தொடங்க, அவள் முழுதாய் முடிக்கும் முன்பே ஆதர்ஷ் அவள் வாயைப் பொத்தினான்.

“அனுக் குட்டி... கத்தி மாட்டிவிட்டுடாதடீ... இடமே ஒரு மார்க்கமா இருக்கு...” ஆதர்ஷ் அவள் காதருகில் மெல்லச் சொல்லிவிட்டு பின் ஏதோ உணர்ந்தவனாய் சட்டென விலகிவிட்டான்...

ஆதர்ஷ் அவள் வாய் பொத்திய நிமிடத்தில் கொஞ்சம் கோபமானாலும், சிறிது சிறிதாக அவன் அருகாமையை ரசிக்கத் தொடங்கினாள் அனு.

மித்ரன் முன்னால் நடந்துசென்றுகொண்டிருக்க, அனு இருட்டில் ஓர் இடத்தில் தடுமாறி ஆதர்ஷின் மேல் இடித்துவிட்டு விழப்போனாள். அங்கே பெரும் பள்ளம்...

கடற்கரை மணல் தாண்டி துறைமுகத்தை அவர்கள் அப்போது அடைந்திருந்தனர். நல்லவேளையாக ஆதர்ஷ் அவள் கைகளைப்பற்றி இழுத்து நிறுத்தினான்.

அந்தப் பள்ளத்தைக் கண்டதும் அனுவின் இதயம் படபடவென்று அடிக்கத்தொடங்கியது. “அனு... பாத்து வர மாட்டியா...! ஏதாவது ஒரு ஏடாகூடம் பண்ணிட்டே இருக்கியே...” என்று அவன் வேறு அடிக்குரலில் கடுகடுப்பாகச் சொல்லவும், அனு சற்று கலங்கிப்போனாள்.

கண்களில் நீர் பளிச்சிட்டதை அந்த இருளிலும் அவன் கவனிக்கத் தவறவில்லை.

உடனே, “மன்னிச்சுக்கோடா... எனக்கும் பதட்டம்... உன்ன முதல் தடவையா வெளில கூட்டிட்டு வந்து இப்படி ஆயிடுச்சேன்னு...!” அருகில் வந்து கைகள் பற்றிக்கொண்டான்.

“ம்ம்ம்ம்...” என்றாள் அவள்.

“பொறுமையா இருடா அனு... எதுவா இருந்தாலும் பதட்டப்படாத... யூ லைக் அட்வென்ட்சர்ஸ் ரைட்!” என்று ஆதர்ஷ் அவள் கையிரண்டும் இறுகப் பற்றிக்கொண்டு கேட்டான்.

“ம்ம்ம். ஆனா...” என்று அனன்யா இழுப்பதற்குள்...

“ஆனா... ஆவண்ணால் லாம் இல்ல... என்ன நடந்தாலும் சமளிப்போம் வா” என்று சொன்னான் ஆதர்ஷ்.

“ம்ம்ம்...” என்றாள் அனு.

“என்ன, இப்போல்லாம் ம்ம்ம்ம் மட்டும்தான் வருது, வேற வார்த்தையே வரதில்ல...” அவள் தாடையை நிமிர்த்திக் கேட்டான்.

கண்ணில் நீர் இன்னும் கடகடவென வழிந்துகொண்டிருந்தது.

அவள் கண்ணீரைத் துடைத்துவிட்டு"என்னைப் பாரு...” மிருதுவாகப் பேசினான்.

அவள் அப்படியே நின்றதும்,"கண்ணத் திறந்து பாருன்னு சொல்றேன்ல...” இன்னும் மெதுவாய் சொன்னான்.

அனு கண் திறந்தாள்.

“மேலே பாரு... இந்த விண்மீன் எல்லாம் இன்னைக்கு, நேத்து மொளச்சதா...” சொல்லிவிட்டு அவள் கண்களைப் பார்த்தான்.

பின் அவனே தொடர்ந்தான்...

“நிச்சயம் கிடையாது... கண்டிப்பா எத்தனையோ கோடி ஆண்டுக்கு முன்ன உள்ளது... இப்போ அதெல்லாம் இருக்குமோ... இல்லை, தன் ஒளியைக் கொடுத்துட்டு கரஞ்சு போயிருக்குமோ தெரியல..."வான் பார்த்து அவன் பேசிக்கொண்டே போக...

அனுவோ அவன் பேச்சுடன் அவன் வசீகரத்தையும் உள்வாங்கிக்கொண்டிருந்தாள்.

எங்கேயிருந்தாலும் அவளுக்கென்று ஒரு கரிசனத்தைத் தரும் கண்கள்... அடர் புருவம்... முதல்முறை புகைப்படம் பார்த்ததில் இருந்து அவன்மீது கொண்ட ஈர்ப்பு...

அவன் குரல் அவளை நினைவுலகிற்கு அழைத்து வந்தது...

“எதுவுமே நிரந்தரம் இல்லடா... சீக்கிரமா வீட்டுக்குப் போயிடுவோம்.. நாம ரெண்டு பேரும் கல்யாணம் பண்ணி ஆயிரம் வருஷம் வாழப்போறோம்...இதெல்லாம் சீக்கிரம் கடந்து போயிடும்... என்ன நம்புறல்ல?”

“மம்ம்ம்ம்...” கண்கள் பனிக்க புன்னகைத்தாள்.

இருவருக்கும் விவரிக்க முடியாத உணர்வுகள்.

விழிகள் விலகாமல்...

கால்கள் நகராமல்...

ஒரு நிமிடம்...

அந்தவொரு பார்வைக்காகவே அவனுடன் ஆயிரம் ஆண்டு வாழலாம்.

"டேய்... என்னங்கடா நடக்குது இங்க... எங்க இருக்கோம்னே தெரில... நீங்க என்ன பாட்டு ஏதும் பாடப் போய்ட்டீங்களா...!" இருக்கும் இடம் மறந்து இமைக்காமல் நின்றிருந்த இருவரையும் மித்ரன் அலுப்புடன் வந்து உலுக்கினான்.

அனு விலகி நின்று சங்கோஜத்துடன் வேறு திசையில் திரும்பிப் புன்னகைத்தாள்.

அப்போது தூரத்தில் கண்ட தோற்றம் அவளுக்கு மயிர்க்கூச்சு உண்டாக்கியது....

❑

14

முட்டாச்சிறப்பின் பட்டினம்!

அனன்யா, தான் பார்த்தது என்னவென்று நிதானிக்க பத்து நிமிடங்கள் பிடித்தன.

அவளுக்கு ஏற்பட்ட சிலிர்ப்பு இன்னும் மாறவில்லை.

இதுக்கும் நமக்கும் ஏதோ தொடர்பு இருக்குன்னு அவள் அப்போது உணர்ந்தாள்.

இத்தனை நாளா அவள் மனக்கண்ணில் உருவகம் செய்துவைத்த நகரம் இதுவா..?

"என்ன அனு... இவ்ளோ நேரமா என்ன யோசனை..? நாங்க பேசுறதுகூட காதுல வாங்கல நீ..!" என்று ஆதர்ஷ் கேட்டபோது அவள் அவன் பக்கம் திரும்பி வந்து கட்டிக்கொண்டாள்.

இதை அவன் எதிர்பார்க்கவே இல்லை... ஒன்றும் புரியவுமில்லை...

"என்னாச்சுன்னு யாராவது எனக்கு சொல்றீங்களா?" என்று மித்ரன் இடைமறிக்க...

'இவன் வேற கரடிக்குட்டி' என்று வாய்க்குள்ளேயே திட்டிவிட்டுத் திரும்பி, அனன்யா அவளுக்கு மனதில் பட்டதை விவரித்தாள்.

உடனே மித்ரன் கேலி செய்து சிரிக்க ஆரம்பித்தான். "தமிழ் பொக்கிஷம், மதன் கௌரின்னு யூடியூப் வீடியோவை எல்லாம் அதிகமாப் பாத்தா இப்படித்தான் தோணும்... தயவுசெஞ்சு நடக்குற விஷயத்தைப் பேசு அனன்யா!" சிரித்துவிட்டுச் சொன்னான் மித்ரன்.

"இல்ல மித்ரன். நம்புங்க நான் சொல்றத...!" என்றாள் அனு.

"நீ என்ன நெனச்சுட்டு இருக்க அனு. இப்போ நாம கடந்த காலத்துல இருக்கோம்னு சொல்ற. அப்படித்தானே? அதுக்கு சாத்தியமே இல்லடா!" ஆதர்ஷ் வந்து அவளிடம் விளக்க முற்பட்டான்.

“நீங்ககூட என்ன நம்பமாட்டீங்களா? நான் படிச்ச ஒரு வரலாறு கண்முன்ன நிக்குது...! எனக்கும் நம்ப முடியலதான்...! ஆனா இது உண்மை...” தன் இரண்டு கைகளையும் இடுப்பில் வைத்துக்கொண்டு அழுத்தமாய் சொன்னாள் அந்த நகரத்தை

வெறித்தபடி.

தான் முன்பு சிரித்தது தவறென்று உணர்ந்து "அனன்யா.... அது ஏதோ ராஜமௌலி படத்துக்குப் போட்ட செட்டா இருக்கப்போகுது... ரொம்ப சீரியஸ் ஆகாதீங்க ரெண்டுபேரும்...” மித்ரன் அமைதியாகப் பேசினான்.

அதற்கு ஆமோதிப்பதுபோல"இப்போ இருக்கற அறிவியல் வளர்ச்சியில் அதுக்கு வாய்ப்பே இல்லை... எதிர்காலத்துக்குப் போறதப் பத்தின புரிதலோ, கோட்பாடுகளோகூட இருக்கு... ஆனா கடந்த காலத்துக்குப் போக நீ சொன்னமாதிரி கதைகளைப் படிக்கிறதுதவிர வேற எந்த வழியும் இல்ல அனு...! இல்ல, மாயம் மந்திரம்னு ஏதும் சொல்லப் போறியா! எனக்குப் புரியலடா” என ஆதர்ஷ் வருத்தமாய் சொன்னவுடன்,

“நாம இங்கேயே பேசிட்டு இருந்தா புரியாது... வாங்க அந்த ஊருக்குள்ள போவோம்... அங்க போய் விசாரிச்சா தெரியப்போகுது...” ஆழமாக அவன் கண்களைப் பார்த்து தீர்க்கமான வார்த்தைகளை உதிர்த்தாள் அனன்யா.

“சரி அனு... உனக்காகத் தான் எல்லாமே செய்றேன்... இதுவும் நீ அடம்பிடிக்கிறியேன்னு கூடவரேன்...” என்று அவள் தோள்மேல் கைபோட்டபடி நடக்கத் துவங்கினான் ஆதர்ஷ்.

♦♦♦

இவள் முன்பே கூறியதுபோல அங்கே இருந்தவர்கள் அனைவரும் வெளிநாட்டவர்... பெரும்பாலும் ஐரோப்பியர்...

ஆனால் அவர்கள் பேசுவது தமிழ்தான்... பத்தடி தொலைவில் இருந்து கேட்கும்போது தன் தோழி ரேஷ்மா பேசும் மலையாள மொழி கலந்த தமிழ்போல் தோன்றியது.

இன்னும் அருகில் சென்றபோது, அங்கே நெடிதுயர்ந்த கப்பல்... கரையோரத் துறைமுகத்திலிருந்து புறப்பட எத்தனித்து, பாய்மரம் விரித்துவிடப்பட்டிருந்தது.

அதில் தெரிந்த ஓவியம் மற்றும் தொம்மென்ற சத்தத்துடன் அறைந்த முரசு இரண்டும் அவள் சொன்னது சரிதான் என்று அடித்துக்கூறுவதுபோல் இருந்தது.

அவள் கண்முன் தெரிந்தது இருபது அடி உயரமும் ஏறத்தாழ முப்பதடி அகலமும் கொண்ட புலியின் ஓவியம்...

கம்பத்தில் பறந்தது புலிக்கொடி...

சிலப்பதிகாரப் பாடலின் பொருள் முழுதாய் உணர்ந்தாள். அவள் கற்பனையைக் காட்டிலும் அது நூறு மடங்கு இருந்தது.

“முட்டாச்சிறப்பின் பட்டினம்..! எவ்வளவு உண்மை அவங்க சொன்னது...” என்று தன் மனதில் இவ்வளவு நேரம் ஓடிய எண்ணங்களின் இறுதியான வாக்கியத்தை வாய்விட்டு வெளியில் சொன்னாள் அனன்யா.

♦♦♦

சிறிது தூரம் சென்றதும் அங்கே ஒரு பெரிய சுவரும் நடுவில் கதவும் தென்பட்டது.

அந்தக் கதவு மிகப் பெரியதாய், மரத்தில் அற்பு த வேலைப்பாடுகளுடன் காட்சியளித்தது. அதற்கு முன்னே காவலர் போல் தெரிந்த சிலர் நின்றிருந்தனர். அவர்கள் ஐரோப்பிய சாயல் வெள்ளை மனிதர்கள்.

மித்ரன் சென்று அவர்களில் ஒருவனிடம் ஆங்கிலத்தில் பேச்சுக்கொடுத்தான்... அவனோ தமிழில் "நீங்கள் பேசும் மொழி புரியவில்லை” என்றான்.

“என்ன விளையாடுறீங்களா? இங்கிலீஷ் தெரியாதா....??” என்றான் அதிர்ந்து.

“எனக்கு தாய்மொழி லத்தீன்...” கேட்பதற்கு மட்டுமே அவன் பதிலளித்தான்.

இதில் குழம்பிய அவன்"அப்போ நீங்க எந்த நாடு? இது எந்த நாடு?” என்று வினவினான்.

“நான் யவனர் படைத்தலைவன்... இது சோழ நாடு...! பூம்புகார் நகரம்...” அவன் அமைதியாகப் பதில் பேசினான்.

இதைக் கேட்ட மித்ரன் வெளிறிய முகத்துடன் வந்து இங்கே நண்பர்களிடம் விஷயத்தைக் கூறினான்.

“கிரேக்க, ரோமானிய மக்களை பழைய தமிழில் யவனர்ன்னு சொல்லுவாங்க...” தன் கருத்து உண்மை என உறுதியானதில் மகிழ்ச்சியோடு இதைச் சொன்னாள் அனு.

“சரி, உள்ளே போகலாம் வாங்க...!” என்று எல்லாம் தெரிந்தவள் போல் முன்னே சென்றாள்.

“அரசர் வடநாட்டுக்குப் படையெடுத்துப் போயிருக்கறதால அங்க காவல் குறைவா இருக்கு... உள்ளே சென்று விருந்தினர் விடுதியில் தங்கிக்கொள்ளுங்கள்...” என்று அந்த யவனன் இவர்கள் மூவர் புறங்கையிலும் ஏதோ ஒரு முத்திரையைப் பதித்தான். கட்டை விரலை நோக்கிப் புலி பாய்வதுபோல் இருந்தது.

உலகின் வெவ்வேறு பாகங்களில் இருந்துவந்த மக்கள் அங்கே கூடியிருந்தனர். அதனால இவங்களோட கார்கோ ஷார்ட்ஸ் மற்றும் ஸ்லீவ்லெஸ் டீஷர்ட் பெரிய விஷயமா படலபோல.

அனு ஏதோ வெளிநாட்டு சுற்றுலா வந்ததுபோல் எல்லா இடத்தையும் சுற்றிக்கொண்டிருந்தாள். அந்த நடு இரவில்கூட மக்கள் கூட்டம் திருவிழாபோல் இருந்தது.

மித்ரன் மெல்ல நெருங்கி ஆதர்ஷிடம் "டேய்... என்னடா இது... பூம்புகார்ங்கிறான்... சோழநாடுங்கிறான்... அரசர் வடநாடு போயிருக்காருங்கறான்... ஒன்னும் நம்புறமாதிரி இல்லையே?” என்றான் பயத்தில்.

“எனக்கும் பயமாதான்டா இருக்கு... இங்க எப்படி வந்தோம்னே தெரியல... இவளப் பாரேன்...” சொல்லிவிட்டு தொலைவில் ஏதோ கடையில் விலைபேசிக்கொண்டிருந்த அனுவை புன்னகையோடு பார்த்தான்.

“மச்சான்... இந்தப் பொண்ணுங்க எமலோகம் போனாகூட கடைத்தெருவ பாத்தா விடமாட்டாங்கபோல... காண்டாகுது...!

எப்படிடா வீட்டுக்கு போறது? தப்பிக்கிற வழி என்ன?” என்று கோபப்பட்டான்.

ஆதர்ஷ் ஒன்றும் சொல்லாமல் யோசனையில் இருக்க... மித்ரன்" நீயாச்சும் கல்யாணம் பண்ணிக்கப் போற பொண்ணோட இருக்க... நம்ம ஊருக்குப் போகலன்னாகூட இவகூட இங்கேயே மகிழ்ச்சியா

இருந்துடுவ... எனக்கு இன்னும் அதுமாதிரி நல்லது ஒன்னும் நடக்கலயேடா!" எனப் புலம்பித் தள்ளினான்.

நீண்ட சிந்தனையில் இருந்து விடுபட்ட ஆதர்ஷ்..."மச்சான் கல்லுடா... அந்தக் கல்... இந்திரநீலம்... அது எங்க போச்சு...!" என்று பரபரத்தான்.

'இவன் என்ன எப்போ பாத்தாலும் கல்லு கல்லுன்னு உயிர வாங்குறான் என்று நினைத்த மித்ரன் "உன் வருங்கால மனைவி தான் வச்சிருக்காங்க... கடற்கரையிலகூட பாத்தேன்...!" என்றான் அலுப்புடன்.

"அந்த அமெதிஸ்ட் தான் இதுக்கு காரணம் மச்சான்!" என்றான் சட்டென்று முடிவுக்கு வந்ததுபோல்.

"இந்திரநீலம் சரிதான்... அது அமெதிஸ்ட் இல்ல... அக்வா மரைன்... நீ புரொபோஸ் பண்ணிட்டு இருக்கறப்ப தப்பு கண்டுபிடிக்க வேண்டாம்னு விட்டுட்டேன்..." என்றான் கேலியாக.

"அப்படியா?" என்று சிரித்துவிட்டு, "எதுவோ ஒன்னு... ஆனா நாம இங்க வந்ததுக்கும் அதுக்கும் கட்டாயம் தொடர்பிருக்கு...!" என்றான் ஆதர்ஷ்.

இந்த செய்தியை அனன்யாவிடம் சொல்வதற்கு அவளை நோக்கி நடக்கையில், அவளை பத்து காவல் வீரர்களுக்கு நடுவில் வைத்து அழைத்துச் சென்றுகொண்டிருந்தார்கள்.

ஆதஷும் மித்ரனும் என்ன செய்வது என்று தெரியாமல் உறைந்து போய் நின்றனர்...

❑

15

எங்கே அவள்!

அனுவை பத்து பேர் சேர்ந்து அழைத்துச் செல்லும்போது ஆதர்ஷீம் மித்ரனும் செய்வதறியாது திகைத்து நின்றனர்.

“எதுக்காக அனுவக் கூட்டிட்டுப் போறாங்க?” ஆதர்ஷ் அலைபாய்ந்தபடி கூட்டத்தின் உள்ளே ஓடினான்.

ஆனால் இவர்கள் நெருங்குவதற்கு முன்னரே அனுவைக் கூட்டிச்சென்றுவிட்டனர்.

“அவள நான்தானே பத்திரமா பாத்துக்கணும்... இப்படி தொலச்சுட்டு நிக்கறேனே... எப்படி நம்ம காலத்துக்குப் போறதுன்னு வழியும் தெரியல... அனு எங்க போனான்னும் புரியல... என்ன வாழ்க்கையிது...” தலையில் கைவைத்தபடி அங்கே நடுவீதியில் அமர்ந்தான் ஆதர்ஷ்.

அப்போது ஒரு கரம் வந்து அவன் தோள் பற்றியது...

“மச்சான்... என்ன செய்ய முடியும்?” என்று சொல்லி ஆதர்ஷ் திரும்ப...

“என்னாச்சு ஆதர்ஷ்... ஏன் இப்படி நடுப் பாதையில் உக்காந்துட்டீங்க...?” என்று கேட்டது அனன்யா.

ஆமாங்க... அனன்யாவேதான்!

“ஆதர்ஷ் அப்போ அங்க யாரக் கூட்டிட்டுப் போனாங்க...?” அத அனுகிட்ட கேட்டுதான் தெரிஞ்சுக்கணும்...!

“அனுக் குட்டி...!” பாய்ந்து கட்டிக்கொண்டான். அவள் எதிர்பாராத அணைப்பு. அவன் இதயத்துடிப்பின் வேகம் இவளுக்கு கேட்குமளவு இருந்தது.

அனு அவனை விலக்கிவிட்டு...

“ஆதர்ஷ்! போதும்... என்னாச்சு?” என்றாள்.

“அங்க ஒரு பொண்ணு... அவ... நீதான்... இல்ல... இல்ல... உன்னமாதிரியே ஒரு பொண்ணு...” என்று தட்டுத்தடுமாறி வார்த்தைகளைக் கோர்க்க முயன்றான்.

“ஹேய்... ஆதர்ஷ்...!

ரிலாக்ஸ்...!

எனக்கு ஒன்னும் ஆகல. பாருங்க...” என்று அவனை சமாதானம் செய்தாள்.

♦♦♦

மூவரும் அங்கிருந்த விருந்தினர் சத்திரத்தில் தங்கினர். ஆளுக்கொரு அறை ஒதுக்கித் தந்தார்கள்.

அவரவர் தத்தம் இடத்துக்குச் சென்றனர். ஆனால் ஆதர்ஷீக்கு அங்கே என்ன நடந்ததென்று அறிய ஆவல் தலைத் தூக்கியது. மேலும் அப்பெண் எப்படி அனன்யாவைப்போலவே இருந்தாள் என்று யோசித்துக்கொண்டே அனன்யாவின் அறைக்கதவை தட்டினான். கதவு தட்டப்படும் சத்தம் கேட்டு? யார் இந்நேரத்தில் என முதலில் பயந்தாலும், பின் சுதாரித்து எழுந்து போய் திறந்தாள்.

அங்கே ஆதர்ஷ்...

இருவருக்கும் கொஞ்சம் தயக்கமும் வெட்கமும் இருந்தது.

“எல்லாம் சரியா இருக்கான்னு பாக்க வந்தேன்... வேற எதுவுமில்ல... பத்திரமா தூங்கு அனு” என்றான் ஆதர்ஷ்.

‘ஏதோ சொல்ல வந்தானோ’ன்னு அனுவுக்குத் தோணுச்சு. இருந்தாலும்..."எனக்கும் புது இடம்ன்னு ஒருமாதிரி இருந்துச்சு. உங்களப் பாத்ததும் கொஞ்சம் பயம் மாறியிருக்கு... தேங்க்ஸ் வந்ததுக்கு...” என்று மட்டும் சொல்லிவிட்டு புன்னகைத்தாள்.

“உன் தேங்க்ஸ் எல்லாம் நீயே வெச்சுக்க தாயே... மறுபடியும் எங்கேயாவது போயிடாத... உன்னக் காணோம்னதும் எனக்கு உயிரே போயிடுச்சு...” என்று சொன்ன ஆதர்ஷைப் பார்க்கையில், அந்த நிமிடத்தில் அவன் உணர்ந்த வலி கண்ணில் தெரிந்தது.

அதை உணர்ந்த அனு, சூழ்நிலையை சகஜமாக்க நினைத்து, "இனிமே பண்ண மாட்டேன் நாதா! தங்கள் ஆணைப்படியே நடப்பேன்! போதுமா மகாபிரபு?" என்று கண்சிமிட்டினாள்.

"கலாய்க்றியா என்னை...? அப்டியே அந்த ஆளுங்ககிட்ட உன்னப் புடிச்சுக் குடுத்திருக்கணும்..." சொல்லிவிட்டு ஒரு குறும்பு பார்வையோடு சுவரில் சாய்ந்துகொண்டான்.

"செஞ்சுதான் பாருங்க... சிறுத்தை சிக்கும்... சில்வண்டு சிக்காது... நான் பறந்துடுவேனாக்கும்..." என்றாள் அனு.

"பேசினா நிறுத்தவே மாட்டியே... சரி, நான் வரேன்... ஒழுங்கா தூங்கு போ..." என்றுவிட்டு தன் அறைக்குச் சென்றான்.

சில்லென்ற கடற்கற்று...

புதுவிதமான இடம்...

தனிமை...

எல்லாம் சேர்ந்து ஒரு மயக்கும் சூழல் நிலவியது...

அன்று நடந்தவற்றை எல்லாம் அசைபோட்டபடியே இருவரும் தத்தம் அறையில் அமர்ந்து ஜன்னல் வழியே வழியும் நிலவின் ஒளியில், மகிழ்வின் அலையில் மிதந்திருந்தனர்.

ஆர்ப்பாட்டமின்றி புலர்ந்தது அந்த நாள்... அதிகாலை முதல் ஆள்நடமாட்ட ஓசைகள் கேட்கத்தொடங்கின. இதுவும் ஒரு தூங்காநகரம்தான். நம்ம ஆட்கள் மூவரும் முதல் நாள் பட்ட அலைச்சல் மற்றும் சோர்வு காரணமாக, விடிந்து காலை ஏழு மணிக்குப் பிறகே கண்விழித்தனர் (நீங்க நினைக்கிறது சரிதான்... கைக்கடிகாரம் மட்டும் வேலை செய்தது.)

தங்கள் உடைகளைப் பற்றி யாரும் கேள்வி கேட்கவில்லையென்றாலும் வேற்றூர் மனிதர்கள் என்று தெரியும்படி இருந்தது. அனைவரின் பார்வையும் தங்கள்மேல் படுவதை அவர்கள் உணர்ந்தனர்.

அனன்யாவைப்போன்றே இருந்த பெண் யார் என்று தெரிந்துகொள்ள அவர்களுக்கு ஆவல் மேலிட்டது. அவர்கள் அங்கிருந்த கடைக்காரரிடம் விசாரிக்க வேண்டும் என்று முடிவு செய்தனர்.

அவர்கள் இருந்த இடம் நாளங்காடி. அதாவது பகலில் இயங்கும் சந்தை. அங்கு உணவுப் பொருட்களும், சமைப்பதற்கு ஏற்ற பொருட்களும், குடிவாழ்வுக்கு இன்றியமையாத பொருட்களும் இருக்கும்.

கடைகள் இருந்த இடம் முழுதும் சோலைபோல் அடர்வனம். மலர்கள் எங்கெங்கும் மணம் வீசி மலர்ந்திருந்தன.

அவற்றின் நடுவே பனையோலை தடுக்குகள் கொண்டு செய்த அமைப்புகள்மேல் அடுக்கியும் அல்லது நிலத்தில் பரப்பியும் பொருட்கள் குவித்து வைக்கப்பட்டிருந்தன.

அங்கிருந்த ஒருவர் வந்து, இவர்கள் யாரென்று வினவினார். ஆதர்ஷ் தங்கள் உண்மையான பெயர்களை மறைத்து, அக்கால பெயர்கள் சொன்னான். தன் பெயர் ஆதன், மித்ரன் பெயர் நல்லன், அனுவின் பெயர் அனிச்சமலர் என்று ஆதர்ஷ் பொய் சொல்ல...

அனு அந்த ஆள் சென்றபிறகு,"எதுக்குப் பேர் எல்லாம் மாத்திச் சொல்றீங்க? உங்களுக்கு எல்லாம் நல்ல பேரா வச்சுக்கிட்டு எனக்கு ஏதோ அனிச்சோம் இனிச்சோம்ன்னு சொல்றீங்க...'' என்றாள் உதட்டைச் சுளித்தபடி.

"எல்லாத்துக்கும் இப்படி முகத்தைச் சுருக்குறல்ல... அதான் அந்தப் பேரு... பொருத்தமாதான் வச்சேன்..." என்றான் கேலியாக.

"நம்மோட உண்மையான கதை தெரிஞ்சா சூனியக்காரங்கன்னு ஊரைவிட்டு விரட்டிடுவாங்க...! அதனால இந்த பேர நம்ம ஊர்போய் சேர்றவரை வச்சுப்போம்...!"என்று மித்ரன் சொன்னதை ஆதர்ஷ் சரியென்று ஆமோதித்தான்.

அனன்யாவுக்கும் அதுவே சரியென்று பட்டது. அப்போது அவர்கள் இருந்த நாளங்காடியின் ஒரு கடையில் அப்பெண்ணைப் பற்றி விசாரிக்கலாம் என்று முடிவெடுத்தனர்.

அங்கிருந்த ஒரு பலகாரக்கடையில் சென்று அமர்ந்தார்கள். இவர்கள் அதுவரை பார்த்திராத பலவகையான பண்டங்கள் அங்கே இருந்தன.

கையில் காசு இல்லாமல் உணவு எப்படிக் கிடைக்கும் என்று அவர்கள் எந்த உணவகம் அருகிலும் செல்லவில்லை. ஆதர்ஷ் அந்தக் கடைக்காரப் பெண்மணியிடம் "அம்மா...! நாங்கள் வெளியூரிலிருந்து வந்திருக்கிறோம்... பாதை மாறி இங்குவந்து

சேர்ந்துவிட்டோம்... கையில் பணமில்லை.. எங்கே உணவு கிடைக்கும்..?"என்று கொஞ்சம் சங்கடத்தோடு கேட்டான்.

"காசு பணம் எதுவும் தேவை இல்லை... வந்தவர்களுக்கு உணவு அளிப்பதைக் காட்டிலும் பெரிய நன்மை என்ன இருந்துவிடப் போகிறது? நீங்கள் வாருங்கள், இங்கேயே உணவு உண்ணலாம்.... எந்த உணவு பிடித்திருக்கிறது என்று சொல்லுங்கள்..." என்றார். நம் நண்பர்கள் மூவருக்கும் அக்கால மனிதர்களின் மனம் எவ்வளவு பெரியது என்ற வியப்பு உண்டானது.

மிகவும் மகிழ்ச்சியுடன் அவர்கள் சாப்பிட்டு முடித்துவிட்டு கிளம்பும்பொழுது அப்பெண்மணியிடம் ஆதர்ஷ் விடைபெற்றபின் சற்று யோசித்துவிட்டு...

"அம்மா! உங்களிடம் ஒன்று கேட்க வேண்டும்..." என்றான்.

"கேளுங்கள்... என்ன உதவி வேண்டும்?" என அப்பெண் கேட்க...

"இது என் மனைவி அனிச்சமலர்! நேற்று இரவு நாங்கள் இந்நகருக்கு வந்து சேர்ந்தபோது இவளைப்போலவே ஒரு பெண்ணை காவலர்கள் அழைத்துச் சென்றனர்... உங்களுக்கு அவர் யாரென்று தெரியுமா?" என்று கேட்டான்.

அப்பெண்மணி உடனே முகம் மாறி "நானே உள்ளே நுழைந்ததும் உங்களிடம் கேட்க நினைத்தேன்... நீங்கள் கடைத்தெருவில் நடந்து வரும்பொழுது அனைவரும் இவளைப் பார்த்ததை நீங்கள் அறியவில்லை. ஆனால் நான் அறிவேன்" என்றார்.

இது இவர்களுக்கு அதிர்ச்சி கலந்த ஆச்சரியம் தந்தது. அவர் தொடர்ந்தார்..."நேற்று நீங்கள் பார்த்த பெண் இந்நகரின் பெரும் செல்வந்தருக்கும் ஆடலரசி ஒருவருக்கும் பிறந்த மகள். அவளுக்கும் உன் இல்லாளுக்கும் இருக்கும் தோற்ற ஒற்றுமை எனக்கும் வியப்பை ஏற்படுத்தியது.

புகார் நகரின் இளவரசன் அவள் அழகினைக்கண்டு அவளை தன் மனைவியாக்கவும் இந்நாட்டின் அரசியாக்கவும் எண்ணினார்.

ஆனால் அவள் தாய், தன் இல்லற வாழ்க்கை சரியாக அமையாததால் அவளும் துறவு பூண்டு தன் மகளையும் துறவியாக்கவே விரும்பினாள்.

முதலில் அந்த இளம்பெண்ணுக்கு விருப்பம் இல்லாமல் இருந்தாலும் இவன் பின்தொடரப் பின்தொடர அவளுக்கும் இவன் மேல் காதல் உண்டானது.

ஒரு கட்டத்தில் இந்த சஞ்சலம் பெரிதானதை உணர்ந்த அவள் தாய், ஒரு பௌத்த பெண் துறவிமூலம் இவள் மனதை மாற்றி துறவியாக்கிவிட்டாள்.

ஆனால் குடும்பத்தின் மற்ற மூத்த பெண்கள் இதனை விரும்பாமல் அரசகுமாரனிடம் அப்பெண்ணை மணக்க வற்புறுத்தினர்.

எனவே அப்பெண்ணை அழைத்து வரும்படி அரசி ஆணையிட்டதால்தான் நேற்று அவள் சென்றாள்." என்று முடித்தார் அப்பெண்மணி.

கதையில் ஒன்றிவிட்ட அனு "அவள் பெயர் என்ன அம்மா?" என்று கேட்டாள். அதற்கு அவர் சொன்ன விடை...

"*மணிமேகலை!*"

❑

16

காணவில்லை!

போர்க்களம்போல் பரபரப்பாகக் காட்சியளிக்கும் புகார் நகரின் நாளங்காடியில் அனு, ஆதர்ஷ் மற்றும் மித்ரன் இக்கதையைக் கேட்டு அதிர்ச்சியில் நின்றிருந்தனர்.

இதுவரை கடந்த காலத்திற்கு வந்திருக்கிறோம் என்று மட்டும் உணர்ந்திருந்தவர்கள் இப்பொழுது இரண்டாயிரம் ஆண்டுகள் பின்னோக்கி வந்திருப்பதை உணர்ந்ததும் மயிர்க்கால்கள் குத்திட்டு நின்றன.

அதுவும் அனன்யாவுக்கு அவள் மணிமேகலைபோல இருக்கிறாள் என்று கூறியதும் மயக்கமே வரும் நிலை உண்டானது. அவளுக்கு அறிவியலைத்தவிர வேறு எதிலும் நம்பிக்கை இல்லை.

மறு பிறவி, மாயம் மந்திரம் என எதிலும்... ஆனால் இன்று அவள் கேட்ட செய்தி அவள் நம்பிக்கைக்கு நேர் எதிராக இருந்தது. ஆதர்ஷ் "இப்போ அவங்க எங்க இருப்பாங்கன்னு தெரிஞ்சுக்கிட்டு போய்ப்பாக்கணும்...!" என்றான்.

"நாம எதுக்குத் தேவையில்லாம அடுத்தவங்க வம்புக்குப் போகணும் ஆதர்ஷ்..?" என்று மித்ரன் கேட்க...

"புராணத்தில் மணிமேகலைக்கு அபூர்வ சக்திகள் நிறைய இருப்பதாக சொல்லுவாங்க. நாம இங்கே வந்தது எப்படி, வெளியில போகப் போறது எப்படி, இதுமாதிரி பல குழப்பங்கள் நமக்கு இருக்கு... அதை மணிமேகலைகிட்ட கேட்டு தெளிவு பண்ணிக்கலாம். ஒருவேளை அவங்களால நம்ம வெளியில போறதுக்கு உதவ முடியும். அதுக்காகத்தான் அவங்கள பாக்கணும்ன்னு சொல்றேன்...!" என்று மறுமொழி கூறினான்.

"ஆதர்ஷ்... என்ன இப்படி தலைகீழ மாறீட்டீங்க...!?? நாம இந்த ஊருக்குள்ள நுழைஞ்ச போது இது என்ன மாயம் மந்திரமா அப்படின்னு கேட்ட நீங்க இப்போ இப்படி பேசுறீங்க" என்றாள் அனு, வியப்புடன்...

"இல்ல அனு... இதுல மாயமோ, மந்திரமோ இல்லாட்டியும் தந்திரம் ஏதோ இருக்கு... அதுக்கு விடை மணிமேகலைகிட்ட இருக்கும்னு என் உள்ளுணர்வு சொல்லுது..." என்று உறுதியாகச் சொன்னான்.

“சரி, வாங்க போகலாம்...” என்று அனுவும் ஆதர்ஷ்ஷை பின்தொடர்ந்தாள். இவர்கள் பேச்சு, செய்கை எதுவும் பிடிக்காத மித்ரன் வேறு வழியின்றி அவர்களை பின்தொடர்ந்தான்.

மணிமேகலையை அழைத்து நடந்தவற்றைக் கேட்டறிந்த அரசி பின் அவளை திருப்பி அனுப்பிவிட்டதாகவும்... மணிமேகலை தனக்கு இல்வாழ்வில் விருப்பமில்லை, தான் யாரையும் மணந்துகொள்ளாமல் துறவியாகப் போவதாக அரசவையில் தெரிவித்துவிட்டாள் என்றும் ஊருக்குள் பேசிக்கொண்டனர்.

இப்போது மணிமேகலை அங்கிருக்கும் புத்த விகாரத்தில் இருந்தாள்.

இதனை அறிந்து ஆதர்ஷ், அனு இருவரும் செல்ல முற்பட்ட போது மித்ரன் இடைமறித்து"ஆதர்ஷ்! அனுகிட்ட அந்த நீலக்கல் பத்திக் கேட்டியா?” என்றான்.

“ம்ம்ம்... அது நாம தங்கியிருந்த இடத்தில நான் வச்சிருக்கேன். போய் எடுத்துக்கலாம்... எதுக்கு இப்போ போயி அதப் பத்தி விசாரிக்கிறீங்க? அது என்ன அவ்ளோ முக்கியமா?” என்றாள் இவர்கள் ஊகம் அறியாததால்.

மித்ரன் உடனே “நாசமாப் போச்சு போ... நான் போய் அந்தக் கல்லைத் தேடி எடுத்துட்டு வரேன்... நீங்க போய் வேணா மணிமேகலைய பாத்துட்டு வாங்க... எனக்கு வரதுக்கு விருப்பமில்லை...” என்றுவிட்டு வேகமாக தங்குமிடத்தை நோக்கி நடந்தான்.

“ஆதர்ஷ்! எனக்கு ஒரு விஷயம் புரியவே இல்லை... அவர் ஏன் எப்பப் பாத்தாலும் கடுப்பாகிறார்?” என ஒன்றும் புரியாமல் கேட்டாள் அனன்யா.

“அது ஒன்னும் இல்ல ... நீ வா... நாம போய் மணிமேகலையை பார்த்துட்டு வரலாம்... அவனுக்கு எல்லாமே சரியா நடக்கணும்னு பதட்டம்... அவ்வளவுதான்...” என்று அனுவை சமாதானம் செய்து அழைத்து வந்தான்.

அவர்கள் வந்து புத்த விகாரத்திற்குள் நுழைய முற்பட்டபோது..... எதிரிலே மணிமேகலை பளிங்குபோல் தெளிந்த முகத்துடன் நின்றிருந்தாள்...

அங்கே விருந்தினர் விடுதியில் மித்ரன் அனன்யாவின் அறையில் அந்தக் கல் கிடைக்காமல் தேடிக்கொண்டிருந்தான்...

❑

17

மணிமேகலை!

ஆச்சர்யம் விலகாமல் சிலையான ஆதர்ஷீம் அனுவும், மணிமேகலை இவர்கள் யாரென்று கேட்கவும், உணர்வுக்கு வந்தனர்.

உருவத்தில் ஒன்றுபோல் இருந்தாலும் அவர்கள் இருவரின் ஆளுமையும், எண்ண ஓட்டங்களும் வெவ்வேறாக இருந்தன.

எப்போதுமே ஒரு பரபரப்பு, எதையும் செய்து முடிக்க வேண்டும் என்ற ஆர்வம், குழந்தைத்தனம், அதிரடி, அடிதடி... இது அனன்யா...

அனைவரிடமும் கனிவு, பொறுமை, அமைதி, சலனமில்லாத தீர்க்கமான அதேநேரம் துணிவு பொருந்திய அகமும் முகமும் கொண்டவள் மணிமேகலை.

"நம்ம எப்படி வந்தோம்ன்னு தெரிஞ்சா பயந்துடுவாங்க... அதனால அதைப் பத்தி சொல்ல வேண்டாம். . ." என்று முதலிலேயே ஆதர்ஷ் சொல்லியிருந்ததால் அனு என்ன பேசுவது என்ற குழப்பத்தில் இருந்தாள்.

ஆதர்ஷ் தான் முதலில் பேசத் துவங்கினான்.

"தாயே வணக்கம்! என் பெயர் ஆதன்... இவள் என் மனையாள் அனிச்சமலர்... வழி தவறி இந்நகரம் வந்துவிட்டோம்... இவ்விடம் நாங்கள் இரண்டு நாட்கள் தங்கிச்செல்ல தங்கள் அனுமதி வேண்டும்..." என்றான் பணிவுடன்.

அனுவுக்கு சிரிப்பு வந்தது... 'நல்லா மகாபாரதம், ராமாயணம் எல்லாம் டீ.வி யில் பாத்து பயங்கரமா செந்தமிழ் பேசறான்...' என்று உள்ளுக்குள்ளே நினைத்து சிரிப்பை விழுங்கிக்கொண்டிருந்தாள்.

"இந்நகரில் விருந்தினர் தங்குமிடங்கள் ஏராளம் உள்ளன ஐயா! எனினும் இங்கு வந்து கேட்டமையால் மறுத்திட மனம் வரவில்லை... நீங்கள் தாராளமாக இங்கே தங்கலாம்..." என்றாள் மணிமேகலை, அருள் நிறைந்த மனதோடு...

“நன்றி தாயே! இவ்வுதவியை நான் என்றும் மறக்கமாட்டேன்...” என ஆதர்ஷ் சொன்னான்.

இதற்கும் அனன்யா சிரித்துக்கொண்டே இருக்க, மணிமேகலை “உன் மனைவியை அழைத்துச் சென்று ஒருமுறை நெடுங்கல் நின்ற மன்றத்தை வலம் செய்துவிட்டு வாருங்கள்...” என்று சொன்னாள்.

கட்டாயம் செய்வதாக ஆதர்ஷ் சொல்லிவிட... அனு அவனை முறைத்தாள். இவளின் செய்கைகள் ஆதர்ஷீக்கு சற்று அதிருப்தி தந்தது முகத்தில் தெரிந்தது. அனுவும் ஆதர்ஷும் அவர்களுக்கு காண்பிக்கப்பட்ட அறையில் தங்குவதற்காகச் சென்றனர்.

♦♦♦

அங்கு சென்றதும், அனன்யா ஆதர்ஷியிடம் கொஞ்சம் காட்டமாகப் பேசினாள்... “என்னதான் அவ என்னைமாதிரியே இருக்கான்னாலும்... அவ சொல்ற எல்லாத்துக்கும் நீங்க சரின்னா ரொம்ப அதிகமா தெரியுது... அதுவும் இல்லாம அவ என்ன லூசுன்னு சொல்றா... நீங்களும் கேட்டுட்டு வரீங்க...”

“என்ன? நீ சொல்றது எனக்கு ஒன்னுமே புரியல... நீ சம்பந்தமில்லாம பேசுற...”என்றான் ஆதர்ஷ்.

“என்ன அவ்ளோ கடுப்பா பேசுறீங்க?” என்று கொஞ்சம் சோகமாகச் சொன்னாள் அனு.

“அப்படி எல்லாம் இல்ல அனு... அவங்க எவ்ளோ பெரிய ஆளு... அதுவுமில்லாம இப்போ ரொம்ப மனக்கஷ்டத்துல இருக்காங்க... நீயோ சம்பந்தமில்லாம சிரிச்சிட்டு இருந்த... அவங்க முன்னாடி மரியாதையே இல்லாம நீ நடந்துக்கிட்டமாதிரி தோணுச்சு... அதான் கொஞ்சம் கோவமா நடந்துகிட்டேன்... மன்னிச்சுக்கோ, ப்ளீஸ்...” என்று விளக்கினான் ஆதர்ஷ்.

“சரி, இப்ப நான் கொஞ்சமா... ரொம்ப கொஞ்சமாத்தான் கோவமா இருக்கேன்...” என்று கண்ணிமைத்துவிட்டு...

அனு தொடர்ந்தாள்..."நான் சிரிச்சதுக்கு காரணம் உங்களுடைய ஸ்லாங்க் தான்... ஏதோ டப்பிங் சீரியல்கள்மாதிரியே ரொம்ப தூய தமிழ்ல பேசிட்டு இருந்தீங்க... அதான் எனக்கு சிரிப்பு அடக்க முடியல...” என்று சொல்லி மறுபடியும் சிரித்தாள்.

ஆதர்ஷும் அவள் சொன்னதை நினைத்து சிரித்துவிட்டு... "அப்புறம் எதுக்கு மேடம் கோவப்பட்டீங்க?" என்று கேட்க...

தன் கோபம் நினைவு வந்தவளாய்.... கொஞ்சம் முறைப்போடு "பின்னே என்ன... நெடுங்கல் நின்ற மன்றம் போய் சுத்தி கும்பிடச் சொல்றா.. நீங்க சரின்னு சொல்லிட்டு வரீங்க... அது என்ன தெரியுமா...? புத்தி சுவாதீனம் இல்லாதவர்களை அழைச்சிட்டுப் போய் குணமாக வேண்டுகிற இடம்..." என்று கூறி நிறுத்தினாள்.

ஆதர்ஷ் சிரிக்க ஆரம்பித்தான். "ஓ அவங்க உன்ன அப்படி நெனச்சுட்டாங்கபோல...

அப்புறம் சும்மா சும்மா சிரிச்சிட்டு இருந்தா எல்லாரும் என்ன நினைப்பாங்க.

விடு அனு... பழைய காலத்து மனுஷங்கள்ல..." என்று சமாதானம் செய்யப் பார்த்தான்.

"சரி, ஆதர்ஷ் பையா... எப்படி நம்ம நிலைமையை அவங்களுக்குப் புரிய வைக்கிறது... என்ன நினைப்பாங்கன்னே தெரியல... எப்படிச் சொல்றதுன்னும் புரியல..." என்று தங்கள் நிலையை நினைத்து வருந்தினாள்.

"நான் பேசறேன்... கவலைப்படாத... உடனே சொல்ல எனக்கும் பயம்தான்... யோசிப்போம்..." என்று சொல்லிவிட்டு அந்த அறையின் ஓர் ஓரத்தில் அமர்ந்து சிந்தனையில் ஆழ்ந்தான்.

அனுவும் சற்றுநேரம் யோசித்துவிட்டு "நான் நேரா போய் பேசறேன் ஆதர்ஷ்..." என்றுவிட்டு மணிமேகலை அறைக்குச்செல்ல அனு எழுந்தபோது...

"வேண்டாம் அனு... ஏதும் பிரச்சினை ஆகிடப்போகுது..." என்று ஆதர்ஷ் தயங்கித் தயங்கிச் சொன்னான், எப்போது வேண்டுமானாலும் கோபப்படும் அவள் குணம் அறிந்து.

"பொண்ணுங்களுக்குப் பேச ஆயிரம் இருக்கும்... எத்தன நூற்றாண்டு போனாலும் இது மாறாது... குடும்பம் பத்தி, அவங்கள லவ் பண்ற ஆளப் பத்தின்னு ஏதாச்சும் பேசி இதை சொல்லப் பாக்குறேன்... நீங்க ஒன்னும் பயப்படாதீங்க..." என்று சொல்லிச் சிரித்தாள்.

“நீ ரொம்ப வித்தியாசமான ஆளுதான். தில்லு ஜாஸ்தி அனு... ஆல் தி பெஸ்ட்..!” என்று வெளியில் சொன்னாலும்... விபரீதம் ஏதும் வருமோ என்று ஆதர்ஷ் உள்ளுக்குள் பயந்தான்.

“ஏதும் பிரச்சனைன்னா ஓடிடுவோம்... எனக்கு அத்லெடிக்ஸ் தெரியும்... பயம் உங்க முகத்துல அப்பட்டமா தெரியுது..!” என்று கலாய்த்துவிட்டு அனு நடந்தாள்.

♦♦♦

மணிமேகலை அறையை அடைந்தபோது... அங்கே மணிமேகலையும் அவள் தோழி சுதமதியும் பேசிக்கொள்ளும் வார்த்தைகள் அனு காதில் விழுந்தது..."அப பெண் உன்னைப்போலவே இருக்கிறாள்... ஆனால் அவர்கள் நம் ஊரோ அல்லது நாடோ இல்லை... வேற்று உலகத்தில் இருந்து வந்தவர்கள்போல் இருக்கிறார்கள்... சற்று சிந்தித்து செயல்படு...” என்றாள் சுதமதி.

“எனக்கும் சிறு ஐயம் உள்ளது... அதேநேரம் அவர்கள் ஏதோ சிக்கலில் இருப்பதுபோல் உள்ளுணர்வு சொல்கிறது...” என நிறுத்திவிட்டு..."புகார் நகரில் வந்து, எவரும் தவறு செய்துவிட்டுத் திரும்ப இயலாது... எனவே அச்சம் தேவையில்லை...” என்றாள் மணிமேகலை.

அனன்யா இவையெல்லாம் கேட்டு மனதில் வைத்துக்கொண்டாள்.

சிறிது நேரம் அமைதியாக இருந்ததால், தன் காலடிச் சத்தம் அவர்களுக்கு கேட்கும்படி நடந்து..."நான் உள்ள வரலாமா மணிமேகலை! உங்ககிட்ட கொஞ்சம் பேசணும்...” என்றாள்.

சுதமதி சற்றே திடுக்கிட்டுப் பார்க்க, ஏதும் நடக்காததுபோல்... “உள்ளே வாருங்கள் அனிச்சமலர்! ஏதும் உதவி வேண்டுமா?” என்றாள் மணிமேகலை.

“உங்ககிட்ட சில உண்மைகளச் சொல்லணும்... பயப்பட்டு என்னை விரட்டிவிட்டுடாதீங்க..!” என்றபடி நுழைந்தாள் அனு.

கேள்வியாகப் பார்த்த மணிமேகலையிடம் தங்கள் திருமணம் முடிவானதுமுதல் பூம்புகார் நகரில் அவளைப் பார்த்தது வரையிலான கதை முழுவதும் கூறினாள்.

சுதமதி இதனைக்கேட்டு மயங்கும் நிலைக்குச்சென்றுவிட்டாள். ஆனால் மணிமேகலை நிதானமாக எழுந்து தன் பெட்டகத்திலிருந்து சிறு மரப்பெட்டியொன்றை எடுத்துவந்து அனன்யாவிடம் தந்தாள்.

அனன்யாவுக்கும் இந்தச் செயல் குழப்பம் ஏற்படுத்த..."இத எதுக்கு என்கிட்ட தர்றீங்க?" என்றாள் தயங்கியபடி..."பெற்றுக்கொள் அனிச்சமலர்! இதனை திறந்து பார்..." என்றாள் மணிமேகலை.

"இன்னொரு உதவி... இந்த அனிச்சம், இனிச்சம் ன்னு சொன்னா யாரையோ கூப்பிடுறது மாதிரி இருக்கு... என் பேரு அனன்யா... நீங்க அனுன்னும் கூப்பிடலாம்... ப்ளீஸ்...!

ம்ம்ம்...

ப்ளீஸ்ன்னா தயவுசெய்து..." என்று நீண்ட உரையாற்றி விளக்கமும் சேர்த்து சொல்லி முடித்தாள்.

"அவ்வாறே அழைக்கிறேன் அனு... முதலில் இப்பேழையை திறந்து பார்க்கவும்..." என்று வற்புறுத்திச் சொன்னாள் மணிமேகலை.

❑

18

இந்திரநீலம்

அனு மெல்ல அதனைத் திறந்தாள்...

அது இந்திரநீலக்கல்லேதான்...

ஆனால் இவர்கள் பார்த்தபோது இருந்ததுபோல் இல்லாமல், அப்போதுதான் பட்டை தீட்டப்பட்டதுபோல அற்புதமாய் மிளிர்ந்தது......

"ஹேய்... இது எப்படி உங்க கைக்கு வந்துச்சு?" என்று வியந்து அனு விழி விரித்தாள்.

இதைக் கேட்டவுடன் மணிமேகலை முகத்தில் ஒரு சிறு வியப்பு மற்றும் சோகம் படர்ந்து மறைந்ததனை அனன்யா கண்டுகொண்டாள்.

"என்னாச்சு? சட்டுன்னு முகம் வாடிப்போச்சு..."என்று மனதில் நினைத்ததைக் கேட்டுவிட்டாள்.

மணிமேகலை "இது அரசிளங்குமரன் பரிசளித்தது... இவ்வுலக வாழ்வில் அவரோடு இணைய முடியாவிட்டாலும் அவர் தந்த பரிசு மட்டுமாவது என்னோடு இருக்கட்டுமென்று வைத்துக் கொண்டேன்..." என்றாள்.

"அப்போ மணிமேகலை! நீங்க உண்மையிலேயே அந்த உதயகுமாரன விரும்புறீங்களா?" என்று அனன்யா பட்டென்று கேட்டாள்.

"உங்களுக்கு எப்படி அவரைப் பற்றித் தெரியும்? இந்நகருக்குள் நடப்பவற்றை முழுதும் அறிவீர்கள்போலவே?" என்று பதில் கேள்வி கேட்ட மணிமேகலையிடம்...

"உங்களோட கதை தமிழ்நாடு முழுக்கத் தெரியும்...அதப்பத்தி அப்புறம் சொல்றேன்... நீங்க சொல்லுங்க... அவர விரும்புறீங்களா..." என்று விடாப்பிடியாக நின்றவளின் அந்த வினாவிற்கு மணிமேகலையால் விடை சொல்ல முடியவில்லை.

“இருக்கலாம்... ஆனால் என் அன்னையின் உணர்வுகளுக்கு மதிப்புக் கொடுத்து, நான் இல்லற வாழ்வு வேண்டாமென முடிவெடுத்துவிட்டேன். முதலில் சிறிது சஞ்சலம் இருந்தாலும், தற்போது என் மனம் முழுமையாக துறவறத்தில் நிலைத்து விட்டது...” என்றாள் மணிமேகலை.

“உங்க அம்மாவைத் தவிர வேற குடும்ப உறுப்பினர்கள் யாருக்கும் நீங்க துறவியாகப் போறதில விருப்பமில்லைன்னு சொல்லி ஊருக்குள்ள பேசிக்கிட்டாங்க... அது உண்மையா?

நிச்சயமா ஒரு குடும்பத்துல, பொண்ணு துறவியா மாறுவது யாருக்குமே பிடிக்காததாதான் இருக்கும்... நீங்க அவங்களைப் பத்தி நினைக்கலயா?” என்று அனன்யா கேட்க...

“எங்களுடையது தாய்வழி சமூகம்... என் தாய்வழி பாட்டிதான் என் அன்னையின் வாழ்வு, நிலையில்லாமல் ஆனதற்கு காரணம்..... இப்போது என்னை இளவரசர் உதயகுமாரனை மணந்துக் கொள்ளச் சொல்வதும் அவரே...

என் தந்தையின் செல்வங்களை அபகரித்த அவர், மனம் வருந்தி அதனைப் புரிந்துகொள்ள வேண்டுமென்பதற்காகவே என் தாய் துறவறம் பூண்டார். தந்தைவழி சொத்துகள் யாவும் அவர்தம் உறவினர்க்குச் சேரும்படி செய்தார்... இப்போது நான் திருமணம் செய்துகொண்டால் அவர்கள் மனவருத்தம் நிலைக்காது...” என்று நிறுத்தினாள் மணிமேகலை.

“அம்மாடி! நீங்க என்ன இப்படிப் பேசுறீங்க? அவங்க தப்பு செஞ்சவங்க... அதுக்கு அவங்க தண்டனை அனுபவிக்கணும்... ஆனா இந்த சின்ன வயசுல நீங்க அவங்களுக்காக ஏன் தண்டனை அனுபவிக்கணும்ன்னு நினைக்கிறீங்க? இது உங்க வாழ்க்கை. அதை சூனியமாக்க கனவுலகூட நினைக்கக்கூடாது... அந்தப் பையன உங்களுக்குப் புடிச்சிருந்தா நீங்க அவன கல்யாணம் பண்ணிக்கோங்க...

பாருங்க... உங்க காலத்துல பெரிய தடங்கல்கள் ஏதும் இல்ல. ஆனா வருங்காலம் அப்படி இருக்கப்போறதில்ல எங்களுக்கு ஜாதி, மதம், பணம், தகுதின்னு பல வேறுபாடுகள் இருக்கு உங்களுக்கு இப்போது எதுவுமே இல்ல அதனாலதான் சொல்றேன்... கல்யாணம் பண்ணிக்கோங்க" என்று பாடம் சொல்லி முடித்தாள்.

மணிமேகலைக்கு இவள் சொல்லும் அனைத்தும் புதிதாகவும் புதிராகவும் இருந்தது... "நீ சொல்வது ஒருபுறம் இருந்தாலும் அந்த அரசகுமாரன் தன் முற்பிறவிப் பயனாகவே இவ்விதம் அல்லல் படுகிறான். கடந்த பல பிறவிகளாக நானும் அவனும் கணவன், மனைவியாக வாழ்ந்தோம். முற்பிறவியில் அவன் செய்த பாவத்தின் காரணமாய் நாங்கள் இப்பிறவியில் சேரமுடியாது என்பது விதியாகும்" என்றாள் மணிமேகலை.

"விதி... போன ஜென்மம்... புருஷன் பொண்டாட்டி... இது எல்லாமே எதுவுமே உண்மை கிடையாது.... உங்கள எங்க காலத்துக்கு அழைச்சிட்டுப் போக முடிஞ்சா எவ்வளவு நல்லா இருக்கும்ன்னு தோணுது... அங்க நீங்க வந்து பாத்தாதான் உங்களுக்கும் புரியும்...

இது எல்லாம் விதி கிடையாது... உங்க அம்மா செஞ்ச சதியா இருக்கும். உங்களை அந்தத் தீவுக்கு அழைச்சுட்டுப் போன குருதானே உங்ககிட்ட எல்லாம் சொன்னாங்க? அதுவும்கூட உங்கள மாத்தி துறவறத்திற்கு அழைச்சிட்டுப் போறதுக்காக இருக்கலாம்.

நீங்க திருமணம் செஞ்சு, வாழ்க்கையை வெறுக்க வேண்டாம்ன்னு உங்க அம்மா மனசுல நினைச்சிருக்கலாம்... ஆனா அந்த உதயகுமாரன் நல்லவனா இருந்தா நீங்க அவனைக் கல்யாணம் பண்ணிக்கோங்க அதுல என்ன தப்பு இருக்கு? ஒருவேளை அவனோட வாழப் பிடிக்கலன்னா... நீங்க உங்களுக்கு விருப்பப்பட்ட போது துறவறம் போறதுக்கும் உங்களோட காலத்துல வாய்ப்பு இருக்கு..." என்றாள் அனு.

இவ்வளவு நேரமாகியும் காணதாததால், ஆதர்ஷ் அனன்யாவைத்தேடி புத்த விகாரம் முழுவதும் அலைந்தான்.

அப்போது மணிமேகலை அறையில் அவள் பேசிக்கொண்டிருப்பது தெரிந்ததும், தயக்கத்துடன் வெளியில் வந்து நின்றான்.

இறுதியாக அனன்யா பேசிய வார்த்தைகள் அவன் காதில் விழுந்தன. இதை அப்படியே நிறுத்த எண்ணிய ஆதர்ஷ் உள்ளே நுழைந்தான். அவர்களின் பேச்சில் குறுக்கிட்டு, "என்னை மன்னித்துக்கொள்ளுங்கள் மணிமேகலை... அனுமதியின்றி நான் உள்ளே வந்திருக்கக்கூடாது...""அவங்களோட தனிப்பட்ட விஷயத்துல தலையிடாத அனு...வா போலாம்" என்று கோபமாக அனுவை அழைத்தான்.

மணிமேகலை “அவள் சொல்வதில் தவறு ஏதும் இல்லை... அவளைப் பேச விடுங்கள்...” என்று கூறினாள்.

அனன்யா உடனே "பாத்தீங்களா... நான் பேசுறது அவங்களுக்கு பிடிச்சிருக்கு ஆதர்ஷ்... ஷி நீட் திஸ் விஸ்டம்...” என்று ஆதர்ஷிடம் சொல்ல...

ஆதர்ஷோ “இதுவே உனக்கும் எனக்கும் வீட்ல பாத்து நிச்சயம் பண்ணாம... நான் நேரா உன்கிட்ட வந்து காதலிக்கிறேன்னு சொல்லியிருந்தா என்ன செஞ்சுருப்ப அனு... இவங்க நிலைமையும் அதானே?” என தனக்கு சரியென்று பட்டதைப் பேசினான்.

“இது அவங்களோட தனிப்பட்ட முடிவுன்னா சரிதான்... ஆனா அவங்களா எடுத்த முடிவு இல்லை ஆதர்ஷ் இது. இந்த முடிவுக்கு அவங்க நிர்ப்பந்திக்கப்பட்டு இருக்காங்க... நான் சூழ்நிலைய அவங்களுக்குப் புரிய வைக்கிறேன். காதல பெரிய விஷயமா நான் சொல்லல... ஆனால் நம்மளப் புரிஞ்சுக்கிற ஒருத்தர்கூட இருக்கிறது நம்ம வாழ்க்கைக்கு நல்லதுன்னுதான் அவங்ககிட்ட சொல்றேன்... நான் உன்னை கோவில்ல பாக்குறதுக்கு முன்னாடிவரைக்கும் எனக்கு காதல் கீதல் மேலே ஒரு நம்பிக்கையும் இல்லை... ஆனா இப்போ, நீ எனக்குள்ள அப்பப்போ உண்டாக்குற அந்த அழகான உணர்வுகள், உன்னோட இருக்கும்போது வரும் தைரியம்.... இதெல்லாம் ரொம்ப நல்லாருக்கு ஆதர்ஷ்... அதுமாதிரி சின்னச் சின்ன சந்தோஷங்கள மணிமேகலையும் அனுபவிக்கணும்ன்னு எனக்குத் தோணுது... அந்த ராஜாவோட பையன் இவங்கள உண்மையாகவே விரும்பினார்ன்னா இவங்க அவரை கல்யாணம் பண்ணிக்கட்டுமே.” என்று எப்போதும் இல்லாத வகையில் அனன்யா மிகவும் உணர்ச்சிவசப்பட்டுப் பேசினாள்.

தன்னைப்பற்றி அவள் சொன்னது ஆதர்ஷின் மனதில் பெருமகிழ்ச்சியை உண்டாக்கியது.

அப்போது ஒரு துறவி அங்கு வந்து, வாசலில் ஒருவன் நினைவின்றி அமர்ந்திருப்பதைத் தெரிவிக்க, மணிமேகலை மற்றும் சுதமதி அங்கு விரைந்தனர்.

❑

19

அந்தி மழையே...

இந்திரநீலக் கல்லை அவர்கள் தங்கியிருந்த விடுதி , முதன்முதலில் கண்விழித்த அந்தக் கடற்கரை, பின் அவர்கள் சென்ற நாளங்காடி என்று அனைத்து இடங்களிலும் தேடியும் கிடைக்காமல் மணிமேகலையின் இருப்பிடம் விசாரித்து அங்கு வந்து சேர்ந்தான் மித்ரன்.

காலையிலிருந்து எதுவும் சாப்பிடாத காரணத்தாலும், அலைந்த களைப்பினாலும் வாசல்வரை வந்தவன்.. அதற்குமேல் உள்ளே நுழைய முடியாமல் படியிலேயே அரை மயக்கத்தில் அமர்ந்திருந்தான்.

தகவல் தெரிவிக்கப்பட்டதும் உள்ளே இருந்து மணிமேகலை மற்றும் சுதமதி முதலில் வெளியில் வந்தனர்.

மித்ரனை இவ்வளவு நேரம் காணாததால் அனுவும் ஆதர்ஷும் மிகுந்த கலக்கமுற்றிருந்தனர்.

வெளியில் யாரோ வந்திருப்பது தெரிவிக்கப்பட்டதும் முதலில் சாதாரணமாக எடுத்துக்கொண்டாலும் பின்னர் மித்ரனாக இருக்குமோ என்ற எண்ணம் இருவருக்கும் ஒரே நேரத்தில் தோன்றியது.

சட்டென தோன்றிய உந்துதலின் பேரில், இவர்களும் புத்த விகாரத்தின் வாயிலுக்கு வந்தனர். அங்கே மித்ரன் மயங்கிச் சரிந்திருப்பதுகண்டு ஆதர்ஷ் அதிர்ந்தான்.

உடனே அருகில் சென்று அமர்ந்துகொண்டு அவன் தலையை தூக்கி தன் மடியில் வைத்து தண்ணீர் கொண்டுவருமாறு அங்கிருந்தவர்களிடம் பணித்தான்.

தண்ணீர் கொண்டுவர சிலர் உள்ளே சென்றனர்.

மித்ரன் அமர்ந்திருந்த இடத்திலிருந்து நான்கு படிகள் கீழே மணிமேகலை வைத்திருந்ததுபோன்ற பேழை ஒன்று இருந்ததை யாரும் கவனிக்கவில்லை.

தண்ணீர் தெளித்து, மித்ரன் மயக்கம் தெளிந்தவுடன் ஆதர்ஷ் அவனிடம் நடந்தவற்றை விசாரித்தான்.

இந்திரநீலக்கல் கிடைக்கவில்லை என்றதும் மித்ரனுக்கு ஏற்பட்ட அதே பய உணர்வு ஆதர்ஷீம் ஏற்பட்டது.

அனன்யாவிடம் இருந்த கல்பற்றி, ஆதர்ஷ் அப்போது அறிந்திருக்கவில்லை.

அனன்யா அருகில் வந்து "இதோ அந்தக் கல்லு மாதிரி இங்க ஒன்னு இருக்கு... ஆனா அது நாம வச்சிருந்த கல்தானான்னு எனக்குத் தெரியல... கொஞ்சம் வேறமாதிரி இருக்கு....!" என்றாள்.

அப்பேழை மணிமேகலை கண்ணில் பட்டுவிட, அதனை எடுத்து திறந்து பார்த்தாள். அதனுள்ளே இதுவரை அனன்யா ஆதர்ஷ் இருவரும் வைத்திருந்த கல் இருந்தது.

அனன்யா அருகில் சென்று பார்த்துவிட்டு "மித்ரன்... நீங்க கல் கிடைக்கலைன்னு சொன்னீங்க... ஆனா இது எப்படி இங்க வந்துச்சு.....? நீங்க எடுத்துட்டு வரலையா இத..? என்று கேட்க, இதையறிந்த அனைவரும் குழம்பினர்.

"இங்க என்ன நடக்குதுன்னு யாராவது எனக்குத் தெளிவா சொல்லுங்க...

இங்க ஒரு கல் இருக்குது...

நாம வச்சிருந்ததா நெனச்சு தேடிப் போன இடத்தில இல்லாம, இப்போ அதே கல் இங்கே எப்படி வந்துச்சு?

தலையே சுத்துது எனக்கு...

எதுவுமே புரியல..!" என்று மித்ரன் பெருமூச்சுவிட்டான்.

மணிமேகலை அங்கிருந்த மற்ற துறவிகளிடம் "இவரை அழைத்துச் சென்று உணவு பரிமாறுங்கள்... ஓய்வெடுக்க வையுங்கள்... சிறிது நேரம் கழித்து அனைத்தையும் தெரிந்து கொள்வோம்... பசியோடு இருப்பவரை கேள்விகளால் துளைத்து எடுக்காதீர்கள்..." என்றாள்.

இப்புதிர்களின் விடை என்னவென்று அறிய வேண்டும் என்று மித்ரன் மனதில் தோன்றினாலும் மணிமேகலையின் சொல்லுக்குக் கட்டுப்பட்டு அவன் உள்ளே சென்றான்.

ஆனால் அனன்யா மற்றும் ஆதர்ஷ் இருவரும் குழப்பத்திற்கு விடை காண வேண்டும் என்ற ஆவலில் வெளியில் சென்று இதற்கு முடிவு கிடைக்குமா என்று அறிந்துவர தீர்மானித்தனர்.

விடை மணிமேகலையிடம்தான் இருக்கிறது என்பதை அவர்கள் அறியவில்லை.

புத்த விகாரத்தில் மணிமேகலையிடம் அனுமதி பெற்று மித்ரன் ஓய்வெடுக்கட்டும் என்று அவனை அங்கேயே விட்டுவிட்டு அனன்யா வெளியில் வர, ஆதர்ஷ் ஓர் அழகான வெண்புரவிமீது அமர்ந்திருந்தான்.

அவன் அமர்ந்திருந்த விதமும், அந்த முன்மாலை நேரமும், சூரியக்கதிர்களின் மயக்கும் மஞ்சள் நிறமும் அவனை மிகவும் கம்பீரமாகக் காட்டின. அனன்யா 'இவன் இந்தக் காலத்துல பொறந்திருந்தா... ராஜாவாதான் இருந்திருப்பான்..!' என்று மனதுக்குள் நினைத்துக்கொண்டாள்.

தன்னுடைய வருங்காலக் கணவனுடன் இந்த மாலை கடற்காற்றின் இனிமையை ரசிக்கப்போகிறோம் என்று மனம் துள்ளிக்கொண்டிருந்தது.

'அடியே! அப்பட்டமா வழியுதுன்னு தெரியப்போகுது... கொஞ்சம் தொடச்சுக்கோ...' மனசாட்சி மறுபடியும் எச்சரித்தது.

"என்ன ஓய்யாரமா உக்கார்ந்திருக்கீங்க..? குதிரை தள்ளி கிள்ளி விட்டுடப்போகுது இறங்குங்க..." தன் உணர்ச்சிகளை மறைத்துக்கொண்டு அவனைக் கேலி செய்தாள் அனு.

"ஹா... ஹா... உனக்கு தடகளம் தெரியும்ன்னு சொன்ன... எனக்கு குதிரை ஏற்றம் தெரியும்... அதையும் தெரிஞ்சுக்கோ... சரி, இப்ப வந்து ஏறி உட்காரு... நாம ரெண்டு பேரும் இதுலதான் வெளில போறோம்..." என்றான் ஆதர்ஷ் முகம் முழுதும் படர்ந்த புன்னகையுடன்.

அவளுக்கு அதனை நம்பவே முடியவில்லை"குதிரைல நாம போகப் போறோமா? என்ன சொல்றீங்க? எப்படி நான் வர்றது? நான் எல்லாம் யார்கூடயும் பைக்லகூட போகமாட்டேன்... குதிரையில எப்படி..?" என்றாள், என்ன பதில் சொல்வதென்று புரியாமல்.

ஆனால் "ஏன் இன்னும் கமிட் ஆகல"ன்னு கேட்கும் தோழிகளிடம்... "என்னை ராஜகுமாரன் வந்து குதிரையில் தூக்கிட்டு போயிடுவான்... எனக்கு இங்க உள்ள பசங்களப் பிடிக்கல... அவங்களுக்கும் என்னப் பிடிக்கல..." என்று கதை அளந்தது நினைவு வர... சிரிப்பு வந்தது.

"ரொம்பப் பண்ணாத அனு... நீ வெளியில் வரும்போது குதிரையைப் பார்த்தவுடன் உன் முகத்தில எவ்வளவு சந்தோஷம் இருந்ததுன்னு நான் பார்த்தேன். ஒழுங்கா வந்து ஏறு செல்லக்குட்டி..." என்று சொன்னான் ஆதர்ஷ்.

"அட மக்குப் பையா... உன்னைதான் பாத்தேன்..." அனன்யா உள்ளுக்குள் சிரித்துக்கொண்டாள்.

அது தெரியாத ஆதர்ஷ் "நான் உங்களப் பத்திரமா கூட்டிட்டு போயிட்டு திருப்பி அழைச்சிட்டு வந்துருவேன் மகாராணி... நம்பி வாங்க..." என்றான், பம்முவதுபோல் பாவனை செய்து.

'உன்னை நம்பாம வேற யார நம்பப் போறேன்?' என்று அவள் எண்ணினாள்.

இவன் செய்கைகள் பேச்சுகள் என அனைத்தும் இனம் புரியாத இன்பத்தை தந்தன. பொங்கி வந்த வெட்கத்தையும் படபடப்பையும் ஒதுக்கித் தள்ளிவிட்டு அவன் கைபற்றி குதிரைமேல் ஏறினாள் அனன்யா.....

'இந்த செல்லம் ... குட்டி... எல்லாம் எப்படி வந்து ஒட்டிக்கொண்டன?' என்று ஆதர்ஷ் தனக்குள்ளே வியந்துகொண்டான்.

'கொஞ்சம் அதிகமாதான் பேசிட்டோம்.. இனி குறைச்சுக்கணும்... இவ எப்போ, எப்டி மாறுவான்னு தெரியாது' என்று ஆதியின் மூளை சொன்னது. இருந்தாலும் 'பேசு பேசு' என்று மனம் அரித்தெடுத்தது.

அந்தக் குதிரை மெல்ல மெல்ல நடந்து சென்றது... கடற்கரை ஓரம் சிறிது தூரம் சென்று மருவூர்ப்பாக்கத்தில் ரத்தின வணிகர்களிடம் இந்திரநீலம்பற்றி விசாரித்துவிட்டு திரும்பிவிட வேண்டும் என்று நினைத்தே அவன் புத்த விகாரத்தில் குதிரையை வாங்கினான்.

ஆனால் அவர்கள் மனங்கள் வந்த வேலை மறந்து, காற்றோடு மிதந்துகொண்டிருந்தன. வேறு எந்த நினைவும் இன்றி இதயங்கள் அன்பில் திளைத்திருந்தன...

குதிரை மின்னல் ஒன்று பளிச்சிடவும் சற்று மிரண்டு குலுங்கியது...

ஆதர்ஷ் குதிரையை நிறுத்த முயன்றபோது அனு கீழே விழப்போனாள்... அவள் ஆதர்ஷை அச்சத்தில் இறுகப் பற்றிக்கொண்டாள்.

குதிரை நின்றுவிட்டது... ஆனால் மனமெனும் குதிரை நிற்குமா...

மேகங்கள்போல் தேகங்கள் தொட்டுக்கொள்ள, நெஞ்சில் மின்னல் வெட்ட.... அங்கே காதல் மழை...

வானிலும் மின்னல் மழைக்கான அறிகுறி...

❑

20

மதில்மேல் பூனை

மழைச்சாரல் பட்டவுடன் இருவரும் சுயநினைவுக்கு வந்தனர்.

வானில் திரண்ட மேகங்கள் மழையை சிறிது சிறிதாக நிலத்தில் விதைத்துக்கொண்டிருந்தன.

இவர்கள் புத்த விகாரத்தில் இருந்து கிளம்பி அரை மணிநேரம் இருக்கும். குதிரை மெதுவாக நடந்து வந்ததால், வெகு தூரம் சென்றிருக்கவில்லை.

அதனால் ஆதர்ஷ் மருவூர்ப்பாக்கம் செல்லும் எண்ணத்தைக் கைவிட்டான். புத்த விகாரத்தை நோக்கி குதிரையைத் திருப்பி, காற்றினைக் கிழித்து மின்னலுடன் போட்டி போட்டு அந்தப் புரவி புத்த விகாரத்தை அடைந்தது.

அனன்யா இனிமையிலிருந்து தனிமைக்குப் போகவேண்டும் என்று எண்ணி கொஞ்சம் சோர்ந்து போனாலும், அன்றைய நினைவுகள் அவளுக்கு வாழ்நாள் முழுவதும் போதும் எனும் நிறைவு இருந்தது.

அவன் நெருக்கம், மின்னல், மழை, கடற்காற்று, புரவிப்பயணம்.... எல்லாம் கனவிலும் கதைகளிலுமே நடக்கக்கூடியவை.

அவளால் நேராக ஆதியின் கண்களைப் பார்க்க முடியவில்லை. உணர்ச்சிகள் கடலலைகள்போல் மேலும் கீழும் விழுந்து எழுந்து அடங்கின. மனதில் உண்டான ரசாயன மாற்றங்கள் அவளை ஆர்ப்பரித்து ஆகாய உச்சிக்குக் கொண்டுசென்றும், ஆழ்கடல் அமைதியைத் தந்தும் இம்சித்தன. இவர்கள் வந்த திசையிலேயே தூறல் அடித்ததால், அனன்யாமீது மழைத்துளிகள் விழாமல் ஆதர்ஷை மட்டும் நனைத்திருந்தன.

இவர்கள் வந்ததும் பஞ்சவாசப் புகை போட்டு தலையின் ஈரத்தைப் போக்கிவிட மணிமேகலை பணியாளர்களுக்கு அறிவுறுத்தி இருந்தாள். அவர்களும் அதன்படியே செய்தனர்.

“இது ரொம்ப நல்லாருக்கு... என்ன மருந்து..?”என்று ஆதர்ஷ் கேட்டான்.

“பஞ்சவாசம் என்பது ஏலக்காய், தக்கோலம், லவங்கம், சாதிக்காய், கற்பூரம் எனும் ஐந்து மூலிகைகள் சேர்த்து போடப்படும் புகை ஆதர்ஷ்... பழங்காலத்துல சாம்பிராணிக்குப் பதில் இதப் பயன்படுத்திருக்காங்கன்னு படிச்சுருக்கேன்” என்று அனன்யா சொன்னாள்.

“அடேங்கப்பா...! என்ன கேள்வி கேட்டாலும் பதில் சொல்லிடுற...இந்த ஊரப்பத்தி கரைச்சுக் குடிச்சுருப்பபோல...” என்று ஆதர்ஷ் வியந்து கேட்டதற்கு அனு ஒரு புன்னகையையே பதிலாகத் தந்தாள்.

அனன்யாவுக்கு மணிமேகலையின் அறையில் ஒரு பகுதி தரப்பட்டது. ஆதர்ஷ், மித்ரன் இருவரும் ஆண்கள் தங்கும் பகுதியில் இருந்தனர். மித்ரன் ஓய்வெடுத்து உணவருந்தி சற்று களைப்பு நீங்கி எழுந்தான்.

♦♦♦

மித்ரன் அந்த இரண்டாவது பேழைபற்றியும் அதில் இருந்த கல்பற்றியும் மணிமேகலையிடம் “உங்களுக்கு இதுபற்றி ஏதேனும் தெரியுமா? நாங்க அந்த இந்திர நீலக்கல்லை எங்களுக்கு கொடுக்கப்பட்ட அறையில் வச்சிருந்தோம்... நான் அங்க போய் பாத்தப்போ எதுவுமே இல்ல... ஆனா இங்க வந்த பிறகு இந்த புத்த விகாரத்தின் வாசலில் ஒரு மரப்பெட்டியில் வைத்து அந்தக் கல்லை இங்கே கொண்டுவந்தது யார்?” என்று கேட்டான்.

“ஆம்... நானறிவேன்... நீங்கள் உங்கள் உடைமைகளை பயணியர் சத்திரத்திலேயே வைத்துவிட்டு வந்திருப்பீர்கள். நாள்தோறும் அவ்விடங்கள் தூய்மைப் படுத்தப்படும்... அவ்வாறு செய்யும்பொழுது, இந்தக் கல்லை அங்கிருப்பவர்கள் எடுத்திருப்பார்கள்... விருந்தினர் மாளிகைகளில் விடப்படும் பொருள்கள் அரசுக் கருவூலத்தில் சேமிக்கப்பட்டு அவர்கள் வந்து மறுபடி கேட்டாராயின் திருப்பிக் கொடுக்கப்படும்....”என்று நிறுத்தினாள்.

“பாருங்க, எவ்ளோ சிஸ்டமேட்டிக்கா இருக்குல்ல?” என்று மித்ரன் புருவங்களை உயர்த்தினான்.

“இந்தக் கல் இளவரசர் பார்வைக்குச் சென்றிருக்க வேண்டும். விருந்தினர் தங்குமிடங்கள் இளவரசர் ஆளுகையின்கீழ் வருபவை... அதுமட்டுமன்றி அனன்யா என்னைப்போலவே இருப்பதால் இதை நான் மாறு வேடம் பூண்டு அங்கே எடுத்து வந்து, விட்டுச்சென்று இருப்பதாய் அவர்கள் எண்ணியிருக்கக்கூடும்... ஆதலால் மீண்டும் அதனை என்னிடமே சேர்ப்பிக்க இவ்விடம் கொண்டுவந்து வைத்திருப்பார்கள்...” என்று மணிமேகலை விளக்கினாள்.

“அப்போ அவ்ளோதானா..? நாங்க ஊருக்குப் போறதுக்கு இந்தக் கல் எங்களுக்கு எப்படி உதவும்... இதை மட்டும்தான் நாங்க நம்பியிருக்கோம்... எங்களுக்கு வேற வழி இல்ல.... நீங்க சொல்ற கதை ரொம்ப சாதாரணமா முடிஞ்சிருச்சு... பெரிய மந்திரம் மாயம் ஏதாவது இருக்கும்னு நினைச்சேன்... இனிமே அங்க போகவே முடியாதா..?” என்று கேட்ட அனன்யா கவலையும் குழப்பமும் எனக் கலவையான உணர்வுகளை முகத்தில் வெளிப்படுத்தினாள்.

“இன்னும் முழுமையாக அறிந்துகொள்ளாமல் பேச வேண்டாம்...

என்னிடம் இருப்பது போன்ற கல் இளவரசரிடமும் ஒன்று உண்டு.

இவ்விரண்டு கற்களையும் அருகருகில் வைக்கும்பொழுது நாம் நினைத்த இடங்களுக்குச் செல்லலாம்...

‘நாம் இருவரும் வேறு எங்காவது உலகத்திற்குச் சென்றுவிடலாம்... என்னோடு வந்து விடு’ என்று முன்பு என்னிடம் இருக்கும் பேழையை இதேபோல் வாசலில் வைத்துவிட்டுச் சென்றபோது இளவரசர் எழுதிய குறிப்பில் இருந்தது.

ஆனால் அது எல்லா நேரமும் செயல்படாது, குறிப்பிட்ட சில வேளைகளில் மட்டும்தான் செயல்படும். அது குறித்த உண்மை இளவரசருக்கு மட்டுமே தெரியும். நாட்டில் வேறெவரும் இது பற்றி அறிந்திருக்க வாய்ப்பில்லை.

நீங்கள் வேறு எங்கேயும் விசாரிப்பது இளவரசருக்குத் தெரிந்தால் என் துறவறம் கலையும் நிர்ப்பந்தம் உருவாகும்... எனவே தயைகூர்ந்து இதை மறந்து விடுங்கள்...” என்றாள்.

“எத மறக்கச் சொல்றீங்க..? நாங்க ஊருக்குப் போறத மறக்கச் சொல்றீங்களா...” என்று மித்ரன் இடைமறித்துக் கேட்டான்.

அப்போது ஆதர்ஷ் “நானும் அனுவும்... கப்பல்ல நடுக்கடல்ல இந்தக் கல்ல கையில் பிடிச்சுருந்தோம். அப்படியிருக்கும்போது தான் ஏதோ ஒன்னு நடந்ததால நாங்க இங்கே வந்தோம்... மறுபடியும் அதைப்போல நாங்கள் செஞ்சு பார்க்கிறோம்...! என்ன ஆகுதுன்னு பார்ப்போம்..!” என்று கூறினான்.

“அதனால் மட்டும் நடந்ததில்லை இந்நிகழ்வு என்பதை நீங்கள் முழுவதுமாக புரிந்துகொள்ளுங்கள்... இதற்கு வேறு உபாயம் இருக்க வேண்டும்... சரியான வழியினை அறிந்து செயல்படுங்கள்...” என்றாள் மணிமேகலை.

“கையில் வெண்ணையை வச்சுக்கிட்டு நெய்க்கு அலையற மாதிரின்னு எங்க ஊர்ல பழமொழி சொல்லுவாங்க... அதுமாதிரி கல் கிடைச்சிருச்சு... அவங்க ரெண்டு பேரு கையிலயும் வச்சு நாங்க முயற்சி பண்ணிப் பாக்குறோமே... ஏன் தடுக்குறீங்க?” என்றான் மித்ரன்.

அனன்யாவுக்கு மணிமேகலை சொல்வதில் நியாயம் இருப்பதாகவே பட்டது.

ஆனாலும் ஆதர்ஷும் மித்ரனும் அடம் பிடித்ததால் அவள் அவர்கள் சொன்ன வழியினைப் பின்பற்ற ஒப்புக்கொண்டாள். அவளுக்கு இந்த இடம்விட்டுச் செல்வதற்கு முழுமையாக மனம் வரவில்லை.

அன்றிரவு, கப்பலில் இவர்கள் இருவரும் எப்படி அமர்ந்திருந்தார்களோ, அதேபோல் மண்டியிட்டு அமர்ந்து கொண்டு இருவரும் கைகளைப் பற்றிக்கொண்டு இந்திர நீலக்கல்லை நடுவில் வைத்திருந்தனர்.

மித்ரன் ஆதர்ஷைத் தொட்டபடி அவனையொட்டி நின்றிருந்தான். சில நொடிகள் கழிந்திருக்க, மின்னல் ஒன்று மேலிருந்து கீழாக வானத்தைக் கிழித்துக்கொண்டு வளரத் தொடங்கியது...

❑

21

கனவுகள் மெய்ப்படுமோ?

கும்மிருட்டு.... நிலவு இன்றி நட்சத்திரங்கள் மட்டும் கண்சிமிட்டும் வானம்...

ஊர் அயர்ந்து உறங்கிக் கொண்டிருந்தது. வீடுகள் யாவும் சுட்ட செங்கற்களால் கட்டப்பட்டு தென்னை ஓலையில் மேற்கூரை போடப்பட்டு இருந்தன.

கடல் நீர் மலை மலையாய் எழுந்து ஊருக்குள் விழுந்து கொண்டிருந்தது...

அங்கிருந்த செல்வம் அனைத்தையும் அலைகள் அலைக்கழித்து கடலுக்குள் இழுத்துச் சென்றன. பல்லாயிரம் மக்கள் மாண்டனர். ஒரு பெரும் நகரம் வெறும் மண்மேடாக மாறியது.

அது நமக்கு முன்பே பரிச்சயமான இடம் போல் இருக்கிறது.... ஆம்... அது புகார் நகரமேதான்.....!

பலமுறை கடலால் அழிந்தாலும் மீண்டும் மீண்டும் கட்டமைக்கப்பட்ட ஒரு நகரம்... இன்று மண்ணோடு மண்ணாக கேட்பாரற்றுக் கிடக்கிறது.

குற்றுயிராய் தப்பிப் பிழைத்த மக்கள் பசியால் மடிந்து கொண்டிருந்தனர்.

அப்போது மணிமேகலை அங்கே வந்து அந்த மக்களுக்கு உணவளித்து உயிர் கொடுத்துக்கொண்டிருந்தாள்.

♦♦♦

அனன்யா அவளை நோக்கி கை நீட்டினாள். ஆனால் நீருக்குள் இழுக்கப்படுவதுபோல் உணர்ந்தாள். மூச்சுத் திணறியது... கண்கள் மூடிக் கிடப்பதுபோலவும்... 'விழித்துக்கொள்' என்று யாரோ உலுக்குவதுபோலவும் உணர்ந்தாள்.

அனன்யா மெல்ல மெல்ல கண் விழிக்கிறாள்.

அவளுக்கு அதிர்ச்சி, ஆச்சரியம் இரண்டும் காத்திருந்தது. ஆம்...

அவள் மணிமேகலையை விட்டு எங்கும் செல்ல நினைக்கவில்லை.

தன்னுடைய காலத்திற்குச் செல்வதற்கு அவளுக்கு மனமில்லை... நடந்தது அதற்கு நேர் எதிர்...

கப்பல் அறையில் கண்விழித்தாள் அனன்யா.

"தேங் காட்...! நல்லவேளை...! நீங்க கண்ணு முழிச்சிட்டீங்க... ஒரு பத்து நிமிஷத்துல எங்களுக்கு உயிர் பயத்தை கண்ணுல காமிச்சிட்டீங்களே..!" என்று சொன்ன கோதை, அனன்யா அருகில் அமர்ந்திருந்தாள்.

அவள் முகத்தில் வலியின் அறிகுறி தெரிந்தாலும் அனன்யா கண்விழித்ததால் வந்த மகிழ்ச்சியை கண்கள் காட்டின.

"என்னது..! பத்து நிமிஷமா..? ரெண்டு நாள் இல்லையா..? நாங்க அங்க கிட்டத்தட்ட ரெண்டு நாள் இருந்தோமே... அப்படி தான் எனக்குத் தோணுச்சு!" என்றாள் அனன்யா.

"என்ன சொல்றீங்க அனன்யா? இப்பதான் புயல் வரமாதிரி இருந்துச்சு... ஒரு பெரிய அலை வந்துச்சு... விளிம்புக்கு ரொம்ப கிட்ட நீங்க மூணு பேரும் நின்னதால அலை உங்கமேல அடிச்சிச்சு... மூணு பேரும் கடலுக்குள்ள விழுந்துட்டீங்க..." என்று இனியா சொன்னாள்.

"பத்து நிமிஷம் தேடி... உங்க மூணு பேரையும் இப்போதான் கண்டுபிடிச்சோம்... நீங்க மட்டும்தான் முழிச்சிருக்கீங்க...! இவங்க இன்னும் எழுந்துக்கல..." என்றாள் தொடர்ந்து...

அப்போதுதான் அனன்யா, ஆதர்ஷ் மற்றும் மித்ரனைப் பார்த்தாள். அவர்கள் இருவரும் மயங்கிய நிலையிலிருந்து எழவில்லை...

அனன்யா தன் கையில் இருந்த இந்திரநீலக்கல்லை மிரட்சியுடன் நோக்கினாள்... ஏதோ நிழல்போல் காட்சிகள் கண்முன்னே தோன்றின...

♦♦♦

சட்டென ஏதோ தோன்ற... ஆதர்ஷையும் மித்ரனையும் அனன்யா உலுக்கி எழுப்பத் தொடங்கினாள்.

"எந்திரிங்க ஆதர்ஷ்... மித்ரன் எந்திரிங்க... பாருங்க, நாம பழையபடி கப்பலுக்கு வந்துட்டோம்... எந்திரிங்க... எந்திரிங்க..." என்றவள் கண்களில் கண்ணீர் தாரைதாரையாக வழிந்து கொண்டிருந்தது.

மித்ரன் கண்விழித்தான் என கொஞ்சம் ஆசுவாசப்பட்டாலும் ஆதர்ஷ் இன்னும் எழவில்லை. அவனை தன் பலம்கொண்ட மட்டும் உலுக்கினாள். அவன் எழுவதாகத் தோன்றவில்லை.

"ப்ளீஸ் ஆதர்ஷ்... எந்திரி... என்னாச்சு உனக்கு... ஆதர்ஷ்.... ஆதர்ஷ்....!" என்று அதிகமாக அழத்தொடங்கினாள்.

ஆதர்ஷின் கைவிரல்கள் அசைந்தன. ஆனால் கண்விழிக்கவில்லை. கடலில் இருந்து தூக்கி ஐந்து நிமிடங்களுக்குள் அத்தனையும் நடந்தது.

கப்பலில் இருந்த இரு மருத்துவர்கள், சுற்றி நின்றவர்களை விலக்கி... நண்பர்கள் மூவரையும் முதலுதவிகள் செய்து பரிசோதித்தனர்.

ஆதர்ஷ் உடலளவில் நலமாக இருப்பதாகவும் பயம் கொள்ளத் தேவையில்லை என்றும் அவர்கள் அனன்யாவைத் தேற்றினர்.

அதன் பின்பே அனன்யா சற்று பதட்டம் தணிந்து காணப்பட்டாள். இருந்தும் 'ஆதர்ஷ் ஏன் எழவில்லை' என்று குழம்பித் தவித்துப்போனாள்.

"மித்ரன். உங்களுக்கும் பழைய காலத்துக்குப் போனமாதிரி தோணுச்சா...? இல்ல, அது எனக்கு வந்த கனவா..?" என்றும் மித்ரனிடம் அனன்யா கேட்க....

"நிச்சயமாக கனவு இல்லை... ஆனால் அது எப்படி நடந்தது... நாம எப்படி இங்க மறுபடி வந்தோம்ன்னு எதுவுமே எனக்கு இன்னும் புரியல..." என்றான்.

"இப்போ கடைசியா கடல் அலை ஊருக்குள்ள வந்து அழிச்சதெல்லாம் பாத்தா கொல நடுங்கிடுச்சு..." என்றாள் அனன்யா.

முகத்தில் திகிலும் குழப்பமும் குடிகொள்ள... மித்ரன் "என்ன சொல்ற அனன்யா..? எனக்கு அப்படி எதுவும் தெரியலையே..! நான் பாத்த கடைசி விஷயம் மணிமேகலை ஏதோ அரசவை நடுவில நிக்குறதுபோல..."....என்று சொல்லிக்கொண்டிருக்கும்போதே கப்பல் தடுமாறி ஆடுவதுபோல் தோன்றியது.

கடலில் நீர் மட்டம் கொஞ்சம் கொஞ்சமாகக் குறைந்தது..... கப்பல் ஜாக்கிகள் உதவியுடன் தரையில் விழாமல் நின்றது.

♦♦♦

பார்ப்பதற்கு ரம்மியமானதொரு ஆற்றங்கரை... அங்கே தூரத்தில் துள்ளி விளையாடிக்கொண்டிருக்கும் அருவி... குழந்தைகள்போல் குதூகலமாய் ஆர்ப்பரித்து ஓடிவரும் நீரலைகள்....

இத்தனை எழிலும் தனக்குள் எந்த மாற்றமும் தரவில்லை என்னும் தோற்றத்தில், குதிரையில் மிடுக்காய் அமர்ந்து வந்தான் ஆடவன் ஒருவன். அரச குலத்து ஆள்போல் காணப்பட்டான்...

ஒரு பெண்ணைக் கண்டதும் புரவி மீதிருந்து தாவி இறங்கி... அவளைத் தொடர்ந்து நடந்துகொண்டிருந்தான். அவள் இவனைக் கண்டுகொள்ளாமல் முன்னே செல்ல, ஓர் ஆயுதம் அவன் கழுத்தில் பாய்கிறது... அவன் சுருண்டு விழுகிறான்...

ஆதர்ஷ் கனவுபோல் தோன்றிய சூழலில் இருந்தான். அந்தக் கோரக்காட்சி அவனை உலுக்கியது...

மனதை மிகவும் முயன்று திடப்படுத்திக்கொண்டு சற்று நெருங்கி வலியில் துடிக்கும் அவ்வாலிபனின் முகம் பார்த்தான்.....

அது அவன் முகம்தான்...

❑

22

விழிகின்ற பொழுது...

உரையாடல்கள் ஆங்கிலத்திலேயே இருந்தாலும், தமிழில் பேசுவதுபோலவே இங்கே விவரிக்கப்பட்டுள்ளது.

கப்பல் தரை தட்டியதும் அக்குழுவினர் பதறிவிட்டார்கள்...

மேல்தளத்தில் இருந்த வெளிநாட்டு அறிஞரும் அந்த ஆய்வுக்குழுவின் தலைவருமான மைக்கேல் "நாம நிலப்பரப்பில் இருந்து 8 கிலோமீட்டர் தொலைவில் இருக்கோம்... பொதுவாக புயல் அல்லது வேறு ஏதும் காரணத்துக்காக கடல் உள்வாங்குறது இரண்டு முதல் ஐந்து கி.மீ. தூரம் வரைதான் இருக்கும்.

ஆனா எட்டு கி.மீ. தாண்டி, ரொம்ப தூரம் உள்ள போகுதுன்னா... அது மிகவும் பயப்படவேண்டிய விஷயம்..." முகத்தில் துளிர்த்த வியர்வையை துடைத்தபடி சொன்னார்.

அங்கே நல்ல குளிர் நிலவியது... இருந்தும் அவருக்கு வியர்த்து வழிந்துகொண்டிருந்தது, ஆழ்மனதின் அச்சத்தை வெளியில் கண்ணாடிபோல் காட்டியது.

நடக்கப்போவது என்னவென்று உணர்ந்தவர்போல் காணப்பட்டார்.

சென்று தனியே ஓரிடத்தில் அமர்ந்தார்.

♦♦♦

கீழே மித்ரன் இருந்த அறையில் இவற்றைக் காட்டிலும் அதிகக் குழப்பமும் கூச்சலும் தென்பட, அவர் அங்கே விரைந்தார்.

உள்ளே நுழையும்போதே இந்திரநீலக்கல்லை பார்த்துவிட்ட அவர் "அற்புதம்... இது எப்படி உங்களுக்கு கிடைச்சது?" என்று ஆர்வமானார். அவரின் சோகம் மறைந்தது.

புது விளையாட்டுப் பொருளைக்கண்ட சிறுபிள்ளைபோல் அதனை சுற்றிச் சுற்றி ஆராய்ந்துவிட்டுச் சொன்னார். “இது ஒரு விலை மதிக்க முடியாத கல்... இந்திரநீலம்... அக்வா மரைன்...”.

அவர் கண்கள், தான் காண்பதை நம்பாமல் படபடத்தன...

“இது பழைய கால இந்தியாவில், இன்னும் சொல்லப் போனா உங்க தென்தமிழகத்தின் சேர நாட்டில்... வஞ்சி நகரத்தில் வெட்டி எடுக்கப்படும் ஒருவகையான ரத்தினக்கல்... நான் சொல்றதுக்கு முன்னாடி நீங்க சொல்லுங்க... உங்களுக்கு இதைப்பற்றி எவ்வளவு தெரியும்?” என்று கேட்டார் மைக்கேல்.

அந்தக் கல் கிடைத்தது முதல் நடந்த நிகழ்வுகளை தனக்குத் தெரிந்தவரையில் மித்ரன் விளக்கினான்.

அதைக்கேட்டு மைக்கேல் மிகவும் அதிர்ச்சி அடைந்தார். "காலப்பயணம் என்பது இதுவரை கதைகளில் மட்டுமே கேள்விப்பட்ட ஒன்று... இப்போ நீங்க உண்மையாகவே பயணம் செஞ்சு இருக்கீங்கன்னு சொல்லும்போது எனக்கு புல்லரிப்பு வருது... இந்தக் கல்லைப் பத்தி இன்னும் நிறைய இருக்கு சொல்றதுக்கு...

உங்களுடைய தமிழ்நாட்டில இதற்கு மதிப்பு ரொம்ப அதிகம் இல்லனாலும் வெளிநாடுகளுக்கு இது இந்திய ரத்தினமா பல நேரம் பயணப்பட்டது.

இந்தக் கல்லுடைய நிறம் ஆழ்கடல் நிறம்மாதிரி இருக்கறதனால இதைக் கடல் பயணங்கள்கூட தொடர்புபடுத்தினார்கள். இதற்கு கிரேக்க நாட்டில் நிறைய மதிப்பு உண்டு.

பண்டைய கிரேக்கர்கள், கடல் பயணம் செய்யறப்போ இந்தக் கல்லக் கூட வச்சுக்கிட்டா கட்டாயம் தன் நாட்டுக்கு வெற்றியோட திரும்பி வந்துருவாங்கன்னு நம்பினாங்க.

இது கடல் கன்னிகளோட பொக்கிஷத்தில் இருந்து நிலத்துக்கு வந்ததா கிரேக்கர்கள் நினைச்சாங்க.

கடல் கன்னிகள பயணத்தில் உதவும் தெய்வமாகவும் காதலை சேர்த்துவைக்கிற சக்தியாகவும் இவங்க நினைச்சாங்க.

இன்னும் இத காதலுக்கும் அன்புக்கும் சின்னமாக நினைக்கிறாங்க... பிரிந்த காதல்கள் இதன்மூலம் சேரும் எனும் நம்பிக்கை இப்போகூட நிலவுகிறது.

பூம்புகார் நகரோட வணிகம் செஞ்ச யவனர்கள் வஞ்சி நாட்டிலிருந்து இந்திரநீலம் வாங்கி அத இந்த வழியாகத்தான், கடல் பயணம் மேற்கொண்டு தங்கள் நாட்டுக்குக் கொண்டு போவாங்க.

அப்புறம் கி.பி.பத்தாம் நூற்றாண்டுகளில் இத காலக்கணிப்பு செய்றதுக்கு பயன்படுத்தினார்கள். முக்காலத்திலும் என்ன நடந்துச்சுன்னு தெரிஞ்சுக்க, பழைய தேவதை கதைகள்ல சூனியக்காரிகள் வைத்திருந்ததாக சொல்லப்பட்ட அந்த மந்திர உருண்டை இதுலதான் செய்வாங்க....

இந்தப் பழங்கதையையும் நீங்க சொல்றதையும் வச்சு பாக்கும்போது.... இந்தக் கல்லுக்கு காலத்தை மாற்றி அமைக்கும் சக்தி இருக்கும்னு எனக்குத் தோணுது....

அறிவியல் பூர்வமாக பார்த்தால் இதற்கு எந்த விளக்கமும் எனக்கு கிடைக்கல.

ஆனால் புராணங்கள் மற்றும் செவிவழி செய்திகள் இதற்கான சிறிய நம்பிக்கையை எனக்கு கொடுத்தது" என்று அவர் சொல்லிக்கொண்டிருக்கும் போதே ஆதர்ஷ் மிகுந்த சிரமத்தோடு எழுந்து அமர்ந்தான்.

அனன்யா அருகில் ஓடிச்சென்று அவன் கைகளைப் பற்றிக்கொண்டாள். கண்களில் நீர் பளபளக்க அவனையே காதலோடு பார்த்துக்கொண்டிருந்தாள்.

"ஆதர்ஷ்... என்ன ஆச்சு உனக்கு? நீ கடைசியா என்ன பார்த்த...?" என்று அனன்யா கேட்க.... அவன் தனக்குத் தோன்றிய காட்சிகளை விவரித்தான்... மற்ற மூவரும் உறைந்து போயினர்.

மணிமேகலையின் புத்த விகாரத்தில் இருந்ததுவரை மூவருக்கும் நினைவிருந்தது. அதன்பின் ஒவ்வொருவருக்கும் ஒவ்வொரு காட்சி தோன்றியுள்ளது என்று உணர்ந்தனர்.

எனவே இது கனவில்லை என்பது புரிந்தது. இவ்வாறு இவர்கள் பேசிக்கொண்டிருக்கும்பொழுது அந்த இரவு விடிந்தது....

“விடிகின்ற பொழுது தெரிந்திடுமா... கடலலை கரையை கடந்திடுமா...” என்று சூழ்நிலைக்கு ஏற்ப பாடிக்கொண்டே உள்ளே நுழைந்தாள் கோதை.

“இந்த ரணகளத்திலும் உனக்குப் பாட்டுக் கேக்குது...” என்று கூறி அவளை தலையில் செல்லமாகத் தட்டினாள் இனியா. எல்லோரும் அமைதியாக இருப்பதையும் மைக்கேல் அங்கிருப்பதையும் இருவரும் அப்பொழுதுதான் பார்த்தனர்.

பின் தயங்கியபடியே உள்ளே வந்து... கடல் பரப்பில் ஏதோ தெரிவதாகவும், அது என்னவென்று தெரிந்துகொள்ள மித்ரனை அழைத்துச்செல்ல வந்ததாகவும் இருவரும் சொன்னார்கள்.

மைக்கேல் மற்றும் மித்ரன் அது என்னவாக இருக்கும் என்ற ஆர்வத்தில் முன்னே செல்ல, இனியாவும் கோதையும் அவர்களோடு சென்றார்கள்.

ஆதர்ஷ்க்கு ஓய்வு தேவைப்பட்டது... அனன்யா அவனருகில் அமர்ந்திருந்தாள்.

அவளுக்கும் மனம் முழுதும் குழப்பம் இருந்தாலும் வெளிக்காட்டாமல் அனன்யா இவ்வாறு பேசினாள், அவன் கைகள் கோர்த்தபடி...."எனக்குப் புரியுது நீ பயந்து இருப்பேன்னு... இருந்தாலும் எல்லாத்தையும் நாம சமாளிச்சுதான் ஆகணும்... இதை ஒரு சாகசப் பயணம்மாதிரி நினைச்சு செய்யலாம்... பூம்புகார்ல அதை நீ எனக்கு சொன்ன... நான் உனக்கு இப்போ சொல்றேன்...”

வெளியில் சென்றவர்கள், அந்த அதிகாலைப்பொழுதில் கண்டவை அவர்களை சிலிர்ப்புக்குள்ளாக்கியது...

❑

23

என்னுயிர் நீயடீ

“உனக்கு எதுவும் ஆகாது... பயப்படாத ஆதர்ஷ்...” என்று அனன்யா ஆதியிடம் சொன்னாள்.

அவன் பயப்படவில்லை... ஆனால் சிறு கலக்கம் இருந்தது மனதில்... அனன்யா இவ்வாறு பேசியதும் அவன் முகத்தில் இருந்த கலக்கம் மாறி சற்று புன்னகைத்தான்.

அவர்கள் இருவருக்கும் இந்தத் தனிமை மிக அவசியமாய் இருந்தது. இருவரும் ஒன்றாகவே இருந்தாலும் பலருக்கு நடுவில் இருந்ததால் தயக்கமும் பதட்டமும் பல குழப்பங்களுமாக கடந்த இரு நாட்களாக மிகவும் சோர்வடைந்திருந்தார்கள்.

“அனு என்கிட்ட மறைக்காமல் உண்மையைச் சொல்லு... உனக்கு மறுபடி அங்க போகணும்னு தோணுதுதானே..?” என்று ஆதர்ஷ் மெதுவாகக் கேட்டான்.

“எங்க ஆதர்ஷ்...” என ஒன்றும் தெரியாதவள்போல் முகத்தை வைத்துக்கொண்டு கேட்டாள் அனன்யா.

“கேடி! நடிக்காத... எனக்குத் தெரியும்... நீ மறுபடியும் பழைய காலத்துக்குப் போய் மணிமேகலையப் பாக்க ஆசைப்படறன்னு...” என்றான் சிரித்தபடி.

“எப்படிக் கண்டுபிடிச்சீங்க? அவ்வளவு அப்பட்டமாவா தெரியுது?” என்றாள் அனன்யா சிறுபிள்ளைபோல்...

“முகத்திலேயே எழுதி ஒட்டி இருக்கு... நீ எப்போதும்போல சந்தோஷமா இல்லன்னு உன் கண்ணு சொல்லுது...” என்றான், அவள் கண்களில் உரசியபடி தொங்கிய கூந்தல் கற்றையைக் காதோரம் சேர்ப்பித்து...

“எனக்கு அது நடக்கும்ன்னு தோணால ஆதர்ஷ்...” என்றாள் சற்று வருத்தம் கலந்த குரலில்.

“ஆனா எனக்கு நாம மறுபடி அங்க போவோம்ன்னு தோணுது...” என்றான், அவள் முகத்துக்கு நேரே கண்சிமிட்டி.

“உண்மையா சொல்றியா... இல்ல, என்னைச் சிரிக்க வைக்கச் சொல்றியா...” என்று அனு கேட்க...

“சத்தியமா சொல்றேன்... என்னோட செல்லக்குட்டிக்காக கடல்ல குதிக்கச் சொன்னாக்கூட குதிப்பேன்...” என்றான், அவள் தலையில் செல்லமாக முட்டி...

“அப்படி எல்லாம் ஒன்னும் செய்ய வேண்டாம்... நீ என்கூட இருந்தால் மட்டும் போதும்... லவ் யூ ஆதர்ஷ்.." அவன் கண்களை ஊடுருவிப் பார்த்துச் சொன்னாள்.

“லவ் யூ ட்டூ டி” ஆதர்ஷ் அனுவின் கைகள் கோர்த்ததும் இதற்கென்றே காத்திருந்தவள்போல தோளில் சாய்ந்துகொண்டாள்.

அந்த ‘டி’ இப்போது அவளுக்கு சுகமாய் தோன்றியது.

சிறிது நேரம் கழித்து இருவரும் வெளியில் என்ன நடக்கிறது என்று பார்க்கப் புறப்பட்டனர்.

♦♦♦

அங்கே தென்பட்டது ஓர் அரை வட்டம்போன்ற அல்லது குதிரைக் குளம்படி வடிவச் சுவர்.

இது ஒரு கோட்டையின் சுற்றுமதிலாக இருக்க வாய்ப்புள்ளது.

இப்போது அது ஒரு சுவர்போலத் தோன்றவில்லை. முதலில் ஏதோ பவளப்பாறைப் போலவே தென்பட்டது. ஏனெனில் ஆயிரக்கணக்கான ஆண்டுகளுக்கு முன்னர் கடலில் மூழ்கிய அந்த வடிவம் இயற்கையோடு ஒன்றிணைந்து, பவளப்பாறைகள்

தன்மீது வளர வழிவிட்டு, பார்ப்பதற்கு மனிதனால் செய்யப்பட்ட கட்டிடம்போல் தோன்றவில்லை. ஆனால் உற்றுநோக்கும்போது அது செங்கல் கட்டிடம்தான் என்பது உறுதியாகிறது.

அந்த இடத்தில் தற்பொழுது சகதியாக இருக்கக்கூடும் என்பதால் இறங்க முடியாது. எனவே அதனை புகைப்படம் மற்றும் காணொலியாக பதிவு எடுத்துக்கொள்ள முடிவு செய்தனர்.

♦♦♦

அனன்யா தன்னுடைய புகைப்படக் கருவியுடன் ஆதர்ஷையும் அழைத்துக்கொண்டு அப்பொழுது அங்கு வந்து சேர்ந்தாள்.

அதில் மிகவும் துல்லியமாக தொலைவிலிருக்கும் பொருட்களையும் படம் எடுக்கக்கூடிய வசதிகள் இருந்தன. அங்கே தன் கண்ணுக்குத் தென்பட்ட அனைத்தையும் கேமரா கண்களுக்குள் சிறைப் பிடித்து வைத்தாள்.

அந்தக் கட்டிடப் பகுதிகள் மட்டுமல்லாமல் இன்னும் நிறைய அந்த சுற்றுவட்டாரத்தில் இருக்கும் என்று தோன்றியது. ஆனால் கடலில் நீண்ட நாட்கள் அமிழ்ந்திருந்ததால் அங்கே கால் வைத்து நடப்பது என்பது முடியாத காரியம்.

கப்பலும் ஜாக் எனப்படும் கருவிகளால் விழாமல் நிறுத்தி வைக்கப்பட்டிருந்தது.

கப்பல்கள் எப்பொழுதுமே கரையில் வைத்துக் கட்டப்பட்டு கடலுக்கு அனுப்பப்படுகின்றன.

முழுதாக கட்டிமுடிக்கப்பட்ட ஒரு கப்பலை கடலில் இறக்குவதும் அதனை மறுபடி மேலே ஏற்றுவதும், ஒரு மாலுமியின் பதவி ஏற்பு விழா மற்றும் பிரிவு உபசார விழாபோன்று நடக்கும்.

இந்த ஆராய்ச்சிக் கப்பலில் மட்டும் சில பிரத்யேகமான ஊன்றுகோல் வசதிகள் வைக்கப்பட்டு இருந்தன.

"இதைக் காண்பது என்பது மிகவும் சாதாரணமான காரியமில்ல.... நமக்கு இது ஒரு பெரிய வரம்ன்னு சொல்லலாம்..." என்று மைக்கேல் சொல்வதைக் கேட்டுக்கொண்டே சுற்றிச் சுற்றி புகைப்படம் எடுத்துக்கொண்டிருந்த அனன்யாவின் புகைப்பட

கருவியில் தெரிந்த காட்சி, அவள் ரோமங்களை குத்திட்டு நிற்கச் செய்தது.

அனன்யா கனவில் கண்டதுபோலவே மலை மலையாக அலைகள் எழுந்து வந்துகொண்டிருந்தன. அது தூரத்தில்...... .. நீண்டதூரத்தில் தெரிந்த காட்சி.

புகைப்படக் கருவியின் தொலைநோக்கி வழியாக மட்டுமே பார்க்க முடிந்தது. தான் பார்த்தவற்றை அடுத்தவர்களுக்கு காண்பிக்க நேரமில்லை. ஆகவே அனன்யா நேரடியாக கப்பல் மாலுமியிடம் சென்று நடந்தவற்றைக் கூறினாள்.

அவர் அந்தப் புகைப்படத்தைப் பார்த்துக் கலவரமானாலும்... "பதறவேண்டாம்... அதனால ஒரு நன்மையும் இல்ல" என்று அனன்யாவை அமைதிப்படுத்திவிட்டு... ஒலிபெருக்கியில் ஓர் அறிவிப்பை வெளியிட்டார்...

“கப்பல் பணியாளர்கள் மற்றும் ஆராய்ச்சியாளர்கள் அனைவரும் அவரவர் இடத்திற்குச் செல்லும்படி அறிவுறுத்தப்படுகிறார்கள்...” என்று.

அனன்யா படபடப்போடு அதைப் பார்த்துக்கொண்டிருந்தாள். இவர் ஏன் மறைக்கிறார் என்று புரியாமல் குழம்பினாள்.

❑

24

பேரலை!

உள்வாங்கிய கடல் மீண்டும் கரை நோக்கி வந்து கொண்டிருந்தது...

அது மெதுவாகத் தவழ்ந்து வரும் ஒரு குழந்தையைப்போல, அலைகளை முன்னே அனுப்பி... பின், கோபத்தில் கொந்தளிக்கும் மனம்போல, நீர் மலைகளை அனுப்பிக்கொண்டிருந்தது.

கடல்நீர் திரும்புவதுகண்டு பயணிகள் கப்பலில் தளத்திலேயே நின்று அதனை ரசிக்கத் தொடங்க, மீண்டும் மாலுமி அந்த அறிவிப்பை வெளியிட்டார்..."கப்பல் பணியாளர்கள் மற்றும் ஆராய்ச்சியாளர்கள் அனைவரும் தத்தம் இடங்களுக்குச்

செல்லுமாறு அறிவுறுத்தப்படுகிறார்கள்... மிக மிக அவசரம்...!" என்று கூறினார்.

"அவசரம்" என்கிற வார்த்தை அவர்கள் காதில் விழுந்ததும், அதி தீவிரமான சிக்கல் ஏற்பட்டுள்ளது என்று கப்பல் பணியாளர்கள் உணர்ந்தனர். அவர்கள் மற்றவர்களை உள்ளே போகும்படி செய்தனர்.

அனைவரும் அவரவர் இடங்களுக்குச் செல்ல, ஆதர்ஷ், அனன்யாவை தேடிக்கொண்டு மாலுமியின் இடத்திற்கு வந்தான்.

அனன்யா கப்பல்தளத்தை விட்டு நகரும் பொழுதே, ஆதர்ஷ் அதைக் கவனித்திருந்தான். அவள் முகத்தில் இருந்த கலவரத்தின் அறிகுறிகள் ஏதோ விபரீதம் என்பதைக் காட்டின. அனு செல்லும் திசையைப் பார்த்துக்கொண்டே நின்றவன், என்னவென்று அறியும் ஆவலில் அவளைப் பின்தொடர்ந்து இங்கே வந்து சேர்ந்தான்.

அது கப்பலின் மூன்றாம் தளம்... அங்கிருந்து பார்க்கையில், அலைகள் இவர்கள் அருகில் வந்துவிட்டது தெரிந்தது.

அனன்யா எதற்காக தனியே வந்திருக்கிறாள் என்பதை அவன் உணர்ந்துகொண்டான்.

இவர்கள் மூவருக்கும் மட்டுமே தெரிந்த அந்தக் காட்சி இது...

ஆதர்ஷ் மற்றும் அனன்யா நிச்சயமாக இதில் இருந்து தப்பிப் பிழைப்போம் என்ற நம்பிக்கையை இழந்திருந்தனர். ஏனெனில் வந்த அலைகளின் வேகமும் உயரமும் அத்தகையது...

ஆம்; உங்கள் எண்ணம் சரிதான்... வந்தது ஆழிப்பேரலை...

இது கண்டத்தட்டுகள் நகர்வின் காரணமாக உருவான ஆழிப்பேரலை...

பூமியின் மேற்பரப்பு ஒரு முட்டை ஓடு போன்றது. அது ஒரே கூடாக இல்லாமல், பற்பல பாகங்களாகச் சிதறி இருக்கிறது. அவ்வாறு சிதறிய பகுதிகளை நாம் கண்டத் தட்டுகள் என்கிறோம்.

இவை காலங்காலமாக ஒரே இடத்தில் இருப்பதில்லை. நகர்ந்துகொண்டே இருக்கும்....

இதுபோன்ற கண்டத்தட்டுகள் மீதான அழுத்தங்களை நிலம் சரிசெய்து கொள்வதுதான் நிலஅதிர்வு, நிலநடுக்கம், ஆழிப்பேரலை மற்றும் சிலநேரம் எரிமலை வெடிப்புகளுக்குக் கூட காரணமாகிறது.

இரண்டு கண்டத் தட்டுகள் நகர்ந்து அதற்கு இடையில் வெற்றிடம் உருவானதால் கடல்நீர் அந்த வெற்றிடத்தை நிரப்ப உள்வாங்கியது.

கடற்கரையிலிருந்து 8 கி.மீ. தூரம் உள்வாங்கியதாக முன்பே கூறியிருந்தோம். மீண்டும் அந்தத் தட்டுகள் ஒன்று சேரும்பொழுது, அழுத்தத்தால் நீர் மேலே தள்ளப்பட்டு ஆழிப்பேரலைகள் உருவாகும்.

இதோ அந்த அலை நெருங்கிவிட்டது...

கண்மூடித் திறக்கும் நேரத்திற்குள் இந்த ஆழ்கடலின் மடியிலே நம்மை நித்திரையில் ஆழ்த்ததான் போகிறது...

அனன்யாவுக்கு 'மறுபடி அம்மா, அப்பாவை பார்க்கப்போவது இல்லையோ... இவனோடு இன்னும் நிறைய நாள் வாழவேண்டும் என்று நினைத்து இருந்தோமே... அது நடக்காதுபோல...' என்று எல்லாம் நினைத்து... நகரத் தோன்றாமல் சிலைபோல ஆனாள்.

அப்பொழுதுதான் ஆபத்துக் காலங்களில் தப்புவது எப்படி என்று தான் பார்த்த டிஸ்கவரி சேனல் நிகழ்ச்சிகள் எல்லாம் ஆதர்ஷீக்கு ஒவ்வொன்றாக நினைவில் வந்தன.

‘மூச்சைப் பிடிக்கவேண்டும்... ஏதாவது தென்னைமரம் கிடைத்தால் தொற்றிக்கொள்ள வேண்டும்...’ என்று ஏதேதோ நினைத்துக்கொண்டிருந்தான்.

சுனாமி வந்தால் எப்படித் தப்பிக்கலாம் என்று அவன் பள்ளிக்கூடத்தில் படிக்கும்பொழுது பார்த்த நிகழ்ச்சிகள்கூட அந்த நேரத்தில் கண்முன் தோன்றியது.

ஆணுக்கும் பெண்ணுக்கும் உள்ள வேற்றுமையே இதுதான்...

பெண் மனது எப்பொழுதுமே தன்னைச் சுற்றி உள்ளவர்களை மட்டுமே நினைக்கும். லட்சமும் கோடியும் ஆன செல்வம் தரும் நிம்மதியைக் காட்டிலும், அன்புக்குரியவரின் ஓர் இனிமையான சொல்லோ... புன்னகையோ... அவளுக்கு அதிகமான மகிழ்ச்சியைத் தந்துவிடும்.

ஆனால் ஆண்கள் மனம் எந்த ஒரு சூழ்நிலையிலும் சாகசம் புரியவேண்டும் என்று நினைக்கும். நிகழ்காலத்திலிருந்து, அது தரும் அழுத்தங்களில் இருந்து எப்படியாவது தப்பிவிட எண்ணும்...

இருவர் கைகளும் அனிச்சையாக கோர்த்துக்கொள்ள, கண்களை மூடினர்...

இறுதியான மூச்சினை இருவரும் ஒன்றாக உள்ளிழுத்தனர்... நீர் வந்து குளிர்ந்துபோவோம் என்று எண்ணியவர்களுக்கு புழுக்கமாய் தோன்றவும் கண் விழித்தனர்...

இருட்டு சூழ்ந்திருந்தது. உடைகள் ஒன்றும் நனைந்தது போல் தெரியவில்லை... சட்டென்று கண்கள் கூசச் செய்வது போல மின்விளக்குகள் பளிச்சிட்டன... என்ன நடக்கிறது என்று அவர்களுக்குப் புரியவே சற்று நேரம் ஆனது...

அவர்கள் தற்பொழுது பத்திரமாக ஓர் இடத்தில் இருப்பதாக உணர்ந்தனர்...

அனன்யா அவர்கள் கடந்த காலத்திற்குச் சென்றுவிட்டதாக நினைத்தாள். ஏனெனில் ஆதர்ஷ் தன்னுடைய கையில் இந்திரநீலக்கல் கொண்டுவந்திருந்தான்.

ஆனால் சிறு உறுத்தல் என்னவென்றால் அவர்களுடன் மித்ரன் தற்போது இல்லை...

அவன் இருந்தால் அது நிச்சயமாக உதவியாக இருக்கும். ஆதர்ஷ் அப்பொழுதுதான் மித்ரனைக் கையோடு கூட்டி வந்து இருக்க வேண்டும் என்று நினைத்தான்.

இது என்ன?

இவர் எப்படி இங்க வந்தார்..?

அதோ...!

மாலுமியும் அவர்களுடன் இருக்கிறார்...

இவர்களைப் பார்த்து புன்னகைக்கிறார்...

❑

25

அதோ அதோ வெளிச்சம்!

அவங்க கடந்த காலத்திற்கு ப் போயிட்டதா நாம் நினைத்திருப்போம்...

அவங்க முன்ன இருந்த அதே கப்பலில்தான் இருக்காங்க. வேற எங்கேயும் போகல... ஆனால் கப்பல் எப்படி முழுந்தாம இருக்கு?

அது கடல்சார் ஆய்வுகளுக்குப் பயன்படுத்தும் கப்பல்.

அதன் சிறப்பே, நீருக்கு மேலே உல்லாசக் கப்பல்போலவும்... தேவைப்படும்போது நீர்மூழ்கிக் கப்பலாகவும் மாறுவதுதான்...

ஆக... இப்போ அவங்க இருப்பது நீர்மூழ்கிக் கப்பலில்...

அதனால்தான், அனன்யா பேரலைகள்பற்றி சொன்னபோது மாலுமி பதறாமல் சூழ்நிலையை எதிர்கொண்டார்.

ஆனால் ஆழிப்பேரலையில் இருந்து அது எப்படித் தப்பும்..?

நீர்மூழ்கிக் கப்பல் நீர்ப்பரப்பில் இல்லாமல் குறிப்பிட்ட ஆழத்தில் இருந்தால் புயல் மற்றும் பெரும் அலைகளால் எந்தப் பாதிப்பும் ஏற்படாது.

அலைகள் நீர்மூழ்கிக் கப்பல் இருக்கும் இடத்தை ஓரிரு வினாடிகளில் கடந்து விடும் என்பதால் அவை பெரிய அளவி பாதிப்புகள் ஏற்படுத்துவதில்லை.

நீர்மூழ்கிக் கப்பல் ஆர்க்கிமிடிசின் மிதவை விதிகளின்படி செயல்படுகிறது. அதாவது, நீரில் எவ்வளவு தூரம் மூழ்க வேண்டுமோ அவ்வளவு நீரைத் தனக்குள் சேமித்து வைக்கும்.

ஆனால் இங்குள்ள சூழ்நிலையோ வேறு... சுற்றி நீரே இல்லை... உள்வாங்கிய கடல் மீண்டும் பொங்கி வருகிறது.

இங்கு அலைகள் மொத்தமாக கப்பலை நொறுக்கிப் போடாவிட்டாலும் பாதிப்புகள் நிச்சயம் இருக்கும்.

ஆனால் இப்போது அலைகள் மட்டும் வராமல் கடலின் நீர்மட்டமும் கொஞ்சம் கொஞ்சமாக உயர்ந்தது. அவ்வாறு கடலின் நீர்மட்டம் உயர உயர, நீர்மூழ்கிக் கப்பல் தனக்குத் தேவையான நீரை உறிஞ்சி கடலின் ஆழத்திலேயே இருக்கும்படி பார்த்துக்கொண்டார் மாலுமி.

இந்த அலைகள் நிச்சயமாக பெரிய விளைவை ஏற்படுத்தும்.

எத்தனை உயிர்கள், எவ்வளவு பொருள் என்று கணக்கிட முடியாத அளவுக்கு சேதம் ஏற்படும்.

முதலில் வந்த அலைகளைக் காட்டிலும் இன்னும் பெரிய அலைகள் ஒன்றன்பின் ஒன்றாய் வரத்தொடங்கின.

♦♦♦

கப்பலின் உள்ளே...

மாலுமி இவர்களைப் பார்த்து புன்னகைத்தபடி "நல்லவேளை, நீங்க வந்து சொன்னீங்க... ஏற்கெனவே கடல் உள்வாங்கியதால், சிறு முன்னெச்சரிக்கையோடு சில நடவடிக்கைகள் எடுத்து இருந்தோம்... உங்களோட துரிதமான இந்தச் செயல் பாராட்டப்பட

வேண்டியது... கடல்நீர் மறுபடி வர்றதக் கவனிச்ச நானும், அப்போதான் கப்பலை நீருக்குள் மூழ்க வைக்கத் தயாரானேன்...! இதைப் பாத்து இன்னும் வேகமா செஞ்சேன்..." என்றார்.

"ஒரு நொடியில நாம கடல்லயே மூழ்கிடப்போறோம்னு நினைச்சுட்டேன்... கப்பல் பத்தின முழு விவரம் தெரியாது எங்களுக்கு..." என்றான் ஆதர்ஷ்.

அனன்யா கண்ணில் ஏதோ ஏமாற்றம் தென்படவும்... 'இப்போ கூட என்ன யோசனையில இருக்கான்னு தெரிலயே..' என்று நினைத்துக்கொண்டு...

"வா அனு போகலாம்... எல்லாரும் எப்படி இருக்கான்னு போய் பாப்போம்..." என அழைத்துச்சென்றான்.

"நான் ஒரு நிமிஷம், பழங்காலபூம்புகாருக்கு போயிட்டோமோன்னு நெனச்சேன்... இந்தக் கப்பல்லதான் இருக்கோம்...ச்ச..." என்றாள் சலித்த தொனியில்...

“சரி, வா... போகலாம்...”என்று அவள் கையைப் பிடித்து அழைத்துச்சென்றான்.

♦♦♦

இருவரும் அங்கே சென்று பார்த்தபோது, அங்குள்ள எல்லோரும் இவர்களைப்போலவே பதட்டத்துடன் இருந்தனர். என்னவானது என்று எல்லோருக்கும் விளக்கப்பட்டிருந்தது.

ஆனால் மித்ரன் முகத்தில் இருந்த தெளிவில், அவன் முன்பே இவற்றை உணர்ந்திருந்தான் என நன்றாகத் தெரிந்தது. பின்னர் அனுவும் ஆதர்ஷும் மித்ரனை தனியறைக்கு அழைத்துச் சென்று தாங்கள் கண்ட காட்சிகளையும் விளக்கினர்.

“மறுபடியும் நாம பழைய காலத்துக்குப் போகணும்... அங்கு என்ன நடந்துச்சுன்னு தெரிஞ்சுக்கணும்... நம்ம மூணு பேருக்கும் தனித்தனியா வந்த கனவெல்லாம் உண்மையா, பொய்யான்னு தெரிஞ்சுக்கணும்...” என்றான் ஆதர்ஷ்.

“இவ்ளோ களேபரத்துக்கு நடுவுல உனக்கு எப்படி அங்க போகணும்னு தோணுது ஆதர்ஷ்?” என்று மித்ரன் வியப்பாய் கேட்டான்.

“அனு கனவுல வந்ததுபோல, இங்கே சுனாமி வந்திருக்கு... நம்ம ரெண்டு பேருக்கும் வந்த கனவுகள் பத்தி தெரியணும்ன்னா நாம போய்த்தான் ஆகணும்...” என்ற ஆதர்ஷின் முகத்தில், அவன் மனதின் உறுதி வெளிப்பட்டது.

“கண்டிப்பா போகலாம் ஆதர்ஷ்... ஆனா இது அதுக்கான நேரம் இல்ல... நாம ஒழுங்கா வீட்டுக்குப் போனா போதும்னு எனக்கு இப்போ தோன ஆரமிச்சுடுச்சு...” ஒரு பெருமூச்சுடன் மித்ரன் பதிலளித்தான்.

“ஆதர்ஷ்... அவருக்கு விருப்பமிருந்தா வருவார்... வற்புறுத்தாதீங்க...” என்று அனு சொல்ல...

“சரிடா...உன்னை வற்புறுத்திக் கூப்புடல... ஆனா நிச்சயம் நாங்க போறோம்...” என்றான் ஆதர்ஷ்.

“வீண்வாதம் செய்யாதீங்க... நமக்குத் தேவையில்லாத எதுலயோ போய் விழுறமாதிரி எனக்குத் தோணுது.... இதுல நீ கனவுல

பாத்ததா சொல்ற விஷயங்கள், எனக்கு இன்னும் பீதியை கொடுக்குது ஆதர்ஷ்... தயவுசெய்து மீண்டும் போகவேண்டாம்...” என்று கெஞ்சாத குறையாய் மித்ரன் பேசினான்.

அனன்யாவுக்கு மித்ரன் சொன்னதும்தான் ஆதர்ஷ் சொன்னது நினைவுக்கு வந்தது... அதை வெளிறிப்போன முகமும், நடுங்கும் அவள் உடலும் கண்ணாடிபோல் காட்டின.

ஆதர்ஷ் அவள் மாற்றத்தைக் கவனித்தவாறு “நீ பயப்படற அளவு எதுவும் நடக்காது மச்சா... எனக்கு நம்பிக்கை இருக்கு...” என்றான். வெளியில் இப்படிச் சொன்னாலும், ஏனோ கனவில் அவன் கழுத்தில் பாய்ந்த அம்பின் நினைவு வயிற்றைப் பிசைந்தது.

“அனன்யா கண்ட கனவு பலிச்சுது... அதுபோல்... இதுவும்...” என்று மித்ரன் சொல்லி கொண்டிருக்கும்போதே... “வேணாம்... நாம வீட்டுக்குப் போயிடுவோம் ஆதர்ஷ்... உங்களத் தவிர வேறேதும் எனக்கு முக்கியமில்லை...” என்று அனன்யா ஆதர்ஷின் தோள்மீது பக்கவாட்டில் சாய்ந்து அவன் கையை இறுகப்பற்றிக்கொண்டாள். அவள் நடுக்கம் குரலில் வெளிப்பட்டது. அவள் கண்ணீரின் ஈரம் ஆதர்ஷின் தோள்களில் சில்லிட்டது.

❑

26

அசரீரி

அவ்வப்போது அவள் உடல் தேம்புவது தெரிந்தது.

“எனக்கு உன்னைத் தாண்டிதான் வேறெதும் ஆதர்ஷ்... நீ போதும்... எனக்காக இவ்வளவு தூரம் நீ செஞ்சதே போதும்... என் பேருக்கு முன்னாடி டாக்டர்ன்னு போடணும்னுதானே இவ்ளோவும்? இதுவரை உள்ளத வச்சு என் ஆய்வுக் கட்டுரையை முடிச்சுடுவேன்... போதும் பட்டது எல்லாம்...” என்று கண்ணில் நீர் வழியப் பேசினாள்.

அங்கேயே இருப்பது உசிதமில்லை என்று உணர்ந்து, மித்ரன் ஆதியிடம் கண்ணால் விடைபெற்று வெளியேறினான்.

♦♦♦

ஆதர்ஷ் அங்கிருந்த படுக்கையில் அனன்யாவை அமரவைத்து தானும் அருகில் அமர்ந்தான். கண்களில் வழியும் கண்ணீரை கைகுட்டையால் துடைத்துவிட்டு ஆதரவாய் அவளை அணைத்துக்கொண்டான். அவள் கைகள் சில்லிட்டு இருந்ததால், போர்வையை எடுத்துப் போர்த்திவிட்டு தன் கைகளுக்கு நடுவில் அவள் கைகளைப் புதைத்துக்கொண்டான்.

அனு இருந்த மனநிலையில் அந்த அணைப்பு மிகவும் தேவையாய் இருந்தது. வார்த்தைகள் ஏதும் பரிமாறப்படவில்லை. இருவருக்கும் சொல்லாமலே புரிந்தது... அங்கே நிலவியது காதலும், காமமும் இல்லாத பேரன்பு என...

அனு அந்த நிமிடத்தில் காற்றோடு கலந்துவிட நினைத்தாள். அந்த வெப்பமும், இதமும்... ‘சொர்க்கம் பூமியிலதான் இருக்கு..., அதுவும் இவன் கண்ணுலதான்...’ என்று அவள் தனக்குத்தானே சொல்லிக்கொண்டாள்.

அவன் கண்களை உற்றுநோக்க, அவனும் முன்பிருந்தே அவளைப் பார்ப்பதை உணர்ந்ததும் வெட்கம்,கூச்சம் இரண்டும் கூட்டணி சேர்ந்தன.

கொஞ்சம் நகர்ந்து, எழ முயன்றாள். ஆனால் ஆதர்ஷ் இவளை எழ அனுமதிக்கவில்லை. தோளில் அழுத்தி அவளை அங்கேயே அமரவைத்துவிட்டு புன்னகைத்தான்.

"நீ எதுவும் நினைச்சுக் குழம்பாதடா... எனக்கு ஒன்னும் ஆகாது... இந்தக் கனவுகள் நம்ம ஆழ்மன எண்ணங்களோட வெளிப்பாடு தான்... நீ மணிமேகலை கதை படிச்சிருக்கதானே..? நானும் படிச்சுருக்கேன்... அதுல வந்த சம்பவங்கள் நமக்குத் தோனிருக்கு... அவ்ளோதான்..." என்று ஆதர்ஷ் அவளை தெளிவிக்க முயன்றான்.

"கனவுகள் ஆழ்மன எண்ணங்கள்தான்... என் மூளைக்குப் புரியுது... ஆனா... மனசுக்கு அது புரியல..." தெளிவான முகத்துடன் அனு சொன்னாள்.

"இப்போ புரிஞ்சுதுல்ல? இந்த அழுமூஞ்சி அனன்யா நல்லாவே இல்ல... எனக்கு நீ உன் பழைய குறும்போட இருக்கணும் எப்போதும்..." என்று ஆதர்ஷ் சொல்லவும்... அனு சரியென்று கன்னம் மின்ன அவனைப் பார்த்து கண்சிமிட்டி புன்னகைத்தாள்.

சிறிதுநேரம் எதுவும் பேசாமல் அமர்ந்திருக்கும்போது இரவு தூங்காத அசதியினால், அனு உறங்கிப்போனாள். போர்வையை அவள் மீது போர்த்திவிட்டு, தான் எழுந்துகொண்டான். பற்றியிருந்த அவன் கையை அனன்யா விடவேயில்லை... தன் கையை அவளிடமிருந்து மெதுவாக விலக்கி எடுத்துக்கொண்டு, அவன் மித்ரன் இருந்த இடத்திற்குச் சென்றான்.

அங்கே பலரும், திரையில் தோன்றிய நீருக்குள் மூழ்கியிருக்கும் சிதிலமடைந்த பல செங்கல் கட்டிடங்களைப் பார்த்துக் கொண்டிருந்தனர். கப்பலின் மேற்புற ஒளிப்படக்கருவி மூலம் எடுக்கப்படும் காட்சிகள் அவை. அலைகள் அரைமணி நேர இடைவெளிக்குள் ஓய்ந்துவிட்டன. கப்பல் 100 அடிக்குக் கீழே இருந்துவிட்டதால், சிறு சிறு அசைவுகள் மட்டுமே இவர்களுக்குத் தெரிந்தன.

அவர்கள் அனைவரும் அந்தக் கப்பலில் ஏறி இன்னும் 24 மணி நேரம் முழுமை அடையவில்லை. ஆனால் வாழ்நாள் முழுவதற்குமான அனுபவங்கள் அந்த அரைநாளுக்குள் அவர்களுக்கு கிடைத்து விட்டது.

"மச்சான்... கடந்த காலத்துல எனக்கு ஏதும் ஆகப்போறதில்ல... நமக்கு வந்த அந்தக் கனவுபோல விஷயங்கள் எல்லாம் ஏதோ

வீண் கவனச்சிதறல் மாதிரி இருக்கு... வா போகலாம்... தாமதிக்கும் ஒவ்வொரு நொடியும் ஏதேதோ நடக்குது...'' என்றான்.

மித்ரனுக்கும் அது சரியாகப்பட்டது. அனன்யா கனவில் தோன்றிய ஆழிப்பேரலை வந்ததென்றால், அடுத்த நிகழ்வுகள் இங்கே நடந்துவிடாமல் தடுக்க நிச்சயம் கடந்த காலத்திற்குச் சென்றாக வேண்டும்.

அனன்யாவுக்கு இருந்த பயங்கள் கொஞ்சம் மாறி இருந்ததால் அவள் அயர்ந்து தூங்கிக்கொண்டிருந்தாள்.

♦♦♦

மணிமேகலை அவளிடமிருக்கும் இந்திரநீலத்தை எடுத்துப் பார்க்கிறாள்.

அது ஒரு பட்டுத்துணி போர்த்தப்பட்டு இருக்கிறது . அந்தப் பட்டுத்துணியில் எழுதியிருந்த எழுத்துக்கள் அழிந்து விட்டாலும் அதன் அச்சு கலையாமல் இருந்தது. ஆனால் அதிலிருக்கும் வார்த்தைகள் என்ன என்பது எவ்வளவு முயன்றாலும் மணிமேகலைக்குப் புரியவில்லை.

சட்டென மேகங்களுக்குள் மணிமேகலை மறைந்து கரைந்துபோனாள்.

அனு தன்னை மேகங்கள் சூழ்ந்ததுபோல உணர்ந்தாள். அப்போது உருவமில்லாதொரு ஆழமான ஆண் குரல் அங்கே ஒலிக்கிறது.

அவ்விடம் மொத்தமும் அதிர்வதுபோல் தோன்ற... அனன்யா கண்விழித்து எழுந்தாள். தன் அருகிலுள்ள காகிதத்தை எடுத்து அனிச்சையாக அவள் கை ஏதோ எழுதியது.

கடந்தகாலத்தில் இருந்து கனவுமூலம் தனக்கு ஏதோ குறிப்பு தரப்பட்டதை உணர்ந்த அனன்யா, வியப்பில் பேச்சற்ற நிலைக்கு சென்றுவிட்டாள்.

சரியாக அந்த நேரத்தில் ஆதர்ஷ் அங்கு வந்து சேர, அனன்யாவின் கையில் இருந்த காகிதத்தை வாங்கி சத்தமாகப் படித்தான்.

“இருள் விசும்பின் பெருவிழிகாண்
இசையாழி விழுங்கவெண்ணும் பேரொளிமுன்

இந்திரநீலம் இருநீலம் இணைந்திருப்பின்
காலம்விட்டு மண்கடத்தும்
காலம்கடந்த மண்ணது
கலகம்தீர்க்காமல் தன்னகம் சேர்ந்தால்
கலம்கலமாய் சேரும் வினையே..."

"என்ன இது... எதும் நீ முன்னாடி படிச்ச செய்யுளா..? இப்போ எதுக்கு எழுதிட்டு இருக்க..? தூங்கிட்டு இருக்கன்னு நினைச்சேன்" என்று ஆதர்ஷ் சொல்லிக் கொண்டிருக்கையிலேயே அனன்யா அந்தக் காகிதத்தை வாங்கிப் படித்தாள்.

"ஆதி! இதுக்கு முன்னாடி எனக்கு இந்தப் பாட்டு தெரியவே தெரியாது..." என்று மெதுவாகப் பயந்தபடி சொன்னாள்.

மற்றவர்கள் அதிர்ந்தனர்.

"இப்போ தூக்கத்துல எனக்கு ஒரு கனவு... யாரோ மந்திரம் போல இந்தச் செய்யுள எனக்கு சொன்னாங்க... இது எனக்கு என்னன்னே புரியல... யாரு அதச் சொன்னாங்கன்னும் தெரியல....!" என்ற அனன்யா வியர்த்து விறுவிறுத்து கனவு முழுவதையும் சொன்னாள்.

"நானும் மித்ரனும் நாம மறுபடி கடந்த காலத்துக்குப் போகலாம்னு முடிவு பண்ணிதான், உன்னை எழுப்ப வந்தோம்... இந்தச் செய்யுள் நமக்கு ஏதோ குறிப்பு தருது... முதல்ல கடந்த காலத்துக்குப் போவோம்... இந்தப் புதிருக்கான பதில அங்க போய் தெரிஞ்சுப்போம்..." என்று சொல்லி, வாசலைப் பார்க்கவும் அங்கே நின்ற மித்ரன் உள்ளே வந்தான்.

"நமக்குத் தெரியாமலே நம்மள வச்சு ஏதோ விளையாட்டு நடக்குது... காலம்தான் எல்லாத்துக்கும் விடை சொல்லணும்... சரி, பயணத்தை தொடங்குவோமா?" என்று மித்ரன் கூறவும், இவர்கள் மூவரும் ஒன்றாக அமர்ந்து, ஆதர்ஷ், அனுவின் கைகளுக்கு நடுவே அந்தக் கல்லை வைத்து தயாராகினர்.

கண்கள் மூடி மூவரும் சற்று நேரம் அமர்ந்திருந்தனர். கண்விழித்தபோது அங்கே எதுவுமே மாறவில்லை. அவர்கள் அதே கப்பலில் இருந்தனர். இந்திரநீலம் ஒளிராமல் அமைதியாக இருந்தது.

❑

27

தெளிந்தது நீரோடை!

அவர்களால் கடந்த காலத்திற்குச் செல்ல முடியவில்லை. இதுவரை இரண்டுமுறை இந்திரநீலத்தைப் பயன்படுத்தி அவர்கள் பயணித்திருக்கிறார்கள். ஆனால் இம்முறை அது பயனளிக்காதது ஏனென்று புரியவில்லை.

காரணம் என்னவென்று புரியாமல் மூவரும் கலங்கிப்போயினர்.

அனன்யா "ஏற்கெனவே எனக்கு வரும் கனவு ஒரு குழப்பம்ன்னா... இதுல இந்தக் கல்லும் உபயோகப்பட மாட்டேங்குது... என்னால முடியல... எவ்ளோதான் அடி வாங்க முடியும்...? இதுக்குமேல தாங்கமுடியுமான்னு தெரியல..." என்று நொந்துகொண்டு ஒரு மூலையில் அமர்ந்தாள்.

"தளர்ந்து போய்டாத அனு... இது நம்ம மன உறுதியை சோதிக்க ஒரு பரிச்சைன்னு வச்சுக்கோ... அடுத்து என்னன்னு யோசிக்கணுமேதவிர, சோர்ந்து உட்காரக்கூடாதுடா!" என்று ஆதர்ஷ் அவளைத் தேற்றினான்.

"ஆதர்ஷ்... அந்தச் செய்யுளை இங்க குடு...!" என்று மித்ரன் ஆதர்ஷ் கையிலிருந்த காகிதத்தை வாங்கினான்.

"கதைகள்ல வரமாதிரி இது ஏதேனும் புதிரா இருக்கலாம்... நாங்க அங்க போகணும்னு முடிவு செய்யும்பொழுது உனக்கு இந்தக் கனவு வருது... ஆக, இது இரண்டுக்கும் தொடர்பு இருக்கு..." என்று மித்ரன் சொல்ல, அனு தீவிர சிந்தனையில் ஆழ்ந்தாள்.

"விசும்பு அப்படின்னா வானம்... அதுவே இருள் விசும்பு அப்டின்னா... இரவு நேர வானம்...

வானத்தின் விழியா..?" என்று நீண்ட சிந்தனைக்குப்பின் அனு கேட்டாள்.

"நட்சத்திரங்களை சொல்றாங்களா..?" என்றான் மித்ரன்.

"அடுத்த வரி பாருடா...

இசையாழி... மொத்தமா படிச்சாதான் பொருள் புரியும்..." என்று சொன்ன ஆதர்ஷ் மறுபடி சத்தமாக பாடலைப் படித்தான்.

"எனக்கு கொஞ்சமா புரியுது ஆதர்ஷ்..." அனன்யா விளக்கத் தொடங்கினாள்.

"வானத்தில் இருக்கும் பெரிய கண்... என்னன்னு புரியலயா..?" அவள் கேட்டதற்கு இல்லையென்று இருவரும் தலையசைத்தனர்.

"நிலாதான்...

ஆழின்னா கடல்... இசையாழி... சத்தம் போடற கடல்... அது விழுங்கத் துடிக்கும் பேரொளி...

அதாவது கடலுக்கு நிலவுமேல் காதல்ன்னு நிறைய கவிதைலலாம் சொல்லுவாங்கள்ல... அதனால இது...

பௌர்ணமி...

ம்ம்ம்ம்...

அதாவது பௌர்ணமில அலைகள் மிக அதிகமா இருக்கும்... கடல் சத்தம் போடும்...

இதுலயும் நிலவைப் பத்திதான் சொல்றாங்க..."

"அடுத்த வரிகளப் பாருங்க...

இந்திரநீலம் சரி... இருநீலம்ன்னா என்ன..?"என்று மித்ரன் கேட்டான்.

"ஆங்... அதுதான் எனக்கும் புரியல..." அனன்யா தன் நெற்றியை நீவியபடி யோசித்துக்கொண்டிருந்தாள்.

"மணிமேகலை சொன்னது ஞாபகம் இருக்கா அவங்கள்ட்ட ஒரு கல்லும் உதயகுமாரன்கிட்ட ஒரு கல்லும் இருக்கும்... ரெண்டும் சேர்ந்தா நன்மை நடக்கும்ன்னு... அதுதான் அந்த இருநீலம்... சரியா..?" ஆதர்ஷ் தன் நினைவு அடுக்கிலிருந்து விடை தேடிச் சொல்ல, இருவரும் ஆமென்று விழிகள் உயர்த்தினர்.

"அப்போ ஆரம்பத்துலேர்ந்தே நம்மகிட்ட ஒன்னுதான் இருக்கு... எப்படி நம்மால காலப்பயணம் செய்ய முடிஞ்சுது..?" என மித்ரன் கேட்டதற்கு யாரிடமும் விடையில்லை.

“சரி...எது எப்படியோ... எனக்கென்னவோ நிலா இருக்கும் நேரத்துலதான் அந்தக் கல் வேலை செய்யும்ன்னு தோணுது... இந்தச் செய்யுளும் அதைத்தான் சொல்லுது...” என்று சொல்லிவிட்டு நீண்ட மூச்சிழுத்தான் ஆதர்ஷ்.

“இன்னைக்கு ராத்திரிவரை காத்திருக்கணுமா... அதுக்குள்ள இங்க என்னலாம் நடக்குமோ...” அனன்யா தரையில் அமர்ந்து தன் கைகளைப் பிசைந்துகொண்டிருந்தாள்..

“அந்தக் குறிப்ப என்கிட்ட குடுங்க... நான் பாக்கறேன்... நீங்க ரெண்டுபேரும் போய் சாப்பிடுங்க...நிச்சயம் இரவில்தான் போகப்போறோம்...நீங்க ஒழுங்கா சாப்பிட்டு எவ்ளோ நேரமாச்சு.. போங்க...”என அனன்யா மற்றும் ஆதர்ஷை வற்புறுத்தினான் மித்ரன்.

“கோதையும் இனியாவும் அங்க இருப்பாங்க... நான் வரச்சொன்னேன்னு சொல்லுங்க...” என்று மித்ரன் சொன்னதும், ஆதர்ஷ் “அவர்களிடம் இதைப்பற்றி சொல்லவேண்டாம்” என்று கேட்டுக்கொண்டான்.

“இது வேற ஆதர்ஷ்... அவங்கள வரச்சொல்லுங்க... நான் இந்தக் கல் பத்தியோ, கடந்த காலம் பத்தியோ எதுவும் சொல்லல” என உறுதியளித்தான்.

ஆதர்ஷும் அனுவும் சாப்பிட்டுவிட்டு வரும்போது கோதை மட்டும் தன் கைபேசியுடன் அமர்ந்திருந்தாள். இனியாவும் மித்ரனும் ஏதோ குறிப்புபோல் எழுதிக்கொண்டிருந்தனர்.

அனுவைப் பார்த்தவுடன் கோதை “பாத்தியா அனு... எங்க தல ஏதோ பழங்காலப் பாட்டுலலாம் கொடுத்து அர்த்தம் கேக்குறார்... திருவள்ளுவர்கூட இவ்ளோ பாட்டு தெரிஞ்சுவச்சிருக்க மாட்டார்... எனக்கு இதெல்லாம் வராது... பாவம் இவதான் மாட்டிக்கிட்டா.."என்று சொல்லிக்கொண்டே இனியாவை பரிதாபமாகப் பார்ப்பதுபோல் பாவனை செய்தாள்.

ஆதர்ஷ் இதைக்கேட்டு மித்ரனை வெளியில் வரும்படி கண்ணால் சைகை செய்தான். மித்ரன் உடனே... "இது ஒரு கதைல வர புதிர் மச்சான்! சரி, இதுங்க வெட்டியாத்தானே இருக்குன்னு கொஞ்சம் வேல குடுத்தேன்...” என்று சொன்னான்.

“நீங்க என்ன கலெக்டர் வேலையா பாக்குறீங்க? எல்லாரும் வெட்டிதான்... எங்க கிட்டயேவா..." என்று சொல்லிவிட்டு கோதை தன் வேலையைத் தொடர்ந்தாள்.

தன் கைபேசித் திரை மின்னியதும் ஆதர்ஷ் அதில் மித்ரனிடமிருந்து வந்த குறுஞ்செய்தியைப் படித்தான். "அவர்களுக்கு இதுபற்றிய உண்மை தெரியாது" என்று இருந்தது.

....

அனன்யா மணிமேகலையிடம் "அந்தக் கல்லுடன் வைக்கப்பட்ட குறிப்பில் என்ன இருந்ததுன்னு தெரியுமா..?" என்றாள்.

"நான் காணும் முன்பே மழையில் நனைந்துவிட்டது... உன்னைக் காணும்வரை அதனை மீண்டும் பார்க்கும் எண்ணமே எனக்கில்லை..." என்று மணிமேகலை விடை தந்தாள்.

"அப்போ... திரும்ப அத எடுத்துப் பாத்தீங்களா?" வியப்பினை அடக்காமல் கேட்டாள் அனு.

அதிகாலையில் புத்தர் பாதத்தின்முன் தியானித்துக் கொண்டிருந்த மணிமேகலை, மனக்கண்ணில் இதுபோன்ற காட்சியைக்கண்டு திடுக்கிட்டு விழித்தாள்.

ஏனெனில் முதல்நாள் அனு, ஆதர்ஷ், மித்ரன் மூவரும் மணிமேகலை சொன்னதைக் கேட்காமல் மறைந்துவிட்டனர்.

அவர்கள் வந்தது ஏன்.

சென்றது ஏன்... என்று எதுவும் புரியவில்லை...

வந்து போன அந்த அரைநாளில் மணிமேகலையின் மனதில் அவர்கள் ஏற்படுத்திய மாற்றங்கள் மிகப் பெரியது.

வைகறையில் விழித்தவுடன் மணிமேகலைக்கு முதலில் இந்திரநீலத்தின் நினைவுவர, அவளிடமிருக்கும் பேழையைத் திறந்து பார்க்கிறாள்.

அதில் அந்த வெளிர்நீலக்கல், ஒரு பட்டுத்துணி போர்த்தப்பட்டு இருக்கிறது.

அதன் அழகையும், வசீகரத்தையும் அவள் முதல்முறையாக உணர்ந்தாள்.

அந்தப் பட்டுத்துணியில் எழுதியிருந்த எழுத்துக்கள் அழிந்து விட்டாலும் அவற்றின் அச்சு கலையாமல் இருந்தது. ஆனால் அதிலிருக்கும் வார்த்தைகள் என்னவென்பது எவ்வளவு முயன்றாலும் மணிமேகலைக்குப் புரியவில்லை.

அதனூடே இளவரசர் உதயகுமாரன் நினைவும் வர, மனதை ஒருநிலைப்படுத்த எண்ணிய அவள், பேழையை மூடிவைத்துவிட்டு தியானிக்கச் சென்றுவிட்டாள்.

இதுவரை அவளின் தியானம் இடையில் கலைந்ததில்லை.

ஆனால் இந்த அவஸ்தையில் கொஞ்சம் இன்பமும் தெரிந்ததுபோல் தோன்ற... மனம் மதில்மேல் பூனைபோல் மருகியது.

இன்று நடப்பவை யாவும் அவள் குழப்பத்தை மேலும் அதிகரித்தன.

பொழுது புலரத் தொடங்கியது...

வெளியிலிருந்து "இளவரசர் வந்திருக்கிறார்..." என்னும் குரல்கள் ஆங்காங்கே ஒலிக்கத் தொடங்கின.

மணிமேகலையின் மனக்கிளி அவளுக்கு முன்பே சிறகடித்து வெளியில் சென்றுவிட்டது.

❑

28

அனல்மேலே பனித்துளி!

இளவரசர் வந்திருக்கிறார் எனும் குரல் கேட்டவுடன் மணிமேகலைக்கு கட்டுக்கடங்காத மகிழ்ச்சி கண்கள் வழியே மின்னியது.

எத்தனையோ முறை இளவரசர் இவளைத் தொடர்ந்து வந்திருந்தாலும், துறவறத்தை மனதில்கொண்டு மணிமேகலை இதுவரை அவர் முகம் பார்க்க விரும்பியதில்லை. இப்போது அவரைக் காணும் ஆவல் அவள் மனம் முழுதும் நிறைந்திருந்தது. அவர் எப்படி இருப்பார் என்று அவள் உருவாக்கியிருந்த மன பிம்பத்தை தன் கூடவே கூட்டிக்கொண்டு நடந்தாள்.

உலகறிந்தவள் என்பதால் அவளுக்கு நாணம் இல்லை. ஆர்வமும் கட்டுக்கடங்காத காதலும் ஒன்றோடொன்று போட்டி போட்டு அவளை வாசலுக்கு உந்தித் தள்ளின.

ஒரு நொடிக்குள் அதனை மாற்றி பழையபடி தன் முகத்தை உணர்ச்சி துடைத்ததுபோல் ஆக்கிக்கொண்டாள்.

நெஞ்சம் அலைபாய்ந்து கொண்டிருந்தாலும் வெளியில் தன் தவக்கோலமும் உறுதியும் குறையாமல் நடந்துவந்தாள். அங்கே உதயகுமாரன் வெண்புரவிமீது அமர்ந்திருந்தார். மணிமேகலை வருவாள் என்கிற நம்பிக்கை அவரிடம் துளியும் இல்லை.

ஆதர்ஷ், அனு, மித்ரன் மூவரும் முதலில் வந்தபோது தங்கும் விடுதியில் இந்திரநீலத்தை மறந்துவிட்டுச் சென்றதை மணிமேகலைதான் அதை அங்கே வைத்ததாக இளவரசர் நினைத்துவிட்டார்.

அதை புத்த விகாரத்திற்குத் தன் காவலர்களிடம் கொடுத்து அனுப்பி வைத்தார். அதைப்பற்றிக் கேட்கவே அவர் இந்த அதிகாலையில் எவரும் அறியாமல் இவ்விடம் வந்தார்.

எத்தனையோ முறை தன் அன்பை அவளுக்குத் தெரிவிக்க முயன்றும் தோற்றமையால் அவர் மனம் சொல்லொண்ணா துயருற்றது. முன்னெல்லாம் நடந்ததுபோல் இப்பொழுதும் ஏற்படப்போகும் ஏமாற்றத்திற்கு தன் மனதை ஆயத்தம் செய்துகொண்டு வந்திருந்தார்.

அவர் எதிர்பார்ப்பிற்கு மாறாக அங்கே மணிமேகலை புத்த விகாரத்தின் வாயிலில் வந்து நின்றாள். உடன் வந்த தோழிகளை விலக்கி, அவள் மட்டும் தனித்திருந்தாள்.

உதயகுமாரன் அவள் வந்ததும் செய்வதறியாது நின்றுவிட்டார். கால்கள் தானாக புரவி விட்டிறங்கி அவள் நின்ற இடம் நோக்கி நகர்ந்தது.

அந்த வருத்தம் நிறைந்த முகம் அவளை ஏதோ செய்தது. திடகாத்திரமான உடற்கட்டும், கம்பீர நடையுமாக அவள் இதுவரை எண்ணியிருந்த இளவரசர் அல்லர் இது.

அரசி அழைத்துப் பேசியது திருமணம் செய்யவேண்டும் என்பதற்காக அல்ல... இந்நகரை விட்டுச்சென்றுவிடு என்று சொல்வதற்காக. ஆனால், "எனக்கு இளவரசன் மேல் ஈர்ப்பில்லை. நான் துறவி..." என்று பதிலுரைத்து அவள் திரும்பிவிட்டாள்.

உள்ளத்தில் ஊற்றாய் அன்பு இருப்பினும், அவள் உருவாக்கிய மனச்சிறையில் இருந்த காதல் வெளிவர முடியாமல் புழுங்கியது.

"நீங்கள் என்மேல் கொண்ட அன்பு உண்மையானதா என்று அறிய விழைகிறேன். அது என் எழில் கண்டு, வந்த ஈர்ப்பா அல்லது இறுதிவரை கரம்பற்றி வாழ நினைக்கும் தூய்மையான அன்பா என்றறிந்தால் மட்டுமே என் நெஞ்சம் அமைதி பெறும்... விளக்கிச் சொல்வீரா..?" மணிமேகலை இவ்வாறு கேட்டாள்.

அவள் கேட்ட வார்த்தைகளில் தெரிந்த ஏக்கம் உதயகுமாரனை உவப்பின் உச்சியில் சேர்த்தன.

"என் அன்பு தூய்மையானது... நீ மட்டும் போதும் என் வாழ்வு முழுமை பெற...

அரச போகம் வேண்டாம்... அரியணை வேண்டாம்... இது வெறும் உருவு கண்டு வந்த ஈர்ப்பல்ல,

என் உள்ளம் நீயாளும் நிலம்.... இவ்விடம் நமக்கு வேண்டாம். கடல் கடந்து எங்கேனும் சென்றிடுவோம்...

அங்கே நான் அரசனில்லை... நீ தலைக்கோலி இல்லை..! நமைப்பிரிக்க உன் தாயோ, என் குலப்பெருமை பேசும் மக்களோ என எவரும் வர இயலாது... நமக்கான சிறு உலகில் வாழ்வோம்.. வந்துவிடு..!" என்று சொல்லி தன் கலங்கிய கண்களை மறைக்க எண்ணி வேறு பக்கம் திரும்பிக்கொண்டார். அக்கண்கள் அவர் சொல்வது மெய்தான் என்பதை மணிமேகலைக்குப் புரியவைத்தன.

“நேற்றிலிருந்து எனக்கும் இதுபோல் தோன்றுகிறது... ஆயினும் பறந்து செல்லமுடியாமல் சிறகுகளில் பிணைக்கப்பட்ட சங்கிலியாய் சுற்றம் தடுக்கிறது...”

மனம் நினைத்ததை மணிமேகலை வெளிக்காட்டாமல் “தங்களின் மதிப்பு உண்மையெனில் எனக்கு ஒரு உபாயம் செய்ய வேண்டுகிறேன். நேற்றுமுதல் உங்களின் வரவை எதிர்நோக்கியிருந்தேன்” என்றாள்.

“உன்னைத் தடுப்பது நீயேயன்றி யாருமில்லை. சொல் மணிமேகலை உனக்கு என்ன வேண்டும்?” என்று கேட்டபடியே அங்கேயிருந்த கற்பலகையில் அமர்ந்தார்.

தான் மனதில் நினைத்தவற்றிற்கு அவர் பதிலளித்ததும் மணிமேகலை கண்கள் ஒளி பெற்றன. அவள் மனதில் முழு நம்பிக்கை வேரூன்றியது.

மணிமேகலையின் இந்த மாற்றம் அவரை கொஞ்சம் உற்சாகமாக்கியது.

அவள் வருங்காலத்திலிருந்து வந்தவர்கள்பற்றியும் அவர்கள்தான் தன் மனமாற்றத்திற்குக் காரணம் என்பதையும் அத்தோடு அவர்கள் வந்தவுடனேயே மறைந்ததையும் தெரிவித்தாள்.

விருந்தினர் விடுதியில் இருந்த கல் எவ்வாறு வந்தது என்பதை இதன்மூலம் இளவரசர் ஊகித்துக்கொண்டார். அதுபற்றிக் கேட்கவே அதிகாலையில் எவரும் அறியாமல் அவர் அங்கே வந்தார்.

சித்தர் கோட்டத்தில் இருந்து சோழதேசம் வரமாய்ப் பெற்ற இந்திரநீலம் தமக்கு நன்மை செய்யத்தொடங்கியதை உணர்ந்து கண்கள்மூடி சித்தருக்கு வணக்கம் சொன்னார்.

மணிமேகலை. “அந்த ரத்தினக்கல்லில் ஏதோ சக்தியிருக்கிறது.. அதை அறிந்துகொள்ள நீங்கள் உதவவேண்டும்.. அவர்கள் மீண்டும் வருவார்கள், இந்தக் குழப்பம் தீர்ந்தால் மட்டுமே அவர்கள் நிலை இயல்பாகும் என உள்ளுணர்வு சொல்கிறது...” அவள் பார்வை அடிவானத்தில் நிலைகுத்தி நின்றது.

அன்றைய பணிசெய்ய வந்துவிட்ட ஆதவன் மஞ்சள் ஒளி தெளிக்க, பறவைகள் இரை தேடிப் புறப்பட்டன.

“பொழுது விடிந்தபடியால் நீங்கள் இங்கே நடமாடுவது இன்னல்களுக்கு வழிவகுக்கும். அந்தியில் சந்திப்போம் இளவரசே...” மக்கள் நடமாட்டத்தைக்கண்ட மணிமேகலை பரபரத்தாள்.

“உத்தரவு தேவி... இதுகாறும் நீங்கள் என்னுடன் செலவிட்ட நேரமே ஆயுளின் வரம். அந்தியை எதிர்நோக்கியே இருப்பேன்... வருகிறேன்” காற்றில் மிதப்பதுபோல் ஓடிச்சென்று குதிரையேறி மின்னலாய் மறைந்தார் இளவரசர் உதயகுமாரன்.

அவர்மீது பட்ட கடற்காற்று தன்னைத் தீண்டவும், சிறையிலிருந்து மீண்டது மணிமேகலையின் காதல்.

கதிரவன் உதித்ததிலிருந்தே அது மறையும் நேரத்தை அவள் எதிர்நோக்கிக்கொண்டிருந்தாள்.

◆◆◆

நிகழ்காலத்தில்...

இங்கே இன்னும் மூவரும் சூரியனின் மறைவிற்காகக் காத்திருந்தனர். அவர்கள் நம் பழைய நண்பர்களான ஆதர்ஷ், அனு மற்றும் மித்ரன்.

“இதோட முழு அர்த்தம் நான் கண்டுபிடிச்சிருக்கேன்... எந்தக் கதையில் வருது மித்ரன்..? இதப் பிரிச்சுப் படிச்சுப் புரிஞ்சுக்க எனக்கு ரொம்ப நேரம் எடுத்துச்சு..” என்று கூறிக் கொண்டே இனியா கையில் ஒரு குறிப்புடன் அந்த அறைக்குள் நுழைந்தாள்.

மணி ஐந்தைத் தொட்டிருந்தது. அவளைப் பார்த்ததும் மித்ரன் முகத்தில் தானாக புன்னகை தோன்றியது.

“வந்து உக்காரு இனியா....” என்று அனு தன் பக்கத்து இருக்கையைக் காட்டினாள்.

“ஒரு புத்தகத்துல வர்ற கவிதைக்கு இவ்ளோ முக்கியத்துவமா? ரொம்பதான் பண்றீங்க...” அவன் கையில் அக்குறிப்பைத் திணித்துவிட்டு அமர்ந்தாள்.

“இது உண்மையாவே முக்கியமான விஷயம்... உன்னோட உதவி எங்களுக்குத் தேவப்படுது...” மித்ரன் தன் நாற்காலியில் சாய்ந்து அமர்ந்தபடி பேசத்தொடங்கினான்.

ஆதர்ஷ் இருமல் வந்ததுபோல் எழுந்து வெளியில் சென்றான். என்னவோ ஏதோ என்று பதறி, அனு அவன் எழுந்து சென்றதும் வேகமாகப் பின்தொடர்ந்தாள்.

❑

29

இவன்தானா...

வெளியில் சென்ற ஆதர்ஷ் சாதாரணமாக சுவரில் சாய்ந்து கைகள் கட்டிக்கொண்டு நின்றதைப் பார்த்துக் குழம்பினாலும்,"என்னாச்சு ஆதர்ஷ்... நேத்து நீ மயக்கம் தெளியாததில் இருந்தே எனக்குப் பயமா இருக்கு..."என்றபடி அனு அவன் தலையில் கைவைத்து காய்ச்சல் ஏதும் இருக்கிறதா என்று பரிசோதித்தாள்.

"எனக்கு ஒன்னுமில்ல அனு... மித்ரன்தான் கொஞ்சம் அசௌகரியமா இருந்தான். அதான் வெளில வந்தேன்" என ஆதர்ஷ் தீவிரமாக சிந்தித்துக்கொண்டே சொல்ல,

"அப்படின்னா உடம்புக்கு என்னன்னு கேக்கவேண்டியதுதானே..?" என்று அந்த அறைக்குள் நுழைய முற்பட்ட அனு கையைப் பிடித்து நிறுத்தினான் ஆதர்ஷ்.

"நீ லூசா... இல்ல நடிக்கிறியா... மித்ரனுக்கு இனியாவ பிடிச்சிருக்கு போல... கொஞ்சம் தனியா பேசட்டுமேன்னு வெளில வந்தேன்" என்று ஆதர்ஷ் சொன்னவுடன்தான் அனன்யாவுக்கு" இப்படியெல்லாம் ஒருத்தர் யோசிப்பாரா..?" என்று தோன்றியது.

"நீங்க பெரிய ஆளுதான்... எப்படி பாத்ததும் கண்டுபிடிக்கிறீங்க..." முகத்தை மிகவும் ஆர்வமாக வைத்துக்கொண்டு கேட்டவளைப் பார்க்கவும் ஆதிக்கு கொள்ளை அழகாய்த் தோன்றியது.

"இப்படில்லாம் முகத்தை வச்சுக்கிட்டு கேட்டா எனக்கு எப்படிப் பேச முடியும்... உனக்கு எடுக்கவேண்டிய பாடம் நிறைய இருக்கு..." என்று சொல்லிக்கொண்டே சுவரில் சாய்ந்து இருந்தவன் நிமிர்ந்து அவளை நெருங்கினான்.

அனன்யாவுக்கு இதயத்தோடு கண்களும் சேர்ந்து படபடவென அடித்துக்கொண்டது...

"நில்லுங்க...

எதுக்கு இப்போ கிட்டவர்றீங்க..? என்ன வேணும்னாலும் ரெண்டடி தள்ளியே நின்னு பேசுங்க..." பின்னால் நகர்ந்தபடி சொன்னாள்.

"நமக்கு கல்யாணம் ஆகப்போறத மறந்துட்டியா...?" என்று கேட்டபடி ஆதர்ஷ் கிட்டே வரவும் அனு சுவரில் சாய்ந்து கண்களை மூடிக்கொண்டாள். கூச்சம் அவளின் நரம்பு நுனிகள் எங்கும் பரவி சிலிர்க்க வைத்திருந்தது.

♦♦♦

இரண்டு நிமிடங்கள் நகர்ந்தன...

"அவ்ளோ அவசரம்... ம்ம்ம்ம்... நீ நினைக்கிறமாதிரி ஒன்னுமில்ல... கண்ணத் திற..." அவன் கேலியாகச் சொன்னதும் அனு கண்திறந்தபோது ஆதர்ஷ் முன்புபோலவே அதே இடத்தில் இருந்தான்.

"நம்ம மனசுல நினைச்சத கண்டுபிடிச்சுருப்பானோ?" தன் மோதிரத்தை சுற்றிக்கொண்டே சீரற்ற மூச்சுகளை வெளிவிட்டபடி அவனைப் பார்க்காமல் வேறு திசையில் பார்வையை செலுத்தினாள்.

அவள் கை, கால்கள் சில்லிப்பிலிருந்து மீள, அதுவரை முயல் வேகத்தில் துடித்த அனுவின் இதயம் கொஞ்சம் கொஞ்சமாக ஆசுவாசமடைந்து, ஆமைபோல் ஒடுங்கி நின்றுவிட்ட ஐம்புலன்கள் தன்னிலைக்கு வந்தன.

"இப்போ நீ என்ன மனநிலையில இருக்கியோ... மித்ரனுக்கும் இனியா வந்தா, அதேமாதிரி படபடப்பாகுது... கண்ணு பிரகாசமாகிடுது... சுத்தி இருக்கற விஷயத்துல கவனம் செலுத்தறது இல்ல... அவ பேசும்போது குறுக்க பேசாம கேக்கறான்... அப்பப்போ தன் தலைய சரிசெய்யறான்... இதெல்லாம் ஒருத்தரப் பிடிச்சுருந்தா, தன்னை அறியாம செய்யற விஷயங்கள்..." என்றான் இடுப்பில் கை வைத்துக்கொண்டே, ஒற்றைக்காலை மடித்து வைத்து சுவரில் சாய்ந்து நின்ற ஆதர்ஷ்.

அனன்யா "எவ்ளோ நுணுக்கமா பாத்துருக்கான் எல்லாத்தையும்?" என்று எண்ணி அவன் பேச்சைக் கேட்டாலும், இவளை சீண்டியதை அவ்வப்போது நினைத்து ரசித்துக்கொண்டிருந்தாள்.

"என்ன, விடாம பாக்குறீங்க... மகாராணி மனசுல என்ன ஓடிட்டு இருக்கு..?" என ஆதர்ஷ் கேட்டதும் 'ஒன்றுமில்லை' என்பதுபோல் உதடு பிதுக்கி தோளைக் குலுக்கினாள்.

அவளின் இந்த இருவேறு தலைகீழ் மாற்றங்களே ஆதர்ஷ் அவளை விரும்புவதற்கு காரணம். ஒருநேரம் சிறு குழந்தைபோல் முகம் வைத்துக்கொள்வது, சண்டை போடுவது... ஒரு நேரம் பெரும் வயதானவர்போல் உலக அனுபவம் பேசுவது.

அவளை இரண்டாம் முறை பார்த்தபோது நிகழ்ந்தது நினைவுக்கு வந்தது.

♦♦♦

காகித ராக்கெட் இவள்மேல் விழுந்த அன்று மாலை... அது அனு படித்த கல்லூரியின் கூடைப்பந்து மைதானம்...

சுற்றிலும் தடுப்புகளில்லாத திடலாக இருந்ததால் அங்கே சிலர் விளையாட்டாக அவர்களுக்குள் வீசிக்கொள்ளும் பந்து வெளியில் வருவதும் எடுத்துப்போவதுமாக இருந்தார்கள்.

ஆதர்ஷ் அந்த மைதானத்தின் ஓரத்தில் தன் மாணவர்களோடு போட்டிகளுக்கு ஒத்திகை பார்த்துக்கொண்டிருந்தான்.

"ஏய்...ஏய்...பிடி...!"

"போடா..."

"பாத்து தூக்கிப்போட மாட்டியா..?"

என பல குரல்கள் குழப்பமாய் ஒலிக்க...

தடால்... என்ற சத்தத்தோடு வழியில் சைக்கிளில் சென்ற ஒரு பெண்மீது பந்து விழ, அவள் நிலைதடுமாறி கீழே விழ, கை முட்டியில் அடிபட்டிருந்தது. பந்து வீசியவர்கள் மன்னிப்புக் கேட்டனர்.

அங்கே கூட்டம் கூடிவிட்டது. ஆதர்ஷும் என்னவென்று சென்று பார்த்தபோது, அங்கே இருந்ததோ காலையில் தன்மேல் பேப்பர் ராக்கெட் பட்டதால் சண்டைபோட்ட பெண்...

'கையில் ரத்தம் வேறு... எப்படியும் கத்தி ரணகளம் செய்யப்போகிறாள்' என நினைத்து அவன் நின்றிருக்கையில்...

“பரவாயில்ல...தெரியாமதானே விழுந்தது... நானும் கொஞ்சம் கவனமில்லாம வந்துட்டேன்... பாத்துக்கலாம்...” என்று சொல்லிவிட்டு தன் கைக்குட்டையால் அதை துடைத்துக்கொண்டு நகர்ந்துவிட்டாள். ஆனால் ரத்தம் நிற்கவில்லைதான்.

அவனுக்கு ஒரே வியப்பு... அப்போது அங்கே பந்து விளையாண்டவர்கள் பேசிக்கொண்டது காதில் விழுந்தது...

“மதுரக்காரப் பொண்ணுடா... ரகள பண்ணுவான்னு நெனச்சேன்... ஏதோ நம்ம நல்ல நேரம் தப்பிச்சோம்.”

அட... மதுரையா... நம்ம ஊருப் பொண்ணா... திடீரென ஒரு புன்னகை எட்டிப்பார்த்தது இவனிடத்தில்.

♦♦♦

இன்று...

இவளை மறுபடி பார்ப்பேனா என்று ஏங்கிய காலம்போக, இப்போது தொட்டுவிடும் தூரத்தில் அவள்.

அதே போன்றதொரு புன்னகையில் இப்போதும் நின்றான்...

அவன் பார்வையை தாக்குப்பிடிக்க முடியாமல் அவள் கன்னங்கள் சூடேறவும் அவள் திரும்பி அந்த அறையை நோக்கி நடந்தாள்.

அவன் சொன்ன உடல்மொழிகள்பற்றி எண்ணினாள். முதன்முதலில் பார்த்தபோது மற்றும் கோவிலில் பார்த்தபோது என அவன் தன்னிடம் நடந்துகொண்ட விதங்கள் மனதில் திரைப்படம் போல் நிழலாடின. முடியைக் கலைத்தல் அவன் அடிக்கடி செய்யும் செயல். இவளைக் காணும்போதெல்லாம்

கண்கள் வேறெங்கும் பார்ப்பதில்லை.

அவளுக்காக மட்டுமே அவன் புன்னகைப்பதுபோல் தோன்றும். நெருங்கி நிற்கவேண்டுமென்று இவளுக்குத் தோன்றினாலும் செய்ததில்லை. ஆனால் அவன் அதுபோன்றதொரு வாய்ப்பைத் தவறவிடவே மாட்டான்.

அவர்கள் உள்ளே நுழைந்தபோது மித்ரன் எல்லாவற்றையும் இனியாவிற்கு சொல்லி முடித்திருப்பான் என்று நினைத்துக்கொண்டு வர, அங்கே இனியாவைக் காணவில்லை.

“ஏன்டா! சட்டுன்னு எழுந்து போன... உனக்கு நான் இந்த விஷயத்த அவகிட்ட சொல்றது பிடிக்கலபோலன்னு நெனச்சுட்டு அவளும் போய்ட்டா...”என்று மித்ரன் சொன்னதும் அனுவும் ஆதர்ஷ்ம் ஒருவருக்கொருவர் பார்த்துக்கொண்டனர்.

“என்ன, ரெண்டு பேரும் ஏதோ திருட்டுமுழி முழிக்கிறீங்க... அவ கண்டுபிடிச்ச அந்தப் பாட்டோட அர்த்தத்தை மட்டும் சொல்லிட்டு போய்ட்டா... அவளுக்குத் தெரியாததும் நல்லதுதான்...” என்று சொல்லிவிட்டு கைகளைச் சேர்த்து தேய்த்துவிட்டு இனியா கொடுத்த குறிப்பை ஆதர்ஷிடம் தந்தான்.

அவன் முகத்தில் சிறு வருத்தம்கூட இல்லை. காதல்ன்னா உடனே கைகூடணும்ன்னு அவசியமில்லைங்கிறத அவன் ஆதர்ஷ் விஷயத்துல நல்லாவே புரிஞ்சுக்கிட்டதன் விளைவு அது.... மெதுவாவே நடக்கட்டும் என்று நினைத்திருப்பான்போல....

அதிலிருந்த செய்திகளும் வரைபடங்களும் சித்தர் பாடல்களும் என அனைத்தும் ஆதிக்கு தலைசுற்றல் ஏற்படுத்தின.

“எப்படி இவளுக்கு இவ்வளவு தெரியும்..?” என்று ஆதர்ஷ் அகன்று விரித்த கண்களோடு கேட்டான்.

“அவளோட அப்பா சித்தர்கள் பத்தின நூல்கள் நிறைய படிச்சுருக்கார்போல. ஏதோ தமிழ் நூல்களை ஆய்வு செய்றதா சொன்னா...அவர் இந்தச் செய்யுள் ஒரு சித்தர் எழுதியதாகவும், இதுவொரு வரலாற்றுச் சிறப்புமிக்க கல்லப் பத்தி சொல்லுதுன்னும் சொன்னாராம். ஒரு ஜோடி கல்... நிறைய ஆற்றல் அதுக்கு இருக்கு... பழைய பூம்புகார் அழிஞ்சப்போ அந்தக் கற்கள் ரெண்டும் கோட்டைக்குள்ளேயே புதைஞ்சுடுச்சு... அதைத் தேடி நூற்றாண்டுகளா மக்கள் இந்த நகரத்தில் அலையறாங்களாம்.” இவ்வாறு மித்ரன் சொல்வதைக் கேட்க கேட்க அனன்யாவுக்கு மூச்சு முட்டுவதுபோல் இருந்தது...

“ரெண்டாயிரம் ஆண்டுக்கு முன்ன நம்ம நாட்டுக்கு வந்த யவனர் இதை ரோம் நாட்டுக்குக் கொண்டுபோக நெனச்சதாகவும், அதுக்காக சோழ மன்னர்கள்கிட்ட இதைப் பாதுகாக்கும் பொறுப்பைக் குடுத்துட்டு ஒரு சித்தர் முக்தியடைஞ்சதாகவும் சொன்னா. யாருக்கும் கிடைக்காத பொக்கிஷம் நம்ம கையில் கிடைச்சிருக்கு... எதுவும் ஏதேச்சையா நடக்கல... முன்னமே தீர்மானிக்கப்பட்டதுபோலவே தோணுது...” என்று முடித்தான் மித்ரன்.

அங்கேயிருந்த கடிகாரம் ஆறுமுறை சத்தமிட்டது. மூவரையும் பரபரப்பு தொற்றிக்கொண்டது.

"நமக்கு நேரம் குறைவாதான் இருக்கு... நிலவு கொஞ்சம் கொஞ்சமா தெரிய ஆரமிச்சுடுச்சு..." அனு பதட்டத்தில் பேசினாள். அவளுக்கு ஆர்வமும் நிரம்பி வழிந்தது.

"இதுவரை புரிஞ்சுக்கிட்டது சரின்னா... நிலா வந்ததும், நாம பழங்காலத்துக்குப் போகமுடியும். அனு தேவையான பொருட்களை எடுத்து வச்சுக்கோ..." என்று ஆதர்ஷ் சொல்ல, அவள் தன் புகைப்படக் கருவியை மட்டும் தோளில் மாட்டியிருந்தாள்.

இந்திரநீலம் ஒளிர்ந்தது... நிலவு வந்துவிட்டது... மூவரும் வட்டமாய் அமர்ந்திருக்க, அவர்கள் கைகளுக்குள் பத்திரமாக கண்சிமிட்டியது அந்தக் கடல்நீலமும் வான்நீலமும் கலந்த இந்திரநீலம்.

❑

30

பொன்னந்தி மாலைப்பொழுது

காந்தச்சுழல்போல ஏதோ ஒன்று இவர்களை இழுக்க... சுற்றுப்புறம் அசையாமல் நிற்பதுபோலத் தோன்றியது. காற்றின் வேகம் கடுமையாயிருந்தது.

அந்த வேகம் சற்றே மட்டுப்பட்டு தென்றல்போல் காற்று வீச, இப்போது அவர்கள் மணிமேகலையின் புத்த விகாரத்தில் இருந்தனர்.

அனன்யாவுக்குத் தன்னால் ஆகக்கூடிய நன்மை ஏதோ இங்கு உண்டென்று மனம் சொன்னது.

அவள் மணிமேகலையிடம் சென்று இவர்கள் மூவர் கனவுகளையும் மேலும் அங்கே நடந்த நிகழ்வுகள் அனைத்தையும் ஒன்றுவிடாமல் விளக்கிச் சொல்லவும் மணிமேகலைக்கு அனன்யாவின் அந்த குழந்தைத்தனமும் தன்மீது கொண்டுள்ள நம்பிக்கையும் மிகவும் பிடித்தது.

இவளால்தான் தன் மனம் இளவரசர்மீது சென்றது என்று நினைவு வரவும் அவள் முகம் மேலும் பரவசமடைந்து விரிந்தது.

கண்கள் விலக்கி ஆதர்ஷைப் பார்த்தபோது அவள் திடுக்கிட்டு விழித்தாள். இப்படியும் இருக்கமுடியுமா என்னும் வியப்பு உண்டானது. அதைத்தாண்டி வேறொரு பெரும் குழப்பமும் அங்கே நிகழ்ந்துவிட்டது.

அனன்யா அந்த செய்யுள்பற்றியும் அதன் விளக்கம் பற்றியும் சொல்லத்தொடங்க, இதனைக் கேளாமல் வினோதமான ஏதோ ஒன்றைக் கண்டதுபோல மணிமேகலையின் முகம் தென்பட்டது. அவள் கண்கள் இப்போது மித்ரன் மற்றும் ஆதர்ஷுக்குப் பின்னால் நிலைகுத்தி இருந்தது.

“இந்த யவனர் எப்படி இங்கே வந்தார்...?” என்று அவள் கேட்ட போதுதான் அவர்களுக்குப்பின் நின்றிருந்த பேட்ரீசியோவை கவனித்தார்கள் நண்பர்கள் மூவரும்.

பேட்ரீசியோ, மைக்கேலுடன் வந்த வரலாற்று ஆய்வாளர். அவர்களை கவனித்துக்கொள்ளும் பொறுப்பு மித்ரனிடம் தரப்பட்டதால் அவனுடன் நட்பாக இருந்தார். அவர் இத்தாலியைச் சேர்ந்தவர். நடுத்தர வயதுடையவர்.

மித்ரனிடம், "உங்களிடம் உதவி கேட்க வந்தபோது, இந்தச் சுழலுக்குள் இழுக்கப்பட்டேன்... நாம எங்க இருக்கோம்..?" என்றார் சிறிது மிரட்சியுடன்.

அச்சத்தில் வெளிறிப்போயிருந்த அவரிடம் அனைத்தையும் மித்ரன் விளக்கியவுடன் சற்று ஆசுவாசமானார்.

"மன்னிச்சுக்கங்க... சிலது அவசரமா செய்யணும்... நீங்க உடனே போக முடியாது... உங்களுக்கு அதில் சிரமம் இல்லைனு நினைக்கிறேன்..." என்று மித்ரன் சொல்ல...

"எனக்கும் சாகசப் பயணங்கள் பிடிக்கும்... ஒரு வரலாற்று ஆய்வாளருக்கு இது சிரமம் இல்லை...வரம்... என்னை உங்கள்ல ஒருத்தனா நெனச்சுக்கோங்க..." என்று புன்னகையோடு ஒப்புதல் கொடுத்தார்.

அவருக்கு நன்றி சொல்லிவிட்டு மணிமேகலைக்கு இவர்களின் கனவுகள் மற்றும் அங்கே நிகழ்ந்த பேரலைகள் என அனைத்தையும் விளக்கினர். இவற்றைக் கேட்டவுடன் அவள் முகத்தில் எப்போதும் இருக்கும் தெளிவு இல்லை.

"மொத்த நகரமும் இரவு உறங்காவிட்டாலும், துறவிகள் வழக்கங்களை மாற்றுவதில்லை. எதையும் காலையில் எழுந்து முடிவு செய்வோம்..." என்று சொல்லிவிட்டு மணிமேகலை அவ்விடம் விட்டுச்சென்றாள். மற்றவர்கள் அவரவர் இடங்களுக்குச் சென்று ஓய்வெடுத்துக்கொண்டனர்.

ஆனால் மணிமேகலை உண்மையிலேயே ஓய்வெடுக்கச் சென்றாளா?

இதுபோல் அவள் எவரும் அறியாமல் வந்து உதயகுமாரன் வருகைக்காகக் காத்திருப்பதை அவளால் நம்பமுடியவில்லை.

அவள் தன்னிடமிருந்த பேழையையும் கையோடு எடுத்துவந்திருந்தாள். அதற்குள் இருக்கும் ரத்தினம் எவ்வளவோ ஆற்றல் கொண்டதென்று சொன்னாலும், அவளுக்கு அதன்மீது ஈர்ப்பு உண்டாகவில்லை. அதை, தன்மீது தீராக்காதல் கொண்டுள்ள தயகுமாரனாகவே நினைத்துக் கொண்டிருந்தாள்.

சத்தம் செய்யாமல் அவள் பின்னே வந்து நின்றார் உதயகுமாரன். அந்தக் கடற்கரையோர கல்மேடைமேல் அவள் அமர்ந்திருக்க, காற்றில் அவள் காவி உடைகள் படபடத்துக்கொண்டிருந்தன.

தன் முன்னோர்கள் நூறாண்டாய் காத்த இந்திரநீல ரகசியம்பற்றி இவளிடம் சொல்வது குறித்து குழம்பியிருந்தார். ஆனால் “சொல்வது காலத்தின் கட்டாயம். இதனை அந்த சித்தரின் ஆசியோடு அவளிடம் பகிர்கிறேன்” என நினைத்து வானை

நோக்கி வணக்கம் சொல்லிவிட்டு தன் குரலை சரிசெய்வது போல் கனைத்தார்.

சுயநினைவுக்கு வந்த் மணிமேகலை சட்டென்று எழுந்து கை கூப்பினாள். அவளுக்கு மறுவணக்கம் சொல்லிவிட்டு "மணிமேகலை உன்னிடம் கூறவேண்டிய உண்மை ஒன்று உண்டு.” தலை நிமிர்த்தி முன்னும் பின்னும் நடந்துகொண்டே அவளிடம் பேசத்துவங்கினார்.

“நூறு ஆண்டுகளுக்குமுன் வஞ்சி நாட்டின் அருகில் இருக்கும் வெள்ளியங்கிரி மலையில் இருந்து கோரக்க சித்தர் எனும் முனிவர் நம் பூம்புகார் நகர் வந்தடைந்தார். காங்கேயம் எனும் ஊரில் இருந்து எடுக்கப்படும் புகழ்மிக்க இந்திரநீலக்கல்லில்

இருவட்டம்போல் செய்து தன் தவத்தின்மூலம் எண்பெரும் ஆற்றலை (அஷ்டமா சித்திகள்) தேக்கி வைத்திருந்தார்.

ஆனால் சிலரால் அது கவரப்படும் என்று தோன்றியதால் அவர் பூம்புகாரில் ஜீவசமாதியானபோது, தனக்குப்பின் இந்திரநீலம் மக்களை நல்வழியில் ஆளும் சோழ அரசனைச் சேரவேண்டும் என்று வாக்களித்துச் சென்றார் கோரக்கர் எனும் யோகீசர்.

அது முதல் அவற்றை சோழ குலத்தார் தங்கள் கண்ணாகக் காத்து வருகின்றனர். இது அரசகுலமன்றி வேறெவரும் அறியா செய்தி.

அதன் ஆற்றல்பற்றி வெளியில் தெரிந்தால் களவுபோகும் என்பதால் மற்றவர் அறியாவண்ணம் கட்டிக்காத்து வருகிறோம்.

அக்கற்கள் இருக்கும் இடம் செல்வமும் வளமும், அன்பும், காதலும் நிறைந்து காணப்படும். அந்த சமூகம் வளம் பெறும் என்றும் அதன்மூலம் தன் அஷ்டமா சித்திகள் உலகுடன் ஜீவித்திருக்கும், வாழ்வாங்கு வாழும் என்றும் சித்தர் தன் பாடல்களில் விளக்கி பல செய்யுள்கள் இயற்றி வைத்திருந்தார்.

அத்தோடு அதனை தவறாகப் பயன்படுத்த முடியாதபடி சில விதிகளும் இயற்றி வைத்தார். அதுவே நான் உன்னிடம் தந்தது.”

சுருக்கமாக முன்கதையைச் சொல்லி முடித்தார். ஏனெனில் முழுமையாக சொல்லவேண்டுமெனில் அது இத்தருணத்தின் இனிமையைக் குலைத்துவிடுமென்று அவருக்குத் தோன்றியது.

தன் காதல் அவள் துறவைக் குலைக்குமோ என்றெண்ணி... முற்றிலும் விலகவும் மனம் வராமல் நெருங்கவும் வாய்ப்பு வராமல் இத்தனை காலம் மறுகியிருந்தார்.

இப்போது தடைகளனைத்தும் தகர்ந்துபோயின. அவள் வாய்விட்டுச் சொல்லாவிட்டாலும் அவள் மனதில் தன் நினைவு மெல்ல மெல்ல ஆலமரம்போல் விழுதுகள் பரப்பி வளர்வது கண்கூடாகத் தெரிந்தது. இத்தனை காலம் தவமிருந்து பெற்ற அந்த அழகிய நிமிடங்களைத் தவறவிட யாருக்குத்தான் மனம்வரும்..?

இங்கு நிகழ்வது காதல்...

உயிர்கள் படைக்கப்பட்டதற்கான அச்சாணி...

காதல்... அது தெய்வீகமோ, புனிதமோ அல்ல...

உணவும் உறக்கமும் இச்சையுமே உயிர்களின் முதல் தேவை.

அவற்றை இத்தனை சிக்கலாக்கியது மனித இனம் மட்டுமே செய்த மகத்தான சாதனை. அதுவே பெரும் வேதனை என்றும் சொல்லலாம்.

கட்டுப்பாடுகள் தாண்டி இரு உயிர்கள் இணைவது பெரும்பாடாகிப்போனது மனித வாழ்வில். இத்தனையும் தாண்டி என் காதல் வெல்லுமோ... வேறு எதுவும் ஒன்று இதுபோல் மனிதனை உயிரோடு கொல்லுமோ?

இளவரசர் இவற்றை எண்ணிக்கொண்டே நின்றிருக்க, மணிமேகலை எழுந்து,

“சென்று வருகிறேன் இளவரசே!” என்று கைகூப்பினாள்.

முன்பு குறிப்பிட்ட எண்ணங்களாலும் அந்திமாலையின் மயக்கத்தாலும் இளவரசர் தன்னைத் தொலைத்திருந்தார்.

இளமையும் சூழலின் இனிமையும் சேர்ந்து மணிமேகலையின் கூப்பிய கரங்களைப் பற்றிட வைத்தன.

இருவரும் கண்களோடு கலந்து இந்த உலகு, வானம் எல்லாம் மறந்து விண்மீன்களோடு கலந்திட்டனர். இவ்வுடல் என்னும் சிறையினைக் கடந்து மனப்பறவைகள் வெளிவந்தன.

"காதலே ஒருவகை துறவுதான் மணிமேகலை... அது உலகிலிருந்து நம்மை விடுவித்திடும்... என்னோடு துறவறம் கொள்வாயா..?" என்று சொல்லி அவள் கைகளை தன் கன்னத்தோடு சேர்த்து வைத்துக்கொண்டு கேட்டார் இளவரசர்.

"இக்கணமே எனை கைக்கொள்வீரா..? என் மனம் உம்முடன் வர சித்தமாய் உள்ளது..." மறைத்து வைத்த காதலோடு கண்ணீரும் வார்த்தைகளும் கலந்து வெளிவந்தன.

உடலெங்கும் பற்றியெரியும் சில்லிட்ட நெருப்புதனை அணைக்கும் முயற்சியில் தோன்றிய முதல் அணைப்பில் வான்வரை வளர்ந்தது காதல் தீ...

❑

31

மருவூர்ப்பாக்கம்

மொட்டு அவிழும் மலர்போல் மெல்லமாய் நகர மனமின்றி இருவரும் பிரிய, காலடிச் சத்தங்கள் கேட்கவும் சட்டென விலகிக் கொண்டனர்.

சுற்றும் முற்றும் பார்த்தபோது எவரும் தென்படவில்லை.

“பூவினுள்ளே கனிபோல் நம் அன்பும் நெருக்கமும் நேரம் வரும்வரை மறைந்திருக்கட்டும்...” என்றார் முதல் அணைப்பின் மயக்கம் தெளிவதற்குள் வந்த பிரிவை நொந்துகொண்ட இளவரசர்.

வெட்கச்சிவப்போடு காற்றிலாடும் விளக்குச்சுடர்போல இமைகள் படபடக்க"மொட்டாக இருப்பின் குற்றமில்லை... மலரின் நறுமணமும் எழிலும் புதிதாய் தோன்றிய காதல்போல் கவனமீர்க்கவே செய்யும்... என்னால் முடிந்தவரை மறைக்க

முயல்கிறேன்...” எப்போதும் பொறுமையாக இருக்கும் அவள் நடை இப்போது வேகம்பெற்று ஓட்டமாய் ஆனது. கண நேரத்தில் சிட்டுபோல் காற்றில் பறந்துவிட்டாள்.

இளவரசரும் தன் வெண்புரவியேறி அவ்விடம் விட்டு மறைந்தார்.

சற்றுத் தொலைவில் இவர்கள் காதல் மழையில் திளைத்து எழுந்து தலையசைத்த நெடுமரம் ஒன்றின் மறைவிலிருந்து ஒரு நிழலுருவமும் அவ்விடம் விட்டு நகர்ந்து சென்றது.

......

ஆறு மணிக்கு அவர்கள் அங்கே வந்தடைந்தனர். அப்போதே தூக்கமும் வரவில்லை. ஆதர்ஷ் உறங்க மனமின்றி குறுக்கும் நெடுக்குமாய் நடக்க, பேட்ரீசியோ அங்கே வந்தார்.

“எனக்கு இங்கே வந்ததிலிருந்து ஆர்வம் அலைகடல் மாதிரி பொங்கிட்டு இருக்கு... பண்டைய ரோமானிய பயணிகள் வியந்து எழுதின இந்தப் பூம்புகார்ல என்னதான் இருக்குன்னு பாக்கணும்...

என்னை கூட்டிட்டுப் போவீங்களா?" என்று சிறு பிள்ளைபோல் ஆர்வமாகக் கேட்கவும், ஆதர்ஷும் மித்ரனும் அவரோடு மருவூர்ப்பாக்கம் செல்ல முடிவெடுத்தனர்.

"முன்னாடியே ரத்தின வணிகர்கள்கிட்ட இந்திரநீலம் பத்தி கேட்கணும்னு நினைச்சேன்... அது முடியல... இவரு கூடப் போய் அந்த இடத்தை அலசிட வேண்டியதுதான்..." என்று மனதுக்குள் நினைத்துக்கொண்டான் ஆதர்ஷ்.

ஏதோ போர் நடப்பதுபோல அங்கே பெரும் இரைச்சல் கேட்டது. அவை வேறொன்றுமில்லை... மருவூர்ப்பாக்கம் சந்தையில் நடக்கும் பேச்சுகளின் எதிரொலிதான்.

"ரொம்ப காலத்துக்கு முன்னாடி எல்லாம் மக்கள் தொகை குறைவுன்னு நெனச்சேன்... ஆனா இந்த இடத்தைப் பாத்தா அப்படி எதுவும் தோணல... எள்ளு போட்டா எள்ளு எடுக்க முடியாதுன்னு எங்க ஊர்ல ஒரு பழமொழி சொல்லுவாங்க.

கிட்டத்தட்ட அதுமாதிரிதான் இருக்கு..." கண்களை அகல விரித்து வியப்பில் நின்றிருந்த பேட்ரீசியோ மற்றும் நண்பன் ஆதர்ஷிடம் மித்ரன் சொல்லிக்கொண்டிருக்க, அவர்கள் இருவர் கண்ணும் அங்கேயிருந்த கடையின் ரத்தினக் குவியல்மேல் ஒட்டியிருப்பதை கவனித்து நிறுத்தினான்.

"ஆதர்ஷ் அந்தக் கடையைப் பார்க்க காரணமிருக்கு. நீங்க ஏன் இப்படி ஆகிட்டீங்க?" என்று அவன் கேட்பதை காதில் வாங்காமல் மந்திரத்தில் கட்டியதுபோல் அவ்விடம் நோக்கிச் சென்றார் பேட்ரீசியோ.

இதைக் கவனித்த ஆதர்ஷ் "மச்சான்... எனக்கு ஏதோ நெருடலா இருக்குடா..." என தாடையை உள்ளங்கையால் தேய்த்தபடி மித்ரனிடம் சொன்னான்.

"எனக்கு அப்படி ஏதும் தோணல... வீணா குழப்பிக்காம வாடா..." என்று சொல்லி, அங்கே கடந்து சென்றவர்கள்மேல் இடித்துவிடாமல் ஆதர்ஷை தன்பக்கம் இழுத்தான் மித்ரன்.

பேட்ரீசியோ அந்த ரத்தினக் குவியல் முன்சென்று நின்றார். அக்கடையில் இருந்த வணிகர் ஒரு யவனர். அவர் பேட்ரீசியோ கைகளில் ஒரு பொன் நாணயத்தை திணித்தார். அதை தன் சட்டைப்பையில் வைத்துக்கொண்டதும் ஏதோ மாற்றம் வந்தது போல் தோன்றினார் பேட்ரீசியோ.

ஆதர்ஷ் அந்தக் கடைக்காரரிடம் சென்று "இந்திரநீலம் எனும் கல் வேண்டும். அதன் விலை என்ன?" என்று கேட்டதும் அவர் முகம் ஒரு நொடியில் புதிரானதொரு உணர்ச்சியை வெளிக்காட்டியபின் "அது இப்பொழுது கிடைப்பதில்லை" என்று வேறு பல நீலநிறக் கற்களை காண்பித்தார்.

"அதுக்கு ஏதும் சக்திகள் இருக்கான்னு தெரியுமா?" எனும் ஆதியின் கேள்விக்கு,"அது மட்டுமே ஆழ்கடல் நீலத்தில் இருக்கும், வேறு கல் ஏதும் அத்தகைய நிறம் கொண்டிருக்காது…"என்று கொஞ்சமும் தொடர்பில்லாமல் விடையளித்தார். அவர் வேண்டுமென்றே பேச்சை தவிர்ப்பதுபோல் ஆதர்ஷ்க்குத் தோன்றியது.

"எனக்கு ரொம்ப சோர்வா இருக்கு... நான் ஓய்வெடுக்கணும் போல் தோணுது..." என பேட்ரீசியோ தலை வலிக்காக நெற்றியை நீவியபடி சொன்னார்.

"மித்ரன்... நீ இவரை அழைச்சுட்டு புத்த விகாரத்திற்குப் போ. எனக்கு இங்கே சில வேலைகள் இருக்கு… நான் கொஞ்ச நேரத்துல வந்துருவேன்னு அனன்யாகிட்ட சொல்லிடு" என்றபடி ஆதர்ஷ் கூட்டத்திற்குள் நுழைந்து மறைந்தான்.

அவன் செல்லும் பாதையை நோட்டமிட்டபடி இருந்தன யவனரின் கண்கள் .

ஆதர்ஷ் அங்கே வேறு ஏதும் அணிகலன் மற்றும் விலை உயர்ந்த கற்கள் விற்கும் கடைகள் இருக்கிறதா என்று சுற்றிச் சுற்றிப் பார்த்துக்கொண்டு வந்தான்.

மருவூர்ப்பாக்கத்தில் துறைமுகம், ஏற்றுமதி, இறக்குமதி செய்யப்பட்ட பொருட்கள் விற்கும் கடைகள், கலைஞர்கள் தொழிலாளர்கள் முதலியவர்கள் வீடுகள் இருந்தன.

கொல்லர் உலைகள், சாயமேற்றும் தொழிற்கூடங்கள், நெசவு த்தொழில் செய்யுமிடம், சரிகை நெய்பவர்கள், பொற்கொல்லர்கள், மணியிழைப்போர் பட்டறைகள் அனைத்தும் அங்கிருந்தன.

முதலில், தான் பார்த்த இடத்தைத் தவிர வேறு ரத்தின அங்காடி ஏதும் அவனுக்குத் தென்படாததால், திரும்பி விடலாம் என்று எண்ணியபோது அவனைப் பின்தொடர்ந்து சிலர் வருவதும் அவன் முதுகில் ஏதோ ஆயுதம் தட்டுப்படுவதுபோலவும் தெரிந்தது.

எதிரில் சற்று தூரத்தில் பஞ்சவாசப் புகை போட்டபடி வந்த ஒருவன் ஆதர்ஷின் அருகில் வந்ததும் அதில் ஏதோ தூவ, புகை குப்பென்று முகத்தில் அடித்தது... ஆதர்ஷ் உணர்வற்று மயங்கிச் சரிந்தான்.

மித்ரனுக்கு ஏனோ 'ஆதர்ஷீடன்தானும் சென்றிருக்க வேண்டும்' என்று உள்ளே அடித்துக்கொண்டது. ஆனால் 'நம்மை நம்பி வந்த ஒருவரை எப்படி தனியே விடுவது என்று நினைத்து பேட்ரீசியோவுடன் புத்த விகாரத்திற்கு வந்துவிட்டான்.

அனன்யா மலர்ந்த முகத்துடன் அங்கே இருந்தாள்.

"ரொம்ப நேரமா காத்திருந்தேன்... ஆதர்ஷ் எங்க..? ஒரு முக்கியமான விஷயம் சொல்லணும்" என்று சொல்லியபடி மித்ரனைக் கண்டதும் வாசலில் அமர்ந்திருந்தவள் எழுந்து இவர்களை நெருங்கினாள்.

"இவர் உடம்புக்கு சரிப்படலன்னு சொல்லி திரும்பிட்டார். ஆதர்ஷ் வர்றதுக்கு இன்னும் ஒருமணி நேரம் ஆகுமாம். அங்க ஏதோ வேலை இருக்கிறதா சொன்னான். உனக்கு என்னன்னு தெரியுமா?" என்று மித்ரன் கேட்டான்.

அவளுக்கு அந்த வெளிநாட்டவர் இவர்களுடன் வந்தது முதலில் இருந்தே பிடிக்கவில்லை.

அவர் வந்தது யதேச்சையாக நடந்ததில்லை என்பதுபோல் அவள் உள்ளுணர்வு சொல்லிக்கொண்டிருந்தது.

ஆதர்ஷ் வரவில்லை என்றதும் முகத்தில் இருந்த புத்துணர்வு மாறி அவள் மனம் தவிப்பில் ஆழ்ந்தது.

இந்திரநீலக்கல் பற்றிய உண்மையை இனியாவிடம் கூட சொல்லாததால் பேட்ரீசியோ இருக்கும்போது சொல்ல அனன்யாவுக்கு மனம் வரவில்லை.

"எனக்கு ஏதும் தெரியாது மித்ரன்... நீங்க உள்ள போங்க... நான் அவர் வந்ததும் உள்ள வர்றேன்" என்று சொல்லிவிட்டு உள்ளம் பரிதவிக்க அங்கேயே அமர்ந்து அவள் காத்திருந்தாள்.

❑

32

ஏரிக்கரை நந்தவனம்

நண்பர்களுடன் ஆதர்ஷ் சந்தைக்குச் சென்றபிறகு அனன்யா சாளரம் வழியே வேடிக்கை பார்த்துக்கொண்டிருந்தாள். அந்நகரை எப்படியும் இம்முறை முழுமையாக சுற்றிப்பார்த்து அதனை புகைப்படம் எடுத்து அதன் கட்டிடக்கலை நுணுக்கங்களைப் பற்றி தன் ஆய்வுக்கட்டுரையில் எழுதிட எண்ணினாள்.

கொஞ்ச தூரம் தள்ளி இருக்கும் கடற்கரையில் காற்றில் அலைபாய்ந்தபடி நின்ற தனி மரம் அனுவின் கவனத்தை ஈர்த்தது. “ஒரு பெரிய மரம்... அதச் சுத்தி நிறைய செடிகள்... இந்த சாயங்கால நேரத்தில் ஆதர்ஷூம் கூட இருந்தா எவ்வளவு நல்லாருக்கும்” துள்ளியபடி கைகளை காற்றில் வீசி அந்த சோலையைச் சுற்றி ரசித்துக்கொண்டிருந்தாள்.

காவிரியாறு இப்போது இருப்பதுபோல் இல்லாமல் அக்காலத்தில் மிகப் பெரியதாக இருந்திருக்கிறது.

அது கடலில் கலக்கும் இடமான காவிரிப்பூம்பட்டினத்தில் எண்ணிலடங்காத ஏரிகள் இருந்திருக்கின்றன..அவற்றை தடாகங்கள் என்றனர். அவற்றில் ஒரு ஏரியில்தான் அவள் உலா வந்தாள். காவிரி ஒவ்வொரு ஏரியாய் நிரப்பிக்கொண்டு வந்து, இறுதியாக கடலில் கலக்கும்.

“பூம்புகார்ல நிறைய பூங்காக்களும் ஏரிகளும் இருக்கும்னு படிச்சது உண்மைதான்போல...ஆனா இந்த இடத்துல ஒரு ஏரி இருக்கறது வெளிலேர்ந்து பாத்தா சுத்தமா தெரியாது” என்று நினைத்துக்கொண்டு நடந்தபோது, அந்த இடத்தின் நீர்ப்பாசன அமைப்புகளைக் கண்டு வியந்தாள். தானே நீர் நிரப்பி, தானே

நீரை வெளியேற்றவும் அக்காலத்திலேயே பெரும் வழிமுறைகளைக் கையாண்டிருந்தனர். பல வண்ண மலர்கள் பூத்துக்குலுங்கின.

சற்றுத் தொலைவில் கடற்கரைக்கு மிக அருகாமையில் அமைந்திருந்த கல் மேடையில் ஓர் ஆணும் பெண்ணும் காதல்

மயக்கத்தில் நிற்பதையும் அவர்கள் தயங்கித் தயங்கி பிரிவதையும் கண்டாள்.

'எல்லா காலத்துலயும் கடற்கரை காதல வளத்துருக்குபோல... இதே மெரினாவா இருந்திருந்தா இந்நேரம் காவல்துறை தன் கடமைய செஞ்சுருக்கும்...' என்று தோன்றவும் தனக்குள்ளே சிரித்துக்கொண்டாள்.

ஆனால் அவள் சிரிப்பு சட்டென நின்று வியப்புக்கான அறிகுறியாய் கண்கள் விரிந்து புருவங்கள் மேலேறின.

'அடிப்பாவி... கள்ளி... நீ வா பாத்துக்குறேன்.' என்று நினைத்தாள்.

அவள் அதிர்ச்சிக்கு காரணம் அங்கிருந்து வந்த பெண் மணிமேகலை!

நமக்கு முன்னமே தெரியும்... அனுவுக்கு இப்போதானே தெரியும்... அதான் இவ்ளோ அதிர்ச்சி...

இதனை ஆதர்ஷிடம் சொல்லவேண்டுமென்று மணிமேகலை அவ்விடத்தைக் கடந்து செல்லும்வரை காத்திருந்துவிட்டு பின் மெல்லமாய் வந்து புத்த விகாரத்தின் வாசலில் அமர்ந்தாள்.

சிறிது நேரத்தில் மித்ரன் ஆதர்ஷ் வரவில்லையென்று சொல்லவும் தவித்துப்போனாள்.

...

கண் விழித்தபோது அவனுக்கு எதிரே தன்னைப்போலவே உருவில் இருந்த ஒருவனைக் கண்டான். வியப்பில் தலைசுற்றுவது போல் தோன்ற, ஆடை அணிகலன்களுடன் இருந்த இளவரசர் உதயகுமாரனைப் பார்த்த ஆதர்ஷ் அதிர்வும் வியப்பும் அடைந்தான்.

ஆனால் அவர் பார்வையில் தெரிந்த கோபவெறி உடலைச் சில்லிட வைத்தது.

"மணிமேகலையின் எச்சரிக்கையை மீறி இந்நகருக்குள் இந்திரநீலம்பற்றி கேள்வி எழுப்பியதன் நோக்கம் என்ன..? உன்னிடமிருக்கும் இந்திரநீலமும் இந்நேரம் பறிபோயிருக்கக்கூடும்... ஆதன் எனும் பெயர் கொண்டவர் நீர்தானே?" என்று கேட்டபோது, அந்த கம்பீரக் குரலில் தொனித்த வேகம் அவனை அசைத்துப் பார்த்தது.

“நீங்க... நீங்கதான் இளவரசரா...” என்று பதட்டத்துடன் அவன் கேட்க,"ஆம், நானே சோழ நாட்டின் இளவரசன்... உங்கள் மூவரையும்பற்றி என் ஒற்றர் படை செய்தி தந்தமையால் நீ தப்பித்தாய். இல்லையேல் விளையாட்டாய் நீ செய்த செயல் உன்னைக் காவு வாங்கியிருக்கும்.” உறுதியாக இறுகிய முகத்துடன் இளவரசர் சொல்லவும், ‘நம்மைப் பத்திகூட தெரிஞ்சுருக்குன்னா

ஒற்றர்கள் மிகவும் அதிகம்போல’ என நினைத்த ஆதர்ஷீக்கு கை, கால்கள் வெலவெலத்துப் போயின.

“நான் விசாரிச்சது உங்க சட்டதிட்டதுக்கு எதிரா இருந்தா மன்னிச்சுக்கோங்க...” என்றுவிட்டு பின் சற்றே தயங்கியபடி தொடர்ந்தான்” இந்திரநீலம் எங்கள் வாழ்க்கையில் வந்தபிறகு நடந்த எல்லாமே வியப்பும் குழப்பமும் தான். அதனால அதப்பத்தி தெரிஞ்சுக்கற ஆர்வ மிகுதியில் அல்லங்காடியில கேட்டேன்.” தன் கைகள் கட்டப்பட்டிருப்பதை அப்போதுதான் உணர்ந்து, அச்சம்கொண்ட ஆதர்ஷீக்கு சீரற்ற மூச்சுகளுடன் திக்கித்திக்கி வார்த்தைகள் வந்தன (படத்துல வர்றதுமாதிரி கட்டப் பிரிச்சு சண்டை போட அவன் என்ன உளவாளியா..? சாதாரண ஆளு... பயம் வரத்தானே செய்யும்.)

“இதைக்காட்டிலும் பெருந்தவறொன்று செய்துள்ளீர்கள்... அது இந்நகருக்கே தீங்கு விளைவிக்கும் செயல்...” என்று சொல்லி நிறுத்திய இளவரசர், ஆதர்ஷை நெருங்கி அவன் கண்களுக்குள் ஊடுருவிப் பார்த்தார்.

அப்பார்வை முதுகுத்தண்டில் ஊசி இறங்குவதுபோல் உணரவைத்தது. தலையிலிருந்து வியர்வை அவன் கழுத்தின்வழி கீழ் வழிந்தது.

“யாரிடமிருந்து நாங்கள் இந்திரநீலத்தைக் காக்கப் பாடுபடுகிறோமோ, அவர்களிடம் சென்று அதைப்பற்றி விசாரித்தால்...” என்றதும் கண்கள் சுருக்கியபடி புரியாமல் பார்த்த ஆதர்ஷிடம்” ஆம் ...இந்திரநீலம் யவனர்களால் கைக்கொள்ளப்படக்கூடாது என்பதே அதை இவ்வளவு பாதுகாப்பாக வைப்பதன் நோக்கம்” என்று அழுத்தமாக அவன் காதருகே சொன்னார்.

ஆதர்ஷீக்கு, தான் செய்த தவறு புரிந்தது.முன்பிருந்த அச்சத்தைக் காட்டிலும் இதற்குத் தண்டனை விதித்துவிடுவார்களோ என்னும் எண்ணம் அவன் நரம்புகளெல்லாம் புடைத்து வெடிக்க செய்யுமளவு அழுத்தத்தைத் தந்தது.

உதயகுமாரன் சிறிது ஆசுவாசப்படுத்திக்கொண்டு நிதானமாகி ஆதர்ஷீக்கு முழு வரலாறும் சொல்லத் தொடங்கினார்...

இப்போது இருந்து சரியாக 100 ஆண்டுகளுக்கு முன்பாக... ஓர் அதிகாலையில், காண்போர் வியக்கும் எழில்கொண்ட முசிறி துறைமுகத்தில் வந்திரங்கியது அந்த ரோமானிய கப்பல். அங்கே இருந்த நெடிதுயர்ந்த தென்னை மரங்களும் இயற்கை வளமும்கண்டு விழிகள் மூடாமல் நின்றனர் புதிதாய் வந்த யவனர்கள். தங்கள் பயணத்தின்போதே இந்த நிலத்தின் சிறப்புகள் பற்றி பழைய பயணிகள் புதிதாய் வந்தவர்களுக்கு ஓயாமல் சொல்லியிருந்தார்கள்.

இந்தியாவிற்கு வாழ்நாளில் ஒரு முறையாவது வந்துவிடவேண்டும் என்பதே ஐரோப்பியர்களின் பெரும் கனவு அக்காலங்களில். துறைமுகத்தில் இறங்கும்போதே மிளகும் ஏலமும் சுக்கும் என வீசிய வாசனைப்பொருட்களின் நறுமணம் நாசியை நிரப்பியது. "இண்டிகாவில் பொருட்கள் வாங்குவதற்காகவே ரோமானியர்கள் பாதி செல்வத்தை செலவளிக்கின்றனர். உலகிலுள்ள தங்கத்தில் மூன்றில் ஒரு பங்கு இங்கல்லவா உள்ளது..." இந்திய மண்ணில் கால் வைத்ததும் வாய் பிளந்து அதிசயித்தார் கப்பலில் இருந்து இறங்கிய ரோம் அரசின் அமைச்சரான அந்த யவனர். சில நாட்கள் இங்கே தங்கியிருந்தபின் தன் மெய்க்காவலர் தலைவனை அழைத்தார்.

"யாரங்கே...

பேட்ரிக்! இண்டிகாவின் அசைவுகள் அனைத்தையும் எனக்கு அறிவிக்கும் ஒற்றர் படை ஒன்றோடு இங்கே நீ தங்கி எனக்கு அவ்வப்போது செய்தியனுப்பு...

அத்தோடு நான் உனக்கு இட்ட தலையாய பணியை மறந்துவிடாதே" என்று கூறி மர்மப் பார்வை ஒன்றை செலுத்தினார். "தங்கள் விருப்பப்படியே செய்கிறேன் மந்திரியாரே.." என்றபடி பணிவுடன் மண்டியிட்டு வணங்கினான் பேட்ரிக்.

'இந்த மண்ணையும் அதன் வளத்தையும் சொந்தமாக்கி அதைக்கொண்டு ரோமாபுரியை சொர்க்கபுரியாக்க வேண்டும்' என்று எண்ணிக்கொண்டே கண்களால் விழுங்குவதுபோல் இந்நிலத்தைச் சுற்றி அலைந்துவிட்டு தன் நாடு புறப்பட்டான் அந்த யவன மந்திரி.

❑

33

பெருங்குற்றம்

பேட்ரிக் எனும் அந்தத் தளபதி, வளமிகுந்த வஞ்சிமாநகர் சென்றான். நாட்டின் வளம் அதன் சான்றோர்களிடத்து மக்கள் கொண்ட பற்றால் நிலைத்திருக்கும் என்னும் தமிழர் மரபினை உணர்ந்தவன், அவ்வூரில் புகழ்பெற்ற ஆசீவகத் துறவியான யோகீசர் என்றழைக்கப்படும் கோரக்கர்தம் குடிலை அடைந்தான். தான் உலக ஞானமும் மன அமைதியும் பெற இந்தியா வந்த துறவி என்று கூறி அவரிடம் சீடனாய்ச் சேர்ந்தான்.

பேட்ரிக் தன் பொறுமையான அணுகுமுறை, கனிவான பேச்சு மற்றும் திறமையால் குறுகிய காலத்திலேயே சித்தரின் நன்மதிப்பைப் பெற்று அவரின் முதன்மைச் சீடனானான்.

ஆனால் அவனிடம் ஏதோ மர்மம் ஒளிந்திருப்பதாய் சித்தர் மனதில் உறுத்தல் இருந்து வந்தது. அது நாளுக்கு நாள் வலுப்படவும் செய்தது. ஆனால் அது இன்னதென்று அறிந்துகொள்ள இயலவில்லை.

யோகீசர் தன் ஆற்றல்கள் யாவையும் தவ வலிமையின்மூலம் இரண்டு ரத்தினங்களில் தேக்கி வைத்துப் பூசித்து, அவற்றைக்கொண்டு பல நன்மைகளும் அற்புதங்களும் நிகழ்த்தி வந்தார்.

ஒருமுறை மூலிகைகள் சேகரிக்க வெள்ளியங்கிரி மலைக்குச் சென்றார் சித்தர்.

இதுபோன்ற வாய்ப்பையே எதிர்நோக்கியிருந்த சீடன் அக்கற்களை யோகீசர் அறியாமல் களவாடிக்கொண்டு தன் நாடான ரோமாபுரி செல்ல மரக்கலமேறி புறப்பட்டான். அவன் தன்னுடைய தலைவன் கட்டளையின் பேரிலேதான் இந்தியாவில் தங்கி இந்திரநீலத்தைக் களவாடினான்.

ஆம்... அது இந்திரநீலம்தான்...

விதியை மாற்ற யாரால் இயலும்?

♦♦♦

அமைதியான நடுக்கடலில் சென்றுகொண்டிருந்தது அந்தப் பெருமரக்கலம். எங்கிருந்தோ சுழன்றுவந்த பெரும்புயல் மேற்கு நோக்கிச் செல்லவேண்டிய அக்கப்பலை பாரத நாட்டின் கிழக்குக் கடற்கரையில் அமைந்துள்ள பூம்புகார் பட்டினத்திற்குக் கொண்டுவந்து சேர்த்தது. மரக்கலம் தரைதட்டி நின்றதால் வர்த்தகர்களுடன் வந்த வஞ்சக சீடன் கரையிறங்கி பூம்புகார் நுழைந்தான்.

கடற்பயணமும் புயலும் ஏற்படுத்திய களைப்பில் அவன் கடற்கரையில் இருந்த குடிலின் அருகில் சென்று அங்குள்ள திண்ணையில் அமர்ந்தான்.

“அய்யா... குடிக்க நீர் கிடைக்குமா..?” வெளியில் வராத குரலை முயன்று பெரிதாக்கி அவன் கேட்டான். அப்போது நீர்க்குவளையுடன் வந்த முதியவரைக்கண்டு அவன் கை, கால்கள் நடுங்கிப் போயின.

தளர்ந்திருந்தாலும் ஒளி பொருந்திய அவர் முகம் அவனைப் பார்த்து புன்னகைத்தது. அவன் அச்சமும் குற்றவுணர்வும் மேலோங்க குரு யோகீசரை பாதம் தொட்டு வணங்கினான். அவர் பாதத்தை அவன் கண்ணீர் தொட்டது.

தன்னுடைய பொக்கிஷம் காணாமல் போனதும் வஞ்சிமாநகரை விட்டு வெகுதூரம் சென்று இறுதி நாட்களைக் கழிக்க எண்ணிய சித்தர் வந்து சேர்ந்தது பூம்புகாரில்...

♦♦♦

சித்தரின் ஆற்றலை அவரிடமே திருப்பிக் கொடுத்துவிட்டது இயற்கை.

தான் செய்த பெருந்தவறை உணர்ந்து மனம் திருந்திய சீடன் இந்திரநீலத்தை அவரிடம் ஒப்படைத்துவிட்டு தாய்நாடு சேர்ந்தான்.

அவனிடம் இதைக் கேட்டறிந்த அவன் தலைவன் “அடேய் முட்டாள்! உன்னை அங்கே எவ்வாறேனும் அந்த ரத்தினத்தை கவர்ந்து வரச்சொல்லித் தானே தங்கவைத்தேன்... என் திட்டத்தைப் பாழாக்கிய இவனை அரங்கில் சிங்கத்துடன் மோத வைத்துப் பலியிடுங்கள்...” என்று சொல்லி தன் அறைக் கதவைப் படாரென்று சாற்றிவிட்டான்.

அவன் ரோமிலிருந்து போம்பெய் எனும் நகர் சென்று சிறு படையோடு இந்தியா புறப்படும் நேரத்தில் வெசூவியஸ் எனும் எரிமலை வெடித்துச் சிதறி நகரமே நெருப்புக்குழம்புக்கு இரையானது.

தன் மரணத் தருவாயிலும் அவன் "இந்திரநீலத்தை ஆயிரம் பிறவி எடுத்தாவது அடைந்திடுவேன்...இண்டிகா! நான் உன்னைத் தேடி வருவேன்..." என்று உரத்து முழங்கிட.... எரிமலைக்குழம்பு கொஞ்சம் கொஞ்சமாக அவன் உடலை விழுங்கிச் சாம்பலாக்கியது.

அதை எல்லாம் மனதால் உணர்ந்த சித்தர், காலங்காலமாக தேடப்படும் பொருளாய் இந்திரநீலம் மாறுமென்று சொன்னதால் இன்றும் அதைக் காக்க நாங்கள் உயிர் துறக்கவும் சித்தமாய் இருக்கிறோம்.

அந்த உண்மை தெரிந்த பலர் இறந்தாலும், செவிவழிக் கதைகள் மூலம் இந்திரநீலம்பற்றி அறிந்த யவனர்கள் அதை இன்றும் தேடி வருகின்றனர்.

♦♦♦

"இப்போதாவது நீர் செய்த தவறின் ஆழம் புரிகிறதா?"

கதையை முடித்துவிட்டு ஆதர்ஷை கேட்டார் இளவரசர் அங்கிருந்த மேசையில் ஓங்கியறைந்தபடி.

ஆதர்ஷீக்கு திடுக்கென்று தூக்கிப்போட்டது.

'நான் எதையும் தெரிஞ்சு செய்யல... பின்ன எதுக்கு இவ்ளோ முரட்டுத்தனமா பண்றார்?' என கொஞ்சம் பல் கடிக்க... உள்ளுக்குள் மனசாட்சி விழித்தெழுந்து, 'இது நம்ம காலம்போல மக்களாட்சி இல்ல. இங்க இளவரசர் பெரிய ஆளு. கடுப்பாகாத ஆதர்ஷ்... வெட்டிடுவாங்கபோல...' என்று உபதேசம் செய்தது.

ஏதோ எண்ணமிட்டபடி "மணிமேகலைக்கு கொடுத்த வாக்கால் உம்மை சிறையில் அடைக்காமல் விடுகிறேன். ஆனால் மறுமுறை இதுபோல் நேராமலிருக்க வேண்டும்" சற்றே கோபம் தணிந்து பேசினார் இளவரசர்.

அப்போதுதான் ஆதர்ஷின் மனம் சீரானது. மரணமோ, ஆயுள் தண்டனையோ என்றுகூட நினைக்கத் தோன்றியது முதலில் அழைத்துவரப்பட்டபோது.

“மனசறிஞ்சு இனி இந்த ரகசியத்த வெளில சொல்ல மாட்டேன். நான் செஞ்ச தப்புக்கு மன்னிச்சுக்கங்க.”

ஆதர்ஷ் இப்படிச் சொன்னதும் அவனை விடுவித்து தன் காவலாளிகள் உதவியுடன் புத்த விகாரத்திற்கு அனுப்பினார்.

“எங்க போன ஆதர்ஷ் இவ்ளோ நேரம்..?” அனன்யாவுடன் காத்திருந்த மித்ரன் படியிலிருந்து ஓடிவந்து ஆதர்ஷின் கைபிடித்து அவனை இழுத்துவரும்போது கேட்டான்.

அனன்யா பேசவேயில்லை.

அவள் வெகுநேரம் ஆதர்ஷ் வருவானென்று வாசலைப் பார்த்துப் பார்த்து, அவன் வராததால் சற்று அச்சம் கொண்டிருந்தாள். ஆதர்ஷ் அவன் கழுத்தில் அம்பு பாய்வதுபோல் கண்டதாக சொன்ன கனவுகள் அவளுக்கு காட்சிகளாய் கண்முன் நிழலாடின.

அவன் வந்ததும் அவள் பேசுவதற்கு முன்னே இடது கண்ணிலிருந்து கன்னத்தில் வழிந்த ஒரு துளியைத் துடைத்துக்கொண்டே...

“உனக்கு என் பயம் ஏன் புரிய மாட்டேங்குது ஆதர்ஷ்...” என்று சொல்லி, முகத்தை வேறுபுறம் திருப்பிக்கொண்டாள்.

அவள் தாடையைப் பிடித்து மெல்லமாய் அவன் பக்கம் திருப்பி “அனு... புரியாம எல்லாம் இல்லடா... ஒரு சின்ன வேலை... அவ்ளோதான்...” என்றான், அனுவின் விரலைப் பற்றிக்கொண்ட ஆதர்ஷ்.

“விளையாட்டா நீ இருக்கமாட்டன்னு எனக்குத் தெரியும்... இருந்தாலும் சூழ்நிலை சரியில்ல... தனியா போயிருக்கறதால சின்ன பயம்...” தன் கண்ணீரை விழுங்கிக்கொண்டு புன்னகைக்க முயன்றாள் அனு.

“சரி, வாங்க... உள்ள போகலாம்... ரொம்ப இருட்டிடுச்சு...” மித்ரன் இருவரையும் அழைக்க, இருவரும் பிரிய மனமில்லாமல் உள்ளே சென்றனர்.

ஆதர்ஷீக்கு அனுவிடம் சொல்ல நிறைய விஷயங்கள் இருக்கின்றன. அதுபோலவே அவளும் இவனிடம் பகிர்ந்துகொள்ள வேண்டிய செய்திகள் சிலவற்றை மனதில் வைத்திருந்தாள்.

இவர்கள் இருவரும் ஒரு நபரைப்பற்றியே மற்றவரிடம் சொல்ல எண்ணியிருந்தனர். ஆனால் உணர்ச்சிகள் வெவ்வேறானவை...

அந்த நபர்...

இளவரசர் உதயகுமாரன்.

♦♦♦

உள்ளே மணிமேகலையும் அவரைப்பற்றி எண்ணியே தேகம் பூரித்துக் காணப்பட்டாள். அன்று மாலைமுதலே உடலெல்லாம் பூக்கள் பூப்பது போன்றதொரு உணர்வு...

அனன்யா அறையினுள்ளே நுழைந்ததும் மணிமேகலை காதல் மயக்கத்தில் இருப்பதைக் கண்டுகொண்டாள். படுக்கை விரிக்கும்போது, ‘நாம எப்படி இருந்தோம் முதல்முறையாக பேசும்போது’ என்று நினைக்க, அவள் போட்ட சண்டை நினைவுக்கு வந்தது. அந்தத் தருணங்கள் தந்த இனிமை கொஞ்சநேரம் தூக்கம் கெடுத்தது.

பின், மிகுந்த களைப்பும் அசதியும் சேர்ந்து புன்னகைத்துக்கொண்டே படுத்திருந்தவளை உறங்க வைத்தன.

❑

34

திக்... திக்... திக்...

அனன்யா பதறுவாள் என்பதால் அவளிடம் நடந்ததை மறைத்த ஆதர்ஷ், மித்ரனிடம் அனைத்தையும் கூறினான்.

மித்ரனுக்கு இதைக் கேட்டதும் தன்னால் ஏதோ தவறு நடந்துவிட்டதுபோன்ற குழப்பமான முடிச்சு மனதில் தோன்றியது. பலமுறை வெவ்வேறு கோணத்தில் சிந்தித்தாலும் அந்த முடிச்சு அவிழ்ந்தபாடில்லை.

சுத்தமாக கண்கள் மூட மறுத்தன மித்ரனுக்கும் ஆதர்ஷுக்கும். "இனி வரப்போற காலங்கள் நமக்கு ரொம்ப பிரச்சனையா இருக்கும்ன்னு எனக்குத் தோணுதுடா... அதுமட்டுமில்லாம இதிலிருந்து தப்புவதற்கு வழி என்னன்னு சுத்தமா எனக்குப் பிடிபடல... நீ என்ன நினைக்கிற..? அனன்யாகிட்ட சொல்லிட்டியா?" கடற்கரை நோக்கி நடந்துகொண்டிருக்கையில் மித்ரன் ஆதர்ஷிடம் கேட்டான்.

சற்றுத் தூரத்தில் தெரிந்தது பட்டினப்பாக்கம். அதனை ஆள் நடமாட்டம் இல்லாத இடமென்று ஒருபோதும் சொல்ல முடியாது. இரவு, பகல் பாராமல் மக்கள் நகர்ந்துகொண்டே இருந்தனர். அவ்விடத்தில் ஒரு மாளிகை அறையில்தான் ஆதர்ஷை இளவரசர் சந்தித்தது.

"அனன்யாகிட்ட நான் வேணும்னு மறைக்கலடா... அவளுக்கு நான் எச்சரிக்கப்பட்டதெல்லாம் தெரிஞ்சா இங்க இருக்கவே விரும்பமாட்டா... இந்தப் பயணம் அவளைப் பொறுத்தவரைக்கும் அழகானதா, இனிமையானதாக இருக்கட்டும்... அத நாம மாத்த வேண்டாம்..." என்று சொன்ன ஆதர்ஷ் ஒரு சின்னப் புன்னகையோடு தொடர்ந்து நடந்தான்.

மணிமேகலை வசிக்குமிடம் நகர நெரிசல் இல்லாத அமைதியான இடம். காற்று மிகவும் ரம்மியமாய் வீசியது. தேய்பிறை நிலவு கடல்மேல் ஓடம்போல் மிதந்துகொண்டிருந்தது.

இவர்கள் கிழக்கு நோக்கி நடந்து கடற்கரை வந்து சேர்ந்தனர்.

“ஆதர்ஷ் அங்க பாரேன்... நாம முதல்ல பூம்புகார் வந்தப்போ இந்தக் கதவு வழியாதான் உள்ளே வந்தோம்...” சற்றுத் தொலைவில் இருந்த செங்கல் மதிலின் நடுவே இருந்த பெரிய மரக்கதவை சுட்டிக்காட்டி மித்ரன் கேட்டான்.

“அட... ஆமாம்டா... இந்த ஊர்ல நமக்கு திக்குத் திசையே புரியமாட்டேங்குது. அதான் கோட்டை மதில்ன்னு நினைக்கிறேன். அங்க பாரேன்... ஏதோ ஆளுங்க கூட்டமா உள்ள வர மாதிரி தெரியுது... அதுவும் நடுவுல இருக்கறது யாரோ பெரிய ஆளு மாதிரி தெரியுது...” என்று ஆதர்ஷ் சொல்ல... மித்ரன் அந்தத் திசையை நோக்கினான்.

கோட்டை மதில் பத்தடி உயரம் இருக்கும். பட்டையான, சுட்ட செங்கற்களால் அது கட்டப்பட்டிருந்தது. கிட்டத்தட்ட ஒரு அடி அகலம் கொண்ட செங்கற்கள். இக்காலத் தட்டு ஓடுபோல் மெலிதாகவும், வடிவம் மட்டும் சதுரம் இல்லாமல் செவ்வகமாக இருந்தன.

நடுநாயகமாக அரசன்போல வரவேற்கப்பட்ட ஒருவர் உள்ளே நுழைந்தார். அவருடன் வந்தவர்கள் நடந்து வர... அவர் மட்டும் குதிரையில் வந்தார்.

அவர்கள் மெல்ல மெல்ல கோட்டைக் கதவிலிருந்து அரச வீதி வழியாக பட்டினப்பாக்கத்திலிருக்கும் அரண்மனைக்குச் சென்றனர்.

அந்த சலசலப்பு நின்றபிறகு அங்கே நிலவிய அமைதி மிகவும் அச்சுறுத்துவதாய் இருந்தது. வேறு ஓசையின்றி நீண்ட தூரம் தள்ளி கடலலைகள் மெலிதாக ஹோவென்ற சத்தத்துடன் தளும்பிக்கொண்டிருந்தன.

அந்த நிசப்தத்தைக் குலைக்கும் வண்ணம் அசாதாரணமான அலறல் ஒன்று கேட்டது. அது புத்த விகாரம் இருந்த திக்கிலிருந்து வந்ததும் பதட்டம் மேலோங்க இருவரும் அவ்விடம் சேர, விரைந்து மூச்சிரைக்க ஓடினார்கள்.

◆◆◆

தூங்கிக்கொண்டிருந்த அனைவரும் பதறியடித்து எழுந்து அங்குமிங்கும் அலைந்துகொண்டிருந்தனர்.

சத்தம் வந்தது எங்கே என்று நிதானிப்பதற்குள் மேலும் அதிகச் சத்தத்துடன் அலறல் கேட்டது...

அந்த அலறல் ஆதியும் மித்ரனும் தங்கும் அறையிலிருந்து வந்தது...

என்ன செய்வதென்று புரியாமல் மற்றவர்கள் நின்றிருக்க... அங்கே பேட்ரீசியோ தன்னை நெருப்பு சுடுவதுபோல் உணர்வதாகச் சொல்லி கத்திக்கொண்டிருந்தார்.

இந்தக் கூச்சல் அனுவின் காதுகளை எட்டவும்... தூக்கம் அழுத்த, தலைக்குள் பாரமாக உணர்ந்தவள் அந்த உணர்வை தள்ளிவைத்துவிட்டு எழுந்தாள். 'இவர் வந்திருக்கவே வேண்டாம்... தேவையில்லாமல் ஒரு வினையை இழுத்துக்கொண்டோம்' என்று தனக்குள்ளே நொந்துகொண்டாள்.

"எனக்கு ஏதாவது வேண்டும்... கையில் பிடித்துக்கொள்ள..." பெருங்குரலில் பேட்ரீசியோ அலறினார்.

அனு பதறியடித்து ஓடிவந்து மூச்சு வாங்கி நிமிர்ந்தபோது ஆதர்ஷ் இல்லாததுகண்டு இதயமே நின்றுவிடும் போலிருந்தது.

♦♦♦

அவர் அருகில் நெருங்கவே அனைவரும் நடுங்கி நின்றிருந்தனர். அனன்யா மூச்சை நன்கு உள்வாங்கி மனதில் தைரியத்தை வரவழைத்துக்கொண்டு அந்த அறைக்குள் நுழைந்தாள்"என்னாச்சு..?" என்று கேட்டபடி...

சட்டென்று அவர் உடலின் நடுக்கம் குறைந்தது.

"என்னை நெருப்பு உள்ளே இழுப்பது மாதிரி ஒரு கனவு... அது கனவுதான்னு சொல்ல முடியல...ஏதோ நேரா நடக்குறது மாதிரியே இருந்துச்சு... உன்னைப் பார்த்ததும்தான் நினைவுக்கு வந்தேன்..." நெற்றியில் வழிந்த வியர்வையைத் துடைத்துக்கொண்டு சொன்னார் பேட்ரீசியோ.

"எங்க போனாங்க ஆதர்ஷீம் மித்ரனும்..?" அனு அச்சத்துடன் கேட்க, அவர் அப்போதுதான் அதை உணர்ந்ததுபோல சுற்றும் முற்றும் பார்த்து தனக்குத் தெரியவில்லை என்று தலையாட்டினார்.

அனன்யாவைத்தவிர அனைவரும் அவ்விடம்விட்டு கலைந்து சென்றனர்.

யவனர்கள் பூம்புகாருக்குப் புதிதல்ல ... ஆனால் தொடக்கத்திலிருந்தே இவரின் செய்கைகள் மனத்தை குழப்புகின்ற வகையிலேயே இருக்கின்றன என்று தோன்றியது. 'எதுவாயினும்

சமாளிக்க வேண்டும்' என்று நினைத்துக்கொண்டு வியப்போ, அச்சமோ ஏதுமற்ற தெளிந்த மனநிலையில் இவை அனைத்தையும் பார்த்துக்கொண்டிருந்த மணிமேகலையும் அங்கிருந்து நகர்ந்தாள்.

பேட்ரீசியோ பிரமை பிடித்தவர்போல் அமர்ந்திருந்தார். சட்டைப் பையில் இருந்த தங்கக்காசை கையில் எடுத்தார்.

வெளியில் காலடிச் சத்தம் கேட்டது... அனைவரும் உறங்கத் தொடங்கியிருக்க... அவர்கள் இருந்த அறையில் தூங்காவிளக்கு எரிந்துகொண்டிருந்தது. பேட்ரீசியோ அந்த நாணயத்தைக் கையில் வைத்து ஆராய்வதுபோல் உற்று நோக்கிக்கொண்டிருந்தார். அனன்யா அவர் செய்வதைப் பார்த்தபடி சற்றுத்தூரம் தள்ளி சுவரில் ஒரு மூலையில் ஒட்டிக்கொண்டு அமர்ந்திருந்தாள். அந்தக் குளிரிலும் அவளுக்கு வியர்வை துளிர்த்தது.

வந்தது ஆதர்ஷீம் மித்ரனும்தான். இவர்கள் ஓடி வருவதற்குள் அங்கிருந்த பதட்டம் ஒருவாறு தணிந்திருந்தது.

அவர்களால் அங்கே என்ன நடந்திருக்கும் என்று ஊகிக்க முடியவில்லை.

அவர்களைப் பார்த்ததும் பேட்ரீசியோ.."எங்க போயிட்டீங்க இவ்வளவு இருட்டினதுக்கப்புறம்...? நீங்க இல்லாம அனன்யா ரொம்ப பயந்துட்டாங்க... உள்ள வாங்க... நிறைய சொல்ல வேண்டியிருக்கு" என்றார், அதுவரை நடந்ததை முகத்தில் துளியும் காட்டிக்கொள்ளாமல்.

அனன்யாவால் பேசவே முடியவில்லை... படபடப்பு ஒருபுறம் இருக்க, 'எப்படி இதுவரை வேறுமாதிரி இருந்தவர் தற்போது மிகவும் சகஜமாகப் பேசுகிறார்?' என்று கண்களைச் சுருக்கி சந்தேகத்தோடு அவரைப் பார்த்தாள் .

"அந்தக் கடைத்தெருவுக்குப் போனோம் இல்லையா... நான் கூட ஒரு ஆளுகிட்ட இருந்து தங்கக்காசு வாங்கினேன், ஞாபகம் இருக்கா? சின்ன வயசுல இருந்து விலை உயர்ந்த கற்கள் சேமிக்கிறதுதான் என்னோட பொழுதுபோக்கு. இங்கே இவ்ளோ ரத்தினங்களை நேரா பார்த்ததும் என் கால் தன்னை அறியாமல் அந்த இடத்துக்கு கூட்டிட்டுப் போயிடுச்சு..." என்றார் பேட்ரீசியோ.

❑

35

தங்கக்காசு

பேட்ரீசியோ ரத்தினங்கள்பற்றி சொன்னதை மனதில் குறித்துக்கொண்டாள் அனன்யா.

“அந்தக் கடையில் இருந்த ஆள் லத்தீன் மொழியில் பேசினார். என்னைத் தெரிஞ்சதுபோல இந்தக் காசை என் கையில் கொடுத்தார். இது வாங்கிக்கிட்டதுலேர்ந்து நடக்குறது ஏதும் எனக்கு சரியாப் படல. தூக்கத்திலிருந்து எழுந்திருக்கும்போது நெருப்புக்குள் மூழ்கிப் போறமாதிரி... நெருப்பு என்னச் சுத்தி... எரிமலை வெடிச்ச மாதிரி இருந்துச்சு...” என்று பேட்ரீசியோ சொல்லிக்கொண்டு இருக்க...

எரிமலை என்ற வார்த்தையைக் கேட்டவுடன் ஆதியும் மித்ரனும் ஆச்சரியத்தில் கண்கள் பிதுங்கி வெளியில் வந்து விடும் அளவுக்கு விழித்தனர்.

இதுவரை ஏதோ பேய், பிசாசு கதைபோல சொல்றாரே என்று கடுப்பாகி அமர்ந்திருந்த அனன்யாவுக்கு அவர் அந்த நாணயத்தைப் பற்றி சொன்னவுடன் சிறு பொறி தட்டியது. வேகவேகமாக அவரிடம் சென்று அதை வாங்கி ஆராய்ந்தாள்.

“இது என்னன்னு இங்கே இருக்க சித்தர்கள்கிட்ட கேட்போம். எனக்கு ஏதோ சந்தேகமா இருக்கு... வித்தியாசமா இருக்கு...” என்றபடி அதைத் தொடாமல் வாங்கி துணியில் முடிந்து வைத்தாள்.

“என்ன, ரெண்டு பேரும் பேய் முழி முழிக்கிறீங்க..?” என்று அனு கேட்டதற்கு...

அவர்கள் ஒன்றுமில்லை என்பதுபோல் தலையாட்டிவிட்டு ஒருவருக்கொருவர் பார்த்துக்கொண்டனர். அந்த மிரட்சி அவர்களை விட்டு நீங்கவே இல்லை.

“பேட்ரீசியோ! நீங்க எதும் எரிமலை வெடிச்சது பத்தி கதை கேட்டீங்களா...ஏன் திடீர்னு இப்படி எல்லாம் சொல்றீங்க?

என்ன ஆச்சு?'' என்று ஆதர்ஷ், அவரிடமிருந்து செய்திகளை அறிந்துகொள்ள கொக்கி போட்டான்.

"நானும் இத உங்ககிட்ட சொல்லணும்னு தான் நினைச்சேன். எங்க ஊர்ல ஒரு கட்டுக் கதை உண்டு. அது என்னன்னா... ரோம் நாட்டுப் பயணிகள் சிலர் இந்தியாவில் இருக்கும் ஏதோ ஒரு பொருளை அடையணும்னு நெனச்சுப் புறப்படும்போது எரிமலை வெடிச்சதாகவும்.... அதுல இறந்துபோன ஒரு ஆள் எப்படியா இருந்தாலும் அந்தப் பொருளை அடைந்தே தீருவேன் என்று சபதம் போட்டதால அவருக்கு ஒரு இடத்தில் கோவில் இருக்குன்னு கூட சொல்லுவாங்க... அதனாலதான் எனக்கு இந்தப் பூம்புகாருக்கு வந்ததிலிருந்து அந்தக் கதை கேட்ட நினைவுகள் வந்துக்கிட்டே இருக்குபோல..." என்று சொன்னார்.

இதைக் கேட்டதும் ஆதர்ஷ் சற்று நிம்மதி அடைந்தாலும் இளவரசர் "இதுபற்றி யாருக்குமே தெரியாது" என்று சொன்னார்.

ஆனால் இரண்டாயிரத்து நூறு வருடங்கள் கழித்து பிறந்த பேட்ரீசியோவிற்கு இந்த விவரம் தெரிந்திருக்கிறது. அது எப்படி என்று யோசிக்க யோசிக்க இன்னும் தலை பாரம் ஆவதுபோல் உணர்ந்தான்.

'சொந்த செலவில் சூனியம் வச்சமாதிரி இந்த ஆள பாத்துக்கிறேன்னு சொல்லி என் தலையில் நானே மண்ணை அள்ளிப் போட்டுக்கிட்டேன். முன்னாடி இருந்தே ஏதோ நம்மளால பிரச்சனை வரப்போகுதுன்னு தோணுனது இதுக்குத்தான்போல?' என்று மித்ரன் முணுமுணுத்தான்..

இவை அனைத்தையும் அருகிலிருந்ததால் கேட்டுக்கொண்டிருந்த அனன்யா ஆதர்ஷிடம் "சரி, காலைல பேசிக்கலாம்... கொஞ்சம் தூங்கி எழுந்துக்கோங்க... நான் போறேன்.. எனக்கு ரொம்பத் தூக்கம் வருது..." என்று சொல்லி வேகமாக நடந்து அவ்விடம்விட்டு வெளியேறினாள்.

♦♦♦

எல்லோரும் தூங்கிவிட்டாலும் மணிமேகலைக்குத் தூக்கம் பிடிக்காமல் அவள் அறையில் சாளரம் வழியே பார்த்துக்கொண்டு அமர்ந்திருந்தாள். அனன்யா அவளிடம் சென்று "மணிமேகலை... உங்களுக்குத் தூக்கம் வரலையா? எங்களால் நடந்த தொந்தரவுகளுக்கு

நான் மன்னிப்புக் கேட்டுக்குறேன்... தூங்குங்க...'' என்றாள், சற்று வருத்தமாக முகம் வைத்தபடி.

"அப்படி ஏதும் இல்லை... இன்று நிகழ்ந்த சிலவற்றை உன்னுடன் பகிர்ந்துகொள்ள விரும்புகிறேன். இதனை சுதமதியிடம் சொல்லக்கூட எனக்கு மனம் வரவில்லை...'' என்று ஆரம்பிக்கும் போதே அனன்யா அது இளவரசன்பற்றிய செய்தியாகத் தான்

இருக்கும் என்று உணர்ந்துகொண்டாள்.

'தன் உயிர்த் தோழியிடம்கூட சொல்லாததை மணிமேகலை தன்னிடம் பகிர்ந்துகொள்கிறாள்' என்பதை நினைத்த அனன்யாவுக்கு மகிழ்ச்சி நிரம்பி வழிந்தது.

தன் மனதில் இருந்த குழப்பங்களை ஓரங்கட்டி வைத்தாள். அனன்யா எப்பொழுதுமே இப்படித்தான். அந்த நொடியை நன்றாக அனுபவிக்க வேண்டும் என்பதே அவள் கொள்கை.

"சொல்லுங்க மணிமேகலை...'' என்று ஓடிப்போய் அவள் பக்கத்தில் குத்துக்கால் போட்டு முட்டியில் முகம் வைத்து ஆர்வமாக கதை கேட்கத் தயாரானாள்.

"நான்...

நான்...

முதன்முறையாக இன்று இளவரசரை சந்தித்தேன்'' என்று தயங்கித் தயங்கி மணிமேகலை சொல்லவும்...

"என்னது! முதல்முறையாகவா?'' வாய் பிளந்தாள் அனு.

"ஆம், அவர் என்னைத் தொடர்வது பிடிக்காத காரணத்தால், இதுவரை முகம் பார்த்ததில்லை. இன்று அவரின் முகம் பார்த்துப் பேசவும் மனதில் இருப்பதை அவரோடு பகிர்ந்துகொள்ளவும் வாய்ப்புக் கிட்டியது...'' மணிமேகலைக்கும் நாணம் வந்தது.

இளவரசனுக்கும் ஆதர்ஷிக்கும் உள்ள உருவ ஒற்றுமையைப் பகிர்ந்து கொள்ள எண்ணினாள் மணிமேகலை. ஆனால் அவளுக்கு நேரில் பார்க்கும்போது இன்ப அதிர்ச்சியாக இருக்கட்டும் என்று சொல்லாமல் மறைத்துவிட்டாள்.

"என்ன சொன்னீங்க... உங்களுக்குப் பிடிச்சிருக்குன்னு சொல்லிட்டீங்களா..?'' என்று ஆர்வக்கோளாறில் கேள்வி கேட்கத் தொடங்கினாள் அனு.

தன் எதிரில் இருப்பது மணிமேகலை என்பதையும், தான் இருப்பது கடந்தகாலம் என்பதையும் மறந்து ஏதோ நட்பு வட்டங்களுக்குள் கதை பேசுவதுபோல் அவள் கேட்டது அவளுக்கே வெட்கமாய் போனது.

ஆனால் மணிமேகலை சற்றும் தயக்கமின்றி “ஆம்” என்றாள்.

‘இவ்வளவு சீக்கிரமா இப்படி சொல்லுவாங்கன்னு நினைக்கவே இல்ல... சட்டுன்னு சொல்லிட்டாங்களே’ என்று நினைத்தபடி அனன்யா பார்க்க, மணிமேகலை மேலும் தொடர்ந்தாள்.

“ஒருவர் இல்லறத்தை ஆழ்ந்து அனுபவித்த பிறகே துறவறம் கொள்ளமுடியும் என்பது இயற்கையின் நியதி. உயிர்கள் படைக்கப்பட்டது அன்புக்காகவே... நான் படைக்கப்பட்டதன் நோக்கம் அவர் அன்பைப் பெறவே என்று தோன்றுகிறது. எனவே நாங்கள் தூர தேசம் சென்று அறம் செய்து இல்லறம் வளர்க்கத் தீர்மானித்து விட்டோம்.” என்று முடித்தாள்.

அனன்யாவுக்கு ஒரே மகிழ்ச்சிப் பிரவாகம் உள்ளுக்குள்ள ஓட ஆரம்பிச்சுடுச்சு. தன்னாலதான் இவ்ளோ தூரம் இவங்க பேசறாங்கன்னு...

ஆனால் சொல்லி முடித்த பிறகு மணிமேகலையின் மனதில் ஏதோ ஒரு குழப்பம் வந்து போனது. பனிக்கட்டிபோன்ற அவள் முகம் நொறுங்கி... உருகி... மீண்டும் இறுகுவதிலிருந்து அனன்யாவுக்குத் தெளிவாகத் தெரிந்தது.

❑

36

அதோ அம்பு!

அவளின் இந்த நொடிநேர முகமாற்றத்துக்குக் காரணம்...

தன் குரு சொன்னது மணிமேகலைக்கு நினைவு வந்தது... 'இளவரசன் முற்பிறவி வினைக்கான பலனை அனுபவித்தே ஆகவேண்டும் என்பது அவர் விதி' என்று.

மனதில் தோன்றியதை அவள் சொல்லி வருந்தவும், அனன்யா"நீங்க சொல்ற எதுலயும் எனக்கு நம்பிக்கை இல்ல மணிமேகலை.. கவலைப்படாதீங்க. இந்த பாவம் புண்ணியம் எதுவும் உங்களை ஒன்னும் செய்யாது.."

அதுவரை ஊழ்வினை இல்லை என்று எவரேனும் சொல்லியிருந்தால் மணிமேகலை நம்பி இருக்கமாட்டாள். ஆனால் அனன்யாவின் வார்த்தைகள் அவள் மனதிற்கு இதம் தரவும், தன் கவலைகளை மறந்து உறங்கச் சென்றாள்.

முதல் நாள் இரவு பேட்ரீசியோ வைத்திருந்த நாணயத்தை வாங்கியவள், காலை எழுந்தவுடன் மணிமேகலையிடம் இதைப்பற்றிச் சொல்லி, சித்தர் யாரையாவது தெரியுமா என்று கேட்டாள்.

மணிமேகலை தீவிர சிந்தனைக்குப்பின் "இங்கே அருகில் இருக்கும் ஏரிக்கரை நந்தவனத்தில் ஒரு சித்தர் தனிமையில் வசிக்கிறார். அவர் இருப்பிடம் எவருக்கும் தெரியாது. அவரிடம் சென்று கேட்டால் ஒருவேளை இதற்கு ஏதேனும் வழி தெரியும்..." என்று தெரிவித்தாள்.

"சரி, நான் போய் அவரைப் பார்த்துட்டு வர்றேன்" என்று அனன்யா உடனடியாக விடுவிடுவென்று கிளம்பவும், மணிமேகலை மறுபடி அவளை அழைத்து" அவர் இருப்பிடம் பரம ரகசியம்... அங்கே சென்று மூன்று முறை 'யோகம் சித்தம் புத்தம்' என்று சொல்.. வேறு எவருக்கும் தெரிந்துவிடாமல் இருக்க வேண்டும்... விழிப்புடன் சென்று வா..." என்று உறுதியான குரலில் எச்சரித்தாள்.

எப்போதும்போல விளையாட்டாக அல்லாமல் இந்தக் காரியத்தை மிகவும் எச்சரிக்கை உணர்வோடு அணுகினாள் அனு.

அனன்யா நந்தவனத்தின் உள்ளே நெருங்கியதும் “யோகம் சித்தம் புத்தம்” என்று மூன்றுமுறை சொன்னாள். ஒரு மரத்தின் மறைவிலிருந்து வெளிவந்த சித்தரைப் பார்த்ததும் அவளுக்கு மனம் மகிழ்ச்சியால் நிறைந்த உணர்வு ஏற்பட்டது. முகத்தில் தெரிந்த அபரிமிதமான ஒளி அவளை கைகள் கூப்பி வணங்கச் செய்தது.

சித்தரிடம் வந்து அந்த நாணயத்தைக் காட்டியபோது அவர், அதில் சில வசிய மருந்துகள் சேர்க்கப்பட்டு இருப்பதாகச் சொன்னார்.

அதுமட்டுமில்லாமல் ஆதர்ஷீம் “இதனைத் தொட்டுவிட்டு முகத்தில் கை வைக்க வேண்டாம். கைகளை ஆற்று நீரில் நனைத்தபின் வெளியில் செல்ல வேண்டும் எனவும் அனன்யாவை எச்சரித்து அனுப்பினார்.

அனன்யா சித்தரின் குடிலைவிட்டு வெளியில் வந்ததும் ஆற்றை நெருங்குவதற்குமுன் வெயில் கண்களில் பட்டுக் கூசியதால் கைகளை முகத்தில் வைத்து ஒளியை மறைத்தாள். அதிலிருந்து அவளுக்கு என்ன நடந்ததென்றே தெரியவில்லை.

ஆதர்ஷீக்கு மறுநாள் பொழுது மிகவும் தாமதமாகவே விடிந்தது. எழுந்து சென்று அனன்யாவை தேடியபொழுது அவள் ஏதோ சித்தரை சந்திக்கச் சென்றிருப்பதாக சுதமதி சொன்னாள். மணிமேகலை அந்தப் புத்த விகாரத்தின் மையத்தில் இருந்த பெரும் புத்தர் பாதங்களின் அருகிலமர்ந்து தவம் செய்துகொண்டிருந்தாள். ஆனால் இப்போதெல்லாம் அவளால் முன்புபோல் தவத்தில் முழுமையாக ஈடுபட முடியவில்லை.

புதிதாய் துளிர்த்த அன்பு, அந்த அன்பின் உரிமைக்காரர் ஆகியவற்றை மட்டுமே நினைத்து அவள் தவமிருந்தாள். இது தவறு என்ற எண்ணம் முதலில் வந்து வந்து போனது. இளவரசரை சந்தித்த பின்பு அவரை நினைப்பதை மூச்சு விடுதல்போல் இன்றியமையாத கடமையாகச் செய்துவருகிறாள்.

அன்று நகரம் முழுதும் விழாக்கோலம் பூண்டு, மக்கள் கூட்டத்தால் விழி பிதுங்கியது. வடக்கே படையெடுத்துச் சென்ற அரசர் இன்று வெற்றியோடு நாடு திரும்பியிருக்கிறார் என்பதும் படைகளும் பரிவாரங்களும் நகரின் வெளியே படைவீடுகளில்

தங்கியிருக்கின்றனர் என்பதும் மக்கள் ஒருவருக்கொருவர் பேசிக்கொள்வதை வைத்து தெரிந்தது.

மறுநாள் வெற்றிவிழா கொண்டாடப்படவிருப்பதாய் முரசறைந்து அறிவிக்கப்பட்டுக் கொண்டிருந்தது. மக்கள் அனைவரின் முகங்களிலும் மகிழ்ச்சி பரவியிருந்தது ஒருவரைத்தவிர...

அவர்

அந்த யவனர்...

......

புன்னகை தவழும் முகத்துடன் கண்களை மூடியிருந்த மணிமேகலையின் தவத்தைக் கலைக்க விரும்பாத ஆதர்ஷ் அனன்யாவைத் தேடி நகரம் நோக்கிப் புறப்பட்டான். நேரம் நண்பகலை எட்டியிருந்தது.

ஆதர்ஷ் தனக்குத் தெரிந்தவரையில் விசாரித்துக்கொண்டு அவள் எங்கு சென்றிருப்பாள் என்று நகரம் முழுவதும் தேடியலைந்தான். ஆனால் அவளைக் கண்டுபிடிக்க முடியாமல் போனது.

அன்று சூரிய வெப்பம் நரகம்போல் தகித்ததால் ஆதர்ஷீக்கு நாக்கு வறண்டு மேல்அண்ணத்துடன் ஒட்டிக்கொண்டது. இதற்குமேல் ஓர் அடி எடுத்துவைக்க முடியாது என்று தோன்றினாலும் தன் சக்தியனைத்தும் திரட்டி நடந்தான். அந்திவேளையை நெருங்க

நெருங்க அனன்யா எங்கே சென்றிருப்பாள் என்னும் அச்சம் மனமெங்கும் பரவி தலை வெடிப்பதுபோலானது.

முதலில் தாகம் தீர்க்க எங்கேயாவது நீர் கிடைக்குமா? என்று தேடியபொழுது தூரத்தில் மரங்கள் அடர்ந்த அந்த நீரோடை அவன் கண்களுக்குப் புலப்பட்டது. வெயிலில் அலைந்துவிட்டு அங்கே சென்றதும் அந்த இடம் அவனுக்கு சொர்க்கமாய் தோன்றியது.

தன் இரண்டு கைகளையும் குவித்து அது நிறைய நீரை அள்ளியெடுத்து தாகம் தீரக் குடித்தான். சில்லென்ற நீரைக் கொஞ்சம் முகத்தில் அடித்துக்கொண்டான்.

அப்போது அக்கரையிலிருந்த மரங்களுக்குப் பின்னால் ஏதோ சலசலப்புக் கேட்டது. ஆனால் ஆதர்ஷ் பார்த்தபோது அங்கு சந்தேகத்திற்கிடமாய் ஏதுமில்லை. ஆதர்ஷ் இருந்த கரையில் சற்றுத் தூரம் தள்ளி ஒரு பெண் ஆற்றங்கரையில் நடந்துசெல்ல, அவளைப் பின்தொடர்ந்தபடி சென்றது இளவரசர்...

"மணிமேகலை... மணிமேகலை... நில்... தனிமையில் சந்திப்பதாகச் சொன்னது நினைவில்லையா . . " என்று சொல்லிக்கொண்டே அவர் அவள் பின்னே ஓடினார்.

ஆதர்ஷ் சற்று முன்புதான் மணிமேகலையை புத்த விகாரத்தின் மண்டபத்தில் பார்த்தான். எனவே அது மணிமேகலையாக இருக்க வாய்ப்பில்லை...

அப்படியென்றால்...

அனன்யா...!

இல்லை...

'இது அனன்யாவாக இருக்கக்கூடாது!' என்று மனம் வேண்டிக்கொண்டது...

ஆனால் அது அனன்யாவேதான்...

மணிமேகலை நிதானமாக நடப்பவள்... அவள் வேகநடையே சொன்னது அது அனுதானென்று...

'இவ எதையுமே சொல்லிட்டுச் செய்ய மாட்டா... எங்கேயாவது போயி அவசரப்பட்டு ஏதாவது செஞ்சு வம்ப விலைக்கு வாங்குறதே வேலையா போச்சு... கடவுளே! இவளுக்கு கொஞ்சம் பொறுமையக் கொடு...! என்று மனதுக்குள் அனுவை திட்டிக்கொண்டே.. சரி நாமாவது போய் இளவரசருக்கு விளக்கலாம் என்று எண்ணி ஆதர்ஷ் நெருங்கும் நேரம்...

எங்கோ தூரத்திலிருந்து வந்த அம்பு இளவரசர் கழுத்தில் பாய... அவர் நிலைதடுமாறி சுருண்டு விழுந்தார்.

ஆதர்ஷின் கனவு கண்முன்னே நிகழ்ந்தேறியது... ஆனால் அடிபட்டது அவனுக்கல்ல... இந்த மாபெரும் பூம்புகார் நகரை ஆளப்போகும் சோழ இளவரசர் உதயகுமாரனுக்கு...

❑

37
வந்தது பேரிடி

ஆற்றின் அக்கரையில் யாரோ தடதடவென்று ஓடும் சத்தம் கேட்டு... பின் மெல்ல அடங்கியது.

அனு "ஆஆஆஆ"என்று அலறியபடி மயங்க, ஆதர்ஷீக்கு யாரை கவனிப்பதென்று புரியாமல் மனம் அலைபாய்ந்தது... ஆற்றிலிருந்து கொஞ்சம் நீரெடுத்து அனு முகத்தில் தெளித்து அவளை அங்கேயே விட்டுவிட்டு இளவரசரை தோளில் ஏந்தினான்.

ஆதர்ஷீக்கு, முன்பு அவன் கனவில் தோன்றியதுபோல் அவர் கழுத்தில் அது பாயவில்லை. சற்றுத் தள்ளி அந்த அம்பு தோளில் தைத்திருக்க, அவர் வலி தாங்காமல் துடித்துக்கொண்டிருந்தார். அவர் உடல் உதறலெடுத்தது.

ஆதர்ஷ் இளவரசரை தன் தோளில் தூக்கிக்கொண்டு , ஆற்றங்கரைக்கு அருகில் மரங்கள் அடர்ந்த பகுதிக்குச் சென்றான். அவ்விடம்தான் அனன்யா முன்தினம் வந்து உலவிய நந்தவனம்.

ஏரியும் அதற்கு அருகில், பல வண்ண மலர்கள் சூழ்ந்த அந்த அடர்வனத்திற்குள்ளே சென்றான். பெரிய மரம் ஒன்றைச் சுற்றி மேடையிட்டதுபோல் கற்கள் போடப்பட்டிருந்தன. அந்தக் கல் மேடையில் இளவரசரைக் கிடத்திவிட்டு அனன்யாவை தூக்கச் சென்றான் ஆதர்ஷ்.

அனுவை தூக்கிக்கொண்டு திரும்பி வந்து பார்த்தபோது அவன் கிடத்திய இடத்தில் இளவரசரைக் காணவில்லை.

அனுவை தனியாக விட்டுச்செல்லவும் மனமில்லை. 'இது என்ன புதுக் குழப்பம்?' என்று தலையில் கை வைத்துக்கொண்டு அமர்ந்தான்.

அப்போது அந்த மரத்தின் அடர்ந்த நெரிசலின் உள்ளே, ஏதோ முனகல் சத்தம் கேட்க, வியப்பில் உற்றுப் பார்த்தபோது தரையில் படுத்திருப்பதுபோன்று சாய்ந்திருந்த அந்த மரத்தின் கிளைகளுக்கு நடுவில் மரத்தின் பெரிய பொந்து ஒன்றிற்குள் ஒரு குடில் தென்பட்டது.

எவராலும் இதை ஊகிக்கவே முடியாது...

நான்கு அடி எடுத்து வைத்து அந்த இடத்தை நெருங்கிய ஆதர்ஷ்...

கதவை மெதுவாகத் தள்ளி உள்ளே என்ன நடக்கிறது என்று பார்த்து ஒரு நிமிடம் அதிர்ந்தான்.

சில வினாடிகளில் கண்விழித்த அனு "இங்கிருந்து இப்போதானே வெளியில போனேன்... ஆதர்ஷ் நான் எப்படி இங்க வந்தேன்...நேத்திலிருந்து உங்ககிட்ட இந்த இடத்தைப் பத்தி சொல்லணும்னு நெனச்சுட்டே இருந்தேன். இங்க ஒரு சித்தர் இருக்கார்..." என்று அரை மயக்கத்தில் பேசிக்கொண்டேபோக... ஆதர்ஷ் அவளை இடைநிறுத்தி 'அமைதி' என்று வாயில் விரல் வைத்து சைகை செய்தான்.

கதவு வழியே தெரிந்த சிறு விரிசலில் அவர்களுக்கு இளவரசர் நெஞ்சில் ஒருவர் கை வைத்து அமுக்குவது தெரிந்தது. அனன்யா "அவர்தான் அந்த சித்தர்" என்று கூறவும் ஆதர்ஷ் சற்று ஆசுவாசமடைந்தான்.

இளவரசர் தோளில் தைத்திருந்த அம்பை சித்தர் மெல்ல மெல்ல எடுத்தார். சில மூலிகைகளைப் பூசி... கட்டுப் போட்டதால் வலி குறைந்தது.

அவரை உறங்கச் செய்தபின் சித்தர் வெளியில் வந்தார். உடனே ஆதர்ஷும் அனுவும் எழுந்து கைகூப்பி அவரை வணங்கி நின்றார்கள். ஆதிக்கு சித்தரை யாரென்றே தெரியாவிட்டாலும், அவர் முகத்தில் தோன்றிய ஒளி அவரை வணங்கச் செய்தது.

அவர் வெளியில் வரவும் அங்கே நந்தவனத்தில் பொழுது போகாமல் உலவிக்கொண்டிருந்த மித்ரன் வரவும் சரியாக இருந்தது. மித்ரன் இவர்களை வியப்பாகப் பார்த்து "நீங்க எங்க இங்க..?" என்றான் புருவம் உயர்த்தி.

ஆதர்ஷ் ஓரக்கண்ணால் சித்தரைப் பார்த்தவுடன் மித்ரனுக்கு என்ன நடந்ததென்று ஒன்றும் புரியவில்லை. இருந்தும் சூழல் ஏதோ விபரீதம் என்பதை உணர்ந்து அமைதி காத்தான்.

மிகவும் வயதான அந்த சித்தர் முகத்தின் சுருக்கங்கள் மின்ன இவர்களைப் பார்த்துப் புன்னகைத்து,"வாருங்கள் குழந்தைகளே! இந்த எளியவனின் குடிலில் இந்நாட்டு இளவரசனை தக்க நேரத்தில் சேர்த்தீர்கள்... நீங்கள் சில நிமிடங்கள் தாமதித்திருந்தாலும் அவர் பிழைத்திருக்க வாய்ப்பில்லை..." என்று ஏதோ யோசித்துக்கொண்டே சொன்னார்.

ஆதர்ஷ் கண்ணில் அந்த நிகழ்ச்சி மறுபடியும் வந்துபோக,"அம்பு எங்கேயிருந்து வந்துச்சுன்னே தெரில அய்யா... சட்டுன்னு இளவரசர் துடிதுடிச்சு மயங்கிட்டார்... இப்போ அவருக்கு ஏதும் ஆபத்து இல்லையே..?" என்று மிரட்சியுடன் கேட்டுக்கொண்டிருந்தான்.

அனன்யா ஏதும் புரியாமல் விழிக்க...

சித்தர் "இது நடந்தே தீரவேண்டுமென்று விதிக்கப்பட்டது... உங்களால் காலம் மாற்றி எழுதப்படுகிறது..." என்று மேலே பார்த்து புன்னகைத்தார்.

அவர் சொன்னது இரண்டு வரிகள் என்றாலும் மனதில் நிறைய மறைந்துள்ளன என்பது அவர் சிந்தனையில் ஆழ்ந்தவாறே பேசுவதிலிருந்து புரிந்தது.

"நீண்ட நாள் களைப்பில் இருக்கும் எதிர்காலக் குழந்தைகளே! இந் நந்தவனத்தில் சற்று இளைப்பாருங்கள்..." என்று சொல்லிவிட்டு மெதுவாக நடந்து குடிலுக்குள் சென்றார் அவர்.

அவர் சொன்ன செய்திகளால், வியப்பில் தலை சுழன்றது. அவர் திரும்பி வந்ததும் கேட்டுத் தெரிந்துகொள்ளவேண்டுமென்று மூவருக்கும் தோன்றினாலும் தங்களுக்குள் பேச யாரும் முன்வரவில்லை. துரிதமாக நடக்கும் துயரங்களை ஏற்றுக்கொள்ள அமைதி தேவைப்பட்டது அவர்களுக்கு..

சிறிது நேரம் சென்றதும் மித்ரன்தான் முதலில் அமைதியைக் கலைத்தான்...

"உங்கள நான் எதிர்பாக்கவே இல்ல... காலையில போன ஆளுங்களை இன்னும் காணோம்ன்னு நானும் காத்திருந்து காத்திருந்து வெறுத்துப்போயிட்டேன். இந்த இடம் பாக்க அழகா இருக்கேன்னு காலார அப்படியே நடந்து இங்க வந்து சேந்துட்டேன்... நீங்க எப்படி இங்க? என்ன நடந்துச்சு?" என்று கேட்டான்.

ஆதர்ஷ் அனைத்தையும் சொல்லி விளக்கிக்கொண்டிருக்க...

நீண்ட நேரம் சிந்தித்துக்கொண்டிருந்த அனன்யாவோ இதைக் கேட்டு இன்னும் குழம்பியதுபோல "ஆதர்ஷ்... இளவரசரை பாத்தோமா நாம.? எனக்கு ஒன்னுமே ஞாபகம் இல்லையே..." என்று சொல்லி கண்களை மூடிக்கொண்டு இரண்டு கைகளால் நெற்றியைத் தாங்கிப்பிடித்தபடி அங்கே அமர்ந்தாள்.

தலை பாரமாய் அழுத்த... நெற்றியைப் பிடித்துக்கொண்டு அமர்ந்த அனன்யாவுக்கு அப்போதுதான் சித்தர் சொன்னதை மறந்து தன் கைகளை முகத்தில் தேய்த்தது நினைவுக்கு வந்தது.

எவ்வளவு யோசித்தும் அவளால் இடையில் நடந்தவற்றை நினைவுக்குக் கொண்டுவர முடியவில்லை.

அப்போது உள்ளிருந்து மூவருக்கும் குடிக்க நீர் எடுத்துக்கொண்டு வந்தார் சித்தர்.

"கடந்த காலத்தை மாற்றியெழுத இயலாது என்பது உண்மையாயினும், நீங்கள் வரலாற்றில் சிலவற்றை அறிந்தோ, அறியாமலோ மாற்றி விட்டீர்கள். ஆனால் நடந்தவையனைத்தும் நன்மைக்கே... குழப்பம் ஏதுமின்றி சற்றுநேரம் கண்மூடி அமர்ந்திருங்கள்" என்று சொல்லிவிட்டு...

மரக்கிளையில் அமர்ந்து நடப்பவற்றை வேடிக்கை பார்த்துக்கொண்டிருந்த பச்சைக்கிளியொன்றை வாஞ்சையுடன் அவர் கையில் ஏந்தினார்.

அதன் காலில் சிறிய ஓலை நறுக்கினை எடுத்துகட்டி, அதைப் பறக்கவிட்டார். அந்தக்கிளி புத்த விகாரம் இருந்த திசையை நோக்கிப் பறந்தது.

"உன்னவன் உயிர் நிலைத்து விட்டான்...

காலத்தில் கரம்பிடிக்க காற்றாய் வந்திடுவான்...

மனம் அரற்றாது அறப்பணி செய்...

மாசடைந்தாலும் மதியொளி மங்கிடாது..."

இந்த ஓலையை மணிமேகலை படித்து முடித்த அந்தக் கணமே புத்த விகாரத்தின் வாசலில் போர்க்களம்போல் பேரிரைச்சல் கேட்டது.

எண்ணற்ற மக்கள் கூடியிருப்பது போன்றதொரு உணர்வு அவளுக்குத் தோன்ற, வெளியில் சென்று பார்த்தாள். ஈட்டிகளும் வேல்களும் கையில் ஏந்திய படைவீரர்கள் புத்த விகாரத்தை சூழ்ந்திருந்தனர்.

அதில் தலைவன்போல் தோன்றிய ஒருவன் உள்ளே நுழைந்து, மணிமேகலை கையைப் பிணைத்து ஊர்த் தெருக்கள் வழியே அரண்மனைக்கு அழைத்துச் சென்றான். மக்கள் அனைவரும் மணிமேகலையை திட்டியும் சபித்தும் பேசிக்கொண்டிருந்தனர். விழாக்கோலம் பூண்டிருந்த அந்த ஊர் களையிழந்து எங்கும் ஓலமாய்க் கேட்டது.

❑

38

தீர்ப்பு!

மணிமேகலைக்கு ஓலையைப் படித்த உடனேயே மனதில் சுறுக்கென்ற ஓர் அச்சம் தோன்றியது. ஆனாலும் "உன்னவன் உயிர் நிலைத்துவிட்டான்" எனும் அவ்வரிகள் அவளை மனம் கலங்காமல் காப்பாற்றின.

அவள் அரசவைக்கு இழுத்துவரப்பட்டாள். அவை நிறைந்து காணப்பட்டது. அனைவர் முகங்களிலும் சோகமும் கோபமும் மாறி மாறி கொப்பளித்துக்கொண்டிருந்தது. மணிமேகலைக்கு எதுவும் தெரியாது என்று அவையில் இருந்தவர்களுக்குத் தெரியாது.

அவள்மீது சாட்டப்பட்ட குற்றம், "அவள் காந்தர்வப் பெண்போல் மாறுவேடம் பூண்டு வந்தபோது இளவரசர் அவளைப் பின்தொடர்ந்ததால் காந்தர்வப் பெண்ணின் கணவன் இளவரசரைக் கொன்றுவிட்டான். இவள் அதனைத் தடுக்கவோ நிறுத்தவோ இல்லை. இளவரசரின் உடலையும் வெள்ளம், அடித்துச்சென்றுவிட்டது. அவர் மரணிக்க இவளே காரணம்."

அரசியாரே சபையில் வழக்குத் தொடுத்திருந்தார். படையெடுத்து வடநாடு சென்றிருந்த மன்னர், தாய்நாடு திரும்பிய அன்றே தன் மகனை இழந்த சோகத்தில் இருந்தாலும்..."விருப்பமில்லாத பெண்ணை தொடர்ந்து சென்று துன்புறுத்திய அவன் செயல் தவறு...எனவே இத்தண்டனை அவனுக்கு உரித்தானதுதான்" என்று அரசர் தீர்ப்பளித்தார்.

இளவரசர் தவறு செய்தார் என்று சொன்னதைக் கேட்டவுடன் மணிமேகலை மனம் கண்ணாடிபோல் நொறுங்கியது. எனினும் தனக்கே முழுமையாகத் தெரியாத உண்மையை இங்கே தெளிவுபடுத்தத் தேவையில்லை. தன்னை யாரும் நம்பவும் போவதில்லை என்று நினைத்ததால் அமைதி காத்தாள்.

அரசியும் நாட்டு மக்களும் பொங்கி எழுந்து கூச்சல், குழப்பமானது அந்த இடம்.

அரசர் கண்ணால் தந்த குறிப்பின் பெயரில் அங்கே பெரும் சத்தத்துடன் எக்காளம் முழங்கியது. அதுவொரு மத யானையின் பிளிறல் ஒலியை ஒத்திருந்தது.

கூச்சல் அதனால் அடங்கியது. ஆயிரம் தலைகள் கூடியிருந்த அந்த அவை ஒலியின்றி வெறுமையடைந்தது.

அரசர் தொண்டையை செருமிக்கொண்டு முழக்கம்போல் “மாறுவேடம் பூண்டு குழப்பம் விளைவித்ததால் மணிமேகலை சிறையில் அடைக்கப்படுகிறாள்” என்று ஆணையிட்டார். இது மக்களின் மனவருத்தத்தை சற்று கட்டுப்படுத்துவதற்காக அவர் செய்த செயலாகும்.

ஒருவேளை மணிமேகலை சிறையில் இல்லாவிடில் அவளின் உயிருக்கு ஏதேனும் தீங்கு ஏற்பட வாய்ப்புள்ளது என்று அரசரின் உள்மனமும் சொன்னது.

மணிமேகலை சிறையில் அடைக்கப்பட்டாலும் மனம் தளரவில்லை. நடப்பதெல்லாம் நன்மைக்கே என்று உள்ளுணர்வு உரைத்தது.

அறம் செய்து அவள் மனம் கொண்ட இளவரசனின் கரம் பிடிக்கக் காத்திருந்தாள்.

♦♦♦

கிளியை புத்த விகாரத்தை நோக்கிப் பறக்கவிட்டபின், எதுவும் பேசாமல் சித்தர் தவம் செய்வதுபோல் கண்களை மூடி அமர்ந்துகொண்டார்.

பின்னர் சற்று நேரம் கழித்து கண்களைத் திறந்த அவர்...

“உங்களுக்கு நான் சில உண்மைகளை உரைக்க வேண்டியுள்ளது. அதனை ஏற்பதும் ஏற்காததும் உங்கள் மனதைப் பொறுத்தது” என்றார்.

உடனே ஆதர்ஷ் “சொல்லுங்க அய்யா... நீங்க எது சொன்னாலும் அது சரியாக இருக்கும்ன்னு நாங்க நம்புறோம்...” பணிவுடன் சொன்னான்.

“நீங்கள் இருவரும் முன்னாளில் புத்த தர்மத்தைப் பின்பற்றிய குலங்களில் இருந்து வந்தவர்கள்.

பூம்புகார் நகரம் ஆழிப்பேரலையில் மூழ்கியபோது வெவ்வேறு இடங்களுக்கு இடம்பெயர்ந்தனர் உங்கள் மூதாதையர்.

மத்திய காலங்களில் தமிழகத்தின் பல இடங்களில் சமணர்களையும் பௌத்தர்களையும் யானைகளின் கால்களிலிட்டு இடறவைத்ததும் கழுவிலேற்றியதும் எனப் பல கொடுமைகள் நடந்தன. அதனால் காலப்போக்கில் சமூக நிர்ப்பந்தத்தால் சைவர்களானார்கள்.'' என்று சித்தர் சொல்லிக்கொண்டிருக்கும்போது...

“ஐயா! குறுக்க பேசுறதுக்கு மன்னிக்கணும்... இன்னும் தமிழ்நாட்டில் புத்த மதத்தை சேர்ந்தவங்க அதைக் கடை பிடிச்சுட்டு தான இருக்காங்க.... எப்படி இவங்க மாறுனவங்கன்னு நீங்க சொல்றீங்க...? நம்ம அண்டை நாடுகள்லகூட பாருங்க... பௌத்தர்கள்தானே மதத்தை தீவிரமா பிடிச்சு வச்சுப்பாங்க... இந்துக்கள் தங்கள் மதத்துமேல அவ்வளவு பிடிப்பு வச்சதில்லையே..?'' என்று மித்ரன், சித்தரின் பேச்சை இடைநிறுத்தினான்.

அதற்கு அவனைப் பார்த்து புன்னகைத்த சித்தர், நேரடியாக பதிலளிக்காமல்...

“சித்திரை மாதத்தில் சித்ரகுப்தனுக்குப் படையல் போடுவதாய் உங்கள் இருவர் வீடுகளிலும் நடக்கும்... உண்மைதானே?'' என்று அனு மற்றும் ஆதர்ஷிடம் கேட்டார்.

இருவருக்கும் வியப்பு... இதுவரை ஒருவருக்கொருவர் இந்த செய்திகளை பகிர்ந்துகொண்டதில்லை. இவர்கள் நண்பர்கள் மற்றும் உறவினர்கள் பலர் இந்த வழக்கத்தைக் கடைபிடிப்பதில்லை. வெகுசிலர் மட்டுமே இதைச் செய்து வருகின்றனர். ஆதர்ஷும் அனுவும் ‘ஆம்’ என்பதுபோல் ஒருசேர தலையசைத்தார்கள்.

“சித்திரை புத்திரன் நோன்பு அல்லது நயினார் நோன்பு என்பவையெல்லாம் சித்திரை பௌர்ணமி அன்று பிறந்த புத்தனுக்கு செய்யும் நோன்பு. நயினார் நோன்பு என்பது நழுவினார் நோன்பு என்பதன் திரிபு. பௌத்த மதத்திலிருந்து நழுவியவர்கள் கடைபிடிப்பது. உங்களுக்குத் தெரிந்தபடி சொன்னால்... புத்த பூர்ணிமாவைதான் நீங்கள் அவ்வாறு வேறொரு உருவில் கொண்டாடுகிறீர்கள்.

இங்கே நடப்பவை அனைத்தும் அறிவின்மூலம் நிகழ்ந்தவை...

மதியின் விளையாட்டே அன்றி, விதியின் விளையாட்டு இங்கே ஏதுமில்லை...

ஆதர்ஷ் இளவரசர் குலத்தின் கிளையில் தோன்றியவன். கோவலனின் வணிகர் குலத்தில் தோன்றியவள் நீ...'' அனு முகத்திற்கு நேராக விரல் நீட்டினார் சித்தர்.

"அதுக்கு வாய்ப்பே இல்ல அய்யா... நாங்க மதுரைக்காரங்க.... என்னை சோழ நாட்டின் வாரிசுன்னு சொன்னா நம்ப கொஞ்சம் கஷ்டமாதான் இருக்கு...''ஆதர்ஷ் மரியாதை குறையாமல், அதே நேரம் தன் மறுப்பையும் உறுதியாக வெளிக்காட்டும்படி மறுமொழி கூறினான்.

அனன்யாவுக்கு அப்போதுதான் அடிமனதில் ஒரு விஷயம் நினைவுக்கு வந்தது. அவளின் குடும்பம் சில நூறு ஆண்டுகளுக்கு முன் நாகப்பட்டினத்திலிருந்து இங்கே வந்து குடியேறியதாக அவள் பாட்டி அடிக்கடி சொல்வார்.

சித்தர் தொடர்ந்து "உங்கள் காலத்து மனிதர்கள், நீங்கள்தான் அறிவியலில் சிறந்து விளங்குபவர்கள் எனும் கர்வம் கொண்டிருக்கிறீர்கள். ஆனால் வரலாறு விசித்திரமானது. ஒவ்வொரு ஆயிரம் ஆண்டும் உலகம் தலைகீழாக மாறுகிறது. உலகின் நடைமுறைகள், கடைபிடிக்கப்பட்ட பழக்க வழக்கங்கள் காற்றில் பறந்து காணாமல் போகின்றன... இங்கு இடம், பொருள், செல்வம் என எதுவுமே நிரந்தரமல்ல...'' என்றார் அந்த முக்காலமும் உணர்ந்த முதியவர்.

"இன்று செழித்து நிமிர்ந்திருக்கும் இந்நிலம் பின்னாளில் கடலுக்கடியில் செல்லுமென்று சொன்னால் இங்குள்ள எவரும் ஏற்க மாட்டார்... ஆனால் அதுவே உண்மை. வெறும் பேச்சு உங்களுக்கு குழப்பத்தை கொடுக்கும்... வாருங்கள்...'' என்று சொல்லி கண்கள் மூடி, வானத்தை நோக்கி வணக்கம் சொன்னார்.

❑

39

களவு போனது!

கண்களைத் திறந்த சித்தர், இவர்கள் மூவரையும் பார்த்து "நீங்கள் கண்களை மூடி ஆழமாக மூச்சை இழுத்துப் பிடித்துக்கொள்ளுங்கள்" என்றார். சொல்லிவிட்டு தன்னிரு கைகளையும் தலைக்குமேல் தூக்கி ஆசீர்வதிப்பதுபோல் வைத்தவுடன் காற்றின் வேகம் அதிகரித்து சூறாவளியானது.

சித்தர் ஒளியாக உருவெடுத்து இருட்டான அந்தரத்தில் முன்செல்ல... இவர்கள் ஆழ்மனங்களும் அவர் பின்னே பறந்துகொண்டிருந்தன.

இந்திரநீலத்தைப் பயன்படுத்தி சித்தர் ஒரு வழியை உண்டாக்குவதும், சுரங்கம்போல் அந்த வழி நீண்டு நீண்டு வளர்ந்து ஒரு கடற்பரப்பில் முடிவதும் தெரிந்தது. சுரங்கப்பாதையின் முடிவில்... அமைதியான கடல் மடியில் அவர்கள் வந்த கப்பல் நின்றுகொண்டிருந்தது...

இந்தக் காட்சிகள் சட்டென்று கலைந்தன... அவர்கள் மீண்டும் இதே நந்தவனத்தில் நிற்பதுபோலவும் வெள்ளை அங்கி உடல் முழுதும் போர்த்தியணிந்த ஓர் உருவம் ஆற்றின் அக்கரையில் நிற்கும் யார்மீதோ குறிவைத்து அம்பெய்துவிட்டு ஓடுவதுபோலவும் தெரிந்தது... உருவ அமைப்பில் இருந்து அது ஒரு யவனர் என்பது கண்கூடாகப் புலப்பட்டது.

'இது கண்டிப்பா பேட்ரிசியோதான்... நம்மள நம்ப வச்சு ஏமாத்திட்டார்... மித்ரன் மனம் நொந்துகொண்டான்...

திரைப்படம்போல் விரிந்த காட்சிகள் கலைய, மீண்டும் சுற்றம் சுழலத் தொடங்கியது...

♦♦♦

"இப்பொழுது உங்கள் கண்களை மெல்லத் திறந்திடுங்கள்" எனும் சித்தரின் குரல் கேட்க... மூவரும் கண் விழித்தனர். அவர்கள் கண் முன்னே மணிமேகலையும் இளவரசரும் கைகோர்த்து நின்றிருப்பதைக் கண்டு வியப்பில் வாயடைத்து வார்த்தைகள் வராமல் நின்றனர்.

"இது என்ன மந்திர, தந்திரமா? அதுக்குள்ள அடிபட்டு படுத்திருந்த இளவரசர், எதுவுமே நடக்காததுமாதிரி எந்திரிச்சு நிக்கிறாரு... மணிமேகலை எப்படி இங்கே வந்தீங்க..? எனக்கு ஒன்னுமே புரியல. கண்ணைக் கட்டி காட்டில் விட்டதுமாதிரி இருக்கு" என்று அனன்யா உரக்கப் பேசிக்கொண்டிருக்க... ஆதர்ஷீம் மித்ரனும் இதுவும் சித்தரின் ஆற்றலால் நடந்தது என்பதை உணர்ந்து அமைதியாக இருந்தனர்..

மணிமேகலை, அனன்யா தலையை வருடி "உன்னைப் பார்க்கும்வரை நான் மனதளவில் உறுதியானவள் என்றே நினைத்திருந்தேன். ஆனால் மன உறுதி ஒவ்வொருவருக்கும் மாறுபடும் என்பதை நான் உன்னைக் கண்டபின் தெரிந்துகொண்டேன்.

முகத்தை இறுக்கமாய் வைத்துக்கொண்டு மனதில் இருக்கும் ஆசைகளை மறைத்து வாழ்வது மட்டுமே மன உறுதியல்ல... தன்னுடைய ஆசைகள் நியாயமாக இருப்பின் எப்பாடுபட்டாலும் அதை அடையும் குறிக்கோளுடன் இருப்பதுதான் மனவுறுதி. எனக்கு இப் படிப்பினையைக் கொடுத்ததற்கு என் வாழ்வு முழுவதும் உனை நினைத்து நன்றி சொல்லிக்கொண்டிருப்பேன்..." புன்னகையுடன் அவள் கண்களில் ததும்பி நின்ற இரண்டு துளி கண்ணீர், கன்னங்கள் வழியே வழிந்து மின்னின.

"என்ன நடந்துச்சு மணிமேகலை? நீங்க இங்க எப்போ வந்தீங்க...?" என்று அனன்யா கேட்கவும் மணிமேகலை "நான் இளவரசரின் உயிரைப் பறித்தேன் என்று எண்ணி சிறையில் அடைக்கப்பட்டேன். அறப்பணிகள் செய்து சிறைச்சாலையை

அறச்சாலையாக மாற்றியதால் அரசியார் மனம் மாறினார். விடுதலை அடைந்தேன்...

சித்தரின் கருணையால் காயமுற்ற இளவரசர் நலம் பெற்றார். அவர் முழுமையாக குணமடைய ஒரு ஆண்டு பிடித்திருந்தது. அடுத்த இரண்டு ஆண்டுகள் வடக்கில் நாங்கள் வாழத் தேவையான

ஏற்பாட்டை செய்துமுடித்தார் இளவரசர். நான் விடுதலை பெற்றதும் புகார் நகரிலேயே சில காலம் கழித்தேன்.

என் வாழ்வில் புதிய பாடங்களும் படிப்பினைகளும் பெற்றேன். மூன்று வருடங்கள் இப்படியே முடிந்துவிட்டன. இடையில் ஏராளமான மாற்றங்கள் நடந்தேறின.

ஆனால் மாறாத ஒன்று எங்கள் மனதின் அன்பு மட்டுமே... அது உன்னால் விளைந்தது அனன்யா... இளவரசர் உயிரோடு இருக்கிறார் எனும் உண்மையை புகார் மக்கள் எவரும் அறியவில்லை. இப்பொழுது நாம் இருப்பது வடநாட்டில் ஒரு மலையடிவாரம்.

தமிழகத்திலிருந்து வடகிழக்கு வந்து நாங்கள் எங்கள் வாழ்வினை அழகாக அமைத்துக்கொள்ள விரும்பி இங்கேயே தங்கி விட்டோம்.

புத்தரையும் அவரின் போதனைகளையும் பரப்பி நாங்கள் இறுதிக்காலம் வரை மகிழ்ந்திருப்போம் இவ்விடத்தில்..." என்று சொல்லி புன்னகைத்தாள்.

அனன்யா அப்போதுதான் சுற்றும் முற்றும் பார்த்தாள். அவர்கள் இருந்தது செங்குத்தாக உயர்ந்த மலைகளில் இருந்த பகுதி. சுற்றிலும் வெண்பனி போர்த்திய மலைகள்... ஓங்கி உயர்ந்த ஊசியிலை மரங்கள்... பள்ளத்தாக்குபோன்ற அந்த இடம் முழுதும் வண்ண வண்ண மலர்கள் தாங்கிய செடிகள் நிறைந்திருந்தன.

பனி அவர்கள் தேகத்தையும், இயற்கை அழகு கண்களையும் குளிர்வித்தன.

"இந்திரநீலத்தைக் காக்கும் பொறுப்பு இனி உங்களிடம்... அரசன் என்னும் செருக்கில் நான் நடந்த விதத்தை மறந்து, எனைக் காத்தமைக்கு நன்றி..."

இளவரசர், ஆதர்ஷிடம் கைகூப்பி நன்றி கூறினார்.

"எல்லாமே இவளுக்காகத் தான்..." என்று சொல்லி அனுவை பார்த்துப் புன்னகைத்தான். அவளுக்கு உணர்ச்சி மிகுதியில் கண்கள் பனித்தன.

பின்னர் இவர்கள் மூவரையும் மணிமேகலையிடமிருந்தும் இளவரசரிடமிருந்தும் விடைபெற்றுக் கொள்ளும்படி சொன்னார் சித்தர்.

♦♦♦

கண்களை மூடி மீண்டும் மூச்சை உள்ளிழுத்ததும் அவர்கள் மூவரும் அப்பொழுது தங்கள் கப்பலுக்கு வந்து விட்டனர்.

சித்தர் குரல் மூவருக்கும் அசரீரியாய் ஒலித்தது."இன்னும் சில தொல்லைகள் உங்களைத் தொடரும்... அதனை மதியால் வெல்லுங்கள். எந்நிலையிலும் மன உறுதியைக் கைவிட்டு விடாதீர்கள்... உங்களை நம்புங்கள்..."

"என்னடா! இன்ஜினீயரிங் காலேஜ் புரொபசர் மாதிரி, பாதி சொல்லிட்டு மிச்சத்தை நீங்களே பாத்துக்கங்கன்னு போயிட்டாரு..." மித்ரன் விரக்தியுடன் ஒரு பெருமூச்சுவிட்டான்.

அவர் விடை சொல்லாத புதிர்களில் முக்கியமானது... இப்போது இந்திரநீலம் எங்கே என்பது...

இவர்கள் இருந்த அறையின் கதவு அகலத் திறந்திருந்தது. அருகே சத்தம் கேட்டுத் திரும்பியபோது அந்த நடைபாதை வழியே பேட்ரீசியோ கடந்து சென்றுகொண்டிருந்தார்.

இவர்கள் அங்கிருப்பதை அறியாமல் அப்பாதை வழியே கடந்து சென்ற பேட்ரீசியோ, சற்று தூரம் சென்றபின் சந்தேகத்தின் காரணமாக மறுபடி வந்து உள்ளே எட்டிப்பார்த்தார். அங்கு யாரும் இல்லாததுபோல் தோன்றியது. நம் நண்பர்கள் மூவரும் உள்பக்கமாக ஒளிந்துகொண்டிருந்தனர். பேட்ரீசியோ உள்ளே வந்தவுடன் அந்த அறையின் கதவை சாத்திவிட்டு, பின்னாலிருந்து மித்ரன் அவர் கைகளை இறுக்கமாகப் பிடித்துக்கொள்ள...

அனன்யா அவரிடம் "எனக்கு உங்கமேல முதலிலிருந்தே சந்தேகம் இருந்தது. ஆனா இப்போ அது உறுதியாயிடுச்சு. நீங்கதான இளவரசரை அம்பு வீசி கொலை செய்யப் பார்த்தது..?" என்று மிகுந்த கோபத்துடன் கேட்டாள்.

"நீ சொல்றது எதுவும் எனக்குத் தெரியாது... மைக்கேல் கிட்ட நீங்க இப்படி நடந்துக்கிட்டது பத்தி சொன்னா உங்க எல்லாரோட வேலையும் போயிடும்... தெரியும்தானே....." என்று மிரட்ட முயன்ற பேட்ரீசியோ கை வலியால் கொஞ்சம் துடித்துதான் போனார்.

"நீங்க எப்படி கடந்த காலத்தில் இருந்து இங்கே வந்தீங்க..? இந்திரநீலம் எங்கேன்னு சொல்லுங்க..." என்ற ஆதர்ஷ், அவரிடம் நெருங்கி மித்ரனை விலக்கிவிட்டான்.

மித்ரன் தன் சட்டைப்பையில் இருந்த பேனாவை எடுத்து அவர் கழுத்துக்கு அருகே வைத்து அழுத்தி, "ஆதர்ஷ்! என்னைத் தடுக்காத... உண்மை அவ்ளோ சீக்கிரமா வெளிவராது... நடந்தது என்னன்னு சொல்லலைன்னா உங்கள விடமாட்டோம்..." என்று சீறவும்...

"எனக்கு இந்திரநீலத்தப்பத்தி தெரிஞ்சதும் அதை எப்படியாவது எடுத்துக்கணும், என்னோட வசம் ஆக்கணும்னு நான் நினைச்சது உண்மைதான்... ஆனா எனக்கு அது ஒரு காட்சிப்பொருள்தானே தவிர, எந்த விதத்திலும் பயன்படப் போவதில்லை... நான் உங்கள தற்செயலாதான் பின்தொடர்ந்தேன்" என்று பேட்ரீசியோ பயத்தில் உண்மை பேசத் தொடங்கினார்.

"தற்செயலாக இங்கே வந்தேன்னு சொல்றீங்க... ஆனா இந்திரநீலத்தைப் பத்தி முன்னாடியே தெரியும்ன்னு சொல்றீங்க... இது எதுவும் என்னால நம்ப முடியல... நீங்க உண்மையைச் சொல்லலைன்னா உங்க கழுத்துல இறங்கிடும்..." மித்ரன் மிரட்டலான தொனியில் பேசினான்.

❑

40

இவன் தந்திரன்

கழுத்துக்கு மிக அருகில் பேனா முனை ஆயத்தமாக நின்றதும் விசும்பித் தள்ளிவிட்டு தப்பித்துக்கொள்ள நினைத்தார் பேட்ரீசியோ. ஆனால் மித்ரன் பிடி அவ்வளவு எளிதாக விடுவித்துக்கொள்ளும்படி இல்லை. பயந்துபோன பேட்ரீசியோ.. "நான் இந்திர நீலத்தைப் பத்தி தெரிஞ்சுதான் உங்களப் பின்தொடர்ந்து வந்தேன். ஆனால் அதன் சக்திகள் எனக்குத் தெரியாது. விலைமதிப்புக்காகவே அதை அடைய நெனச்சேன். இரண்டில் ஒன்று எனக்குன்னு நாங்க முடிவு செஞ்சோம்."

"என்ன சொல்றீங்க? நம்மகிட்ட ஒரே ஒரு இந்திரநீலம்தான இருக்கு... அந்தச் செய்யுளில் சொன்னதுபோல் இன்னொன்னும் இங்கதான் இருக்கா?" என்று அனன்யா கேட்க...

அதற்குப் பேட்ரீசியோ... "இந்தப் பயணம் எதுக்காகன்னு உங்களுக்கு முழுசா தெரியாது... வெறும் கடல் ஆராய்ச்சி பண்றதுக்கு மட்டும் யாராவது இவ்வளவு செலவு பண்ணி நீர்மூழ்கிக் கப்பல்லாம் எடுத்துட்டு வருவாங்களா..? நீங்க

நினைக்கிறமாதிரி இது ஒன்னும் அரசாங்கத்தால், தானா ஏற்பாடு செய்யப்படல..."

இவற்றையெல்லாம் கேட்கக் கேட்க மலைப்பாக இருந்தது நம்மவர்களுக்கு...

தொடர்ந்து "இத்தாலியில் இருக்கும் அருங்காட்சியகம் ஒன்னுல நான் வேலை செஞ்சேன். விலை உயர்ந்த கற்களை சேகரிச்சுத் தந்துட்டு பகுதி நேரமா வேலை பாத்துட்டு இருந்தேன். அதுல வரலாற்றுச் சிறப்புமிக்க கற்களை எல்லாம் காட்சிக்கு வைப்பாங்க... மிச்சத்தை கண்காட்சிகளில் வித்துடுவாங்க...

அங்க ஒருத்தர் வந்து... இந்திரநீலம் பத்தி என்கிட்ட சொன்னார். அது இந்தியாவில் கடலுக்கடியில் இருப்பதாகவும், இருபது வருஷமா இதைத் தொடர்ந்து தேடிட்டு இருக்கறதாகவும் சொல்ல எனக்கும் ஆர்வம் வந்து அவரோட தேடலில் நானும் சேர்ந்துக்கிட்டேன்.

இந்த பூம்புகார் ஆராய்ச்சி ரொம்ப நாளா வெறும் வாய்வார்த்தையாவே இருந்தது... இந்தியாவில் அதிகப் பேருக்கு தெரியல இதன் முக்கியத்துவம்... அதுபோக இந்த வரலாறு வெளிவந்தா அவங்க கட்டமைச்சு இருக்கற வரலாறுகளோட அடித்தளம் தவிடுபொடியாகிடுங்கிற பயம்தான் ஆட்சியாளர்கள் இதுக்குத் தடைபோடுவதன் உண்மையான நோக்கம்...

அதனால எனக்கு த் தெரிஞ்ச இங்கிலாந்து நாட்டு ஆய்வாளர்கள்கிட்ட ஆழ்கடல் ஆராய்ச்சிபத்தி சொல்லி, ‘இது பெரிய வரலாறு... வெளில வந்தா உங்களுக்கும் புகழ் கிடைக்கும்’னு பேசி இதுக்கான செலவுகளை ஏத்துக்க வச்சோம்.

அவங்க இந்திய அரசை அணுகி, மிக்க சிரமப்பட்டுதான் இந்த ஆராய்ச்சிக்கு அனுமதி வாங்கினாங்க.

20 வருஷத்துக்கு முன்னாடி இதே பகுதியில் ஆராய்ச்சி செய்த வல்லுநர் குழுவில் இருந்த ஒருத்தர இதுக்குத் தலைமையா எடுத்துக்கிட்டாங்க...

அவர்தான் மைக்கேல்!

ஆனா இதுக்கு நடுவுல ஒரு பெரிய விஷயம் நடந்துச்சு. என்கிட்ட இந்திரநீலத்தைப்பத்தி சொன்ன அந்த ஆள் திடீர்னு காணாம போயிட்டாரு.

இது நடந்து ஒரு மூணு, நாலு வருஷம் இருக்கும். எங்கே போனார்ன்னு யாருக்குமே தெரியல.

நான் வேலையை உதறிட்டு அவரைப்பத்தி பல இடங்களில் விசாரித்தபோது, அவர் இந்தியா வந்ததாகவும் கடைசியில பூம்புகாருக்குத்தான் வந்ததாகவும் கேள்விப்பட்டேன்.

அவர் வந்த இடங்கள்பத்தி எல்லாம் விசாரிச்சுக் கண்டுபிடிச்சது இதுதான்.

இறுதியா அவர் ஒரு மீனவரை அழைச்சிக்கிட்டு ஆழ்கடலுக்குப் போனதாகவும் மறுபடியும் அந்த மீனவர் கரைக்குத் திரும்பவே இல்லன்னும் எல்லாரும் சொன்னாங்க. இந்திரநீலத்தைத் தேடி வந்திருக்கிறார்; கடலுக்குள்ள போனவர் திரும்பி வராமல் கடலில் மூழ்கிட்டார்போல... சரி, எதுக்குப் பிரச்சனை... நம்ம வேலைய பாப்போம்ன்னு மறுபடி இத்தாலியில் என்னோட வேலையைப் பாத்துட்டு இருந்தேன்.

ஆனாலும் அந்தக் கல்... அப்புறம் காணாமல் போன அந்த ஆள் பத்தின ஞாபகங்கள் அப்பப்போ கனவுலகூட வரும்.

இந்த ஆராய்ச்சிக் குழுபத்தின பேச்சு ரெண்டு வருஷமாதான் நடக்குது. என்னை இதுல கலந்துக்கச் சொன்னாங்க. நானும் என்ன மர்மம்ன்னு பார்க்கலாம் அப்படின்னுதான் வந்தேன். அவரு இப்போ இல்ல... இருந்தாலும் அந்த இந்திரநீலம் கிடைச்சா நல்லதுதானேன்னு நினைச்சு வந்தேன்.

நீங்க இந்த உண்மையை மைக்கேல்கிட்ட சொன்னதால அவர் என்கிட்ட உங்களப்பத்தியும் இந்திரநீலம்பத்தியும் சொன்னார். அப்போதான் அது உங்ககிட்ட இருப்பது எனக்குத் தெரிஞ்சுது.

இதை எடுத்துக்கணும்ங்கிற நோக்கத்தில்தான் இந்த அறைக்குள் வந்தேன். ஆனா விதி என்னையும் உங்களோட பழங்காலத்துக்கு அழைச்சிட்டுப் போயிடுச்சு...

ஆனா அங்கதான் எனக்கு மிகப்பெரிய அதிர்ச்சி காத்திருந்தது..." என்று சொல்லி நிறுத்தும்போது, அந்த நிகழ்வு இன்னும் கண்ணுக்குள்ள தெரிஞ்சதுமாதிரி அவர் உடம்பு சிலிர்த்தது.

சிறிது நேரம் அவர் ஆசுவாசப்படுத்திக்கொள்ள நேரம் தந்தனர். முதலில் மூர்க்கமாக அவரைக் கையாண்டாலும் இப்போது நாற்காலியில் அமர வைத்திருந்தனர்.

பின், பேட்ரீசியோ தொடர்ந்தார்...

"அங்கேயே இருக்கணும்னு சொன்னதும் எனக்குள் இருந்த ஆர்வம் வெளில போய் பாக்கணும்னு என்னை அரிக்க ஆரமிச்சதால உங்களக் கூப்பிட்டு கடை வீதிக்குப் போனேன்... அப்போ நான் அந்தக் கடையை நோக்கிப் போனதுக்குக் காரணம் அந்த ரத்தினங்கள் இல்ல... அந்த வணிகன்தான்... என்கிட்ட இந்திரநீலம்பத்தி சொன்ன அதே ஆள் அங்கே இருந்தார்... எனக்கு கையும் ஓடல... காலும் ஓடல... அவர் என்கிட்ட ஒரு காசு கொடுத்து 'இதை வச்சுக்க... செய்தி அப்புறம் வரும், இப்போ ஒன்னும் காமிச்சுக்காம போ'ன்னு சொல்லிட்டார்."

இப்போதும் அவருக்கு நடுக்கம் இருந்தது... ஆதிக்கு அவரின் நிலை புரிந்தது... அவனும் அந்த யவன வணிகரின் கண்ணிலிருந்த வெறியினை அன்றே கவனித்தான். முகத்தை துணி போர்த்தி மறைத்திருந்தான். ஆனாலும் அந்தக் கோரப் பார்வையை ஆதர்ஷால் மறக்க முடியவில்லை.

“நீங்க தூக்கம் வராம வெளில போனதுக்கப்புறம் அவன் புத்த விகாரத்தின் சாளரம் வழியா ஏறிக் குதிச்சு உள்ளே வந்துட்டான்” என்று சொன்ன பேட்ரீசியோவிற்கு காட்சிகள் கண்முன்னே விரிந்தன.

... ...

“நீங்க எப்படி இங்கே..? உங்களக் காணோம்னு எவ்ளோ நாளா தேடினேன்..." என்றார் பேட்ரீசியோ.

“இந்த அரசாங்கங்கள நம்பியிருந்தா வாழ்க்கையே முடிஞ்சு போயிடும்னு தோணுச்சு.

நீ சொன்ன வரலாறு, பூகோளக் கதை எதுவும் வேலைக்கு ஆகுற மாதிரி தெரியல. அதனால நான் இந்திரநீலத்தைத் தேடி இந்தியா வந்தேன். நடுக்கடலுக்குள்ள மூழ்கின பழைய இடிபாடுகளில் ஏதும் இருக்குமான்னு நீந்திப் பார்க்க முடிவெடுத்து பூம்புகார்ல ஒரு மீனவர் உதவியோட அங்க போனேன்.

இந்திரநீலம் கடல் நீர்மட்டத்துக்குக் கீழே இருக்கற சுவரில் ஏதோ ஒரு பகுதியில்தான் புதைஞ்சு இருந்துச்சு.

ஒரு கல் எடுத்த அந்த மீனவரால இன்னொரு இந்திரநீலத்தை எடுக்க முடியல...

பகல்ல போன நாங்க, அதைத் தேடியெடுத்து முடிச்சப்போ இரவாகிடுச்சு.

முழு நிலவின் ஒளியால் இந்திரநீலம் ஒளிர்ந்தது...

திடீர்னு சுழல் காத்துமாதிரி புயல் வந்து எங்க படகைப் புரட்டிப் போட்டுடுச்சு. அலைகள் எங்கள அலைக்கழிச்சு கடற்கரையில் கொண்டுவந்து மயக்கத்தில் தள்ளிடுச்சு..

அலையில் சிக்கியதால் இந்திரநீலம் என் கையிலிருந்து நழுவி கடலோட போச்சு... நாங்க கண் முழிச்சப்போ அது பழங்காலம்ன்னு தெரியவே ரொம்ப நாள் ஆகிருச்சு...” பேசிக்கொண்டு இருக்கும்போதே ஏதோ சத்தம் கேட்டது.

“வெளியில யாரோ வராங்க... எனக்கு நிறைய வேலையிருக்கு...

அந்த நாணயத்தை உன்கூட வந்தவன்கிட்ட குடுத்து நாளைக்கு ஆத்தங்கரைக்கு அழைச்சிட்டுவா... காரியத்தைக் கெடுத்துடாத...” என்றபடி அவன் வெளியேற முயன்றான்.

இதை விவரித்துக்கொண்டிருந்த பேட்ரீசியோ நடுங்கத் தொடங்கினார். உடல் முழுதும் வியர்த்துவிட்டது அவருக்கு.

“அப்போ... என்னால முடியாது’ன்னு சொன்னேன். வெளியேற நெனச்சவர் திடீர்ன்னு என் கழுத்தப் பிடிச்சு நெறிச்சுட்டார்.

அது மிகவும் இறுக்கமான பிடி... உயிர் பிழைப்பேன்னு நினைக்க முடியாத அளவுக்கு வலி...

நான் சத்தம் போட்டதும் ஆட்கள் வந்துட்டாங்க. ஆனா அவங்க வர்றதுக்குள்ள அவர் ஓடி மறைஞ்சுட்டார்.

அப்பறம் அவரைப்பத்தி சொன்னா இந்திரநீலத்த எடுக்க வந்தது உங்களுக்குத் தெரிஞ்சுடுமேன்னு... உங்களக் குழப்ப, இத்தாலியின் பழைய செவிவழி கட்டுக்கதையைச் சொன்னேன். எப்படியாவது கதை சொல்லி ஆதர்ஷை ஆத்தங்கரைக்கு கூட்டிட்டு போய் இந்திரநீலத்தை அடைய நெனச்சேன். ஆனா காச அனன்யா வாங்கினதும் நிலைமை வேறமாதிரி ஆகிடுச்சு...” என்று சொல்லி அவர்களை குற்றஉணர்வோடு பார்த்தார்.

“ஒரு நிமிஷம்...” ஆதர்ஷ் அவர் பேச்சில் ஏதோ ஒரு விடை கிடைத்ததுபோல் நெற்றியில் ஒற்றை விரல் வைத்து யோசிக்க...

“அப்போ அவர்கிட்ட இருந்து தொலைஞ்சு போன இந்திரநீலம்தான் நமக்கு கெடச்சுருக்கா..?”என்று விழி விரித்து வியப்போடு அனு ஆதியை முந்திக்கொண்டு கேட்டாள்.

“ஆமா... அப்படித்தான் இருக்கணும்... எனக்கும் மைக்கேல் சொன்னபோது எப்படி உங்களுக்கு அது கெடைச்சுருக்கும்ன்னு வந்த குழப்பம், அவன்கிட்ட பேசினதும் தீந்துச்சு...” என்றார் பேட்ரீசியோ.

“அவரக் குழப்பாதீங்க ஆதர்ஷ்... நீங்க அங்க என்ன நடந்துச்சுன்னு சொல்லுங்க...” மித்ரன் திசைமாறிச் சென்ற பேச்சை நேர்வழிக்கு கொண்டு வந்தான்.

“மித்ரன்... இதுவும் தேவையான விஷயம்தான்...”என்று சொன்ன அனு முகத்தை திருப்பிக்கொள்ள...

ஆதர்ஷ் அவள் தோளைத் தட்டி 'கோச்சுக்காத' என்பதுபோல் கண்களால் சமாதானம் செய்ததால் கொஞ்சம் கோபம் குறைந்தது.

பேட்ரீசியோ தொடர்ந்தார்... "அப்புறம்... மறுநாள் அனன்யா சித்தரைப் பார்க்கப் போனபோது நானும் பின்தொடர்ந்து

போனேன்... ஆனா குறிப்பிட்ட தூரத்துக்குமேல என்னால போக முடியல. ஆத்தங்கரையிலேயே காத்திருந்தேன். சொன்னபடி அவனும் வந்தான்."

அவனைப்பற்றிய பேச்செடுக்கும் போதெல்லாம், தன்னை அறியாமல் நடுங்கினார் பேட்ரிசியோ.

"முதல் நாள் என் கழுத்த நெரிக்க வந்தது ஞாபகம் வரவும், அவன்மேல இருந்த நம்பிக்கை போயிடுச்சு... இருந்தாலும் இந்திரநீலத்தின்மேல இருந்த ஆசையால நான் அவனுக்கு உதவி செஞ்சேன்...

அதோட... உங்ககிட்ட இருந்து இந்திரநீலத்தை எடுத்தாலும், நான் நிகழ்காலத்துக்கு திரும்பும் வழி அவன்கூட சேருவது மட்டுந்தான்னு அப்போ தோணுச்சு..."

அவன் அங்கே வந்த கதையோட மிச்சத்தை அப்போது சொன்னான்.

இங்கே வந்ததும் ஏற்பட்ட குழப்பத்தில் அந்த மீனவர் அவனோடு இருக்கமாட்டேன்னு சண்டை போட்டுப் போயிட்டாராம். அனுமதி இல்லாம யவனர் உள்ளே நுழைய முடியாதுபோல இங்கே... அதனால் இளவரசரோட ஆட்கள் இவனை விசாரிச்சு சிறையில் அடைச்சு பின்னர் விடுதலை செஞ்சிருக்காங்க. அதனால் அரச

குடும்பத்தின்மேல கடும் கோபம் இருந்திருக்கு இவனுக்கு. அந்த கோபம் நாளடைவில வெறுப்பா மாறிடுச்சு...

"இளவரசர் கண்ணில் படாமலேயே இந்த நாலு வருஷமும் அவன் மறைஞ்சு மறைஞ்சு வாழ்ந்திருக்கான். அங்கிருந்த யவனர்களோடு எப்படியோ சகவாசம் வச்சு அங்கேயும் இந்திரநீலம் இருப்பதை தெரிஞ்சுக்கிட்டான்.

அது இளவரசர் கிட்டதான் எப்போதும் இருக்கும்... அவரை கொன்னாதான் எனக்கு கிடைக்கும்னு சொல்லி சிரிச்சான்.

அவன் சொன்ன பிறகு தான் எனக்கு ஒரு விஷயம் புரிஞ்சுது... ஆதர்ஷை இளவரசர்ன்னு அவன் நினைச்சது..

நான் எவ்வளவு தூரம் சொல்லியும் அவன் கேக்கவே இல்ல... நான் மறுத்ததால என்னால காரியம் கெட்டுப்போயிடும்னு என்னை மரத்தோட கட்டிவச்சுட்டான்.

அனன்யா திரும்பி வந்ததும், அவங்க அந்த நாணயத்தில் இருந்த மருந்தால தன்வசம் இழந்துட்டாங்கன்னு தெரிஞ்சுது...”

♦♦♦

“இளவரசருக்கும் அனன்யாவுக்கும் ஒருத்தர ஒருத்தர் தெரியாதுங்கிறது அவனுக்கு கொஞ்சம் உதவியா இருந்துச்சு.

அனன்யாவுக்கு ஒரு காவித் துணிய போத்தியதுபோல போட்டுவிட்டு, அவளை இளவரசர் வருகிற வழில நிக்க வச்சு இளவரசரை தன் வலையில் சிக்க வச்சான். அவர் அது மணிமேகலைன்னுதான் நினைச்சார்போல...

மருந்தால தன் நிலையில இல்லாம இருந்த அனன்யா இளவரசர் கிட்ட பேசாம முன்னால நடந்துட்டே இருந்தாங்க.

திடீர்னு அங்க வந்த ஆதியைப் பாத்ததும் நான் அசஞ்சு சைகை செய்யப் பாத்தேன். ஆனா அவன் ஆதர்ஷை பாக்கல... ஆதர்ஷும் என்னைக் கவனிக்கல...

நான் அசைஞ்சதும் என் கையில் மருந்து தடவிய கத்தியை வச்சு கீறிட்டான். அதிலிருந்து நானும் மயங்கிட்டேன்...

ஆனா இங்க எப்படி வந்தேன்னு இன்னும் புரியல...” என்று சொன்னதும், மூவரும் விக்கித்து நின்றனர்.

“அப்போ இந்திரநீலம்...” என்று மூவரும் ஏக காலத்தில் கேட்க...

“அதப்பத்தி எனக்குத் தெரியாது...” என்று கைவிரித்தார் பேட்ரீசியோ...

“அப்புறம் இன்னொரு விஷயம்...இந்தக் குழுவில் என்னைத் தவிர இன்னும் ஒருத்தரும் இந்திரநீலத்தை எடுக்கணும்னு காத்திருக்காங்க... அவங்களுக்கு உங்ககிட்ட இந்திரநீலம் இருப்பதும் எப்படியோ தெரிஞ்சிருக்கு... அது ஒரு பொண்ணு... அவனோட பொண்ணு...” என்று சொன்ன அவரின் நீலக்கண்கள் அப்போது அச்சத்தில் விரிந்தன.

♦♦♦

வெளியில் கதவு தட்டும் ஓசை கேட்டு, இவர்கள் திரும்பிப் பார்த்தபோது அங்கே இனியாவும் கோதையும் நின்றிருந்தார்கள்.

“ஏதோ ரகசியமா பண்றீங்கன்னு மட்டும் தெரியுது... ஆனா என்னனு புரியமாட்டேங்குது... எங்க போயிருந்தீங்க இவ்வளவு நேரம்...?” தடாலென்று உள்ளே வந்து கோதை கேட்கவும் இவர்களுக்கு என்ன சொல்வதென்று புரியாமல் விழித்தனர்.

ஆனால் இனியா எதுவும் பேசாமல் அமைதியாக இருந்தாள். இனியாவின் அமைதி மித்ரனுக்கு மனதில் சிறு உறுத்தல் தந்தது. ஆதர்ஷ்ம் இனியாவின்மேல் சந்தேகம் கொண்டான்.

“ஏதாவது செஞ்சு இந்த ஆராய்ச்சிக் குழு மேல கெட்ட பெயர் இழுத்துவிட்டுடாதீங்க...எல்லாத்தையும் குழப்பிவிட்டு...” இது மட்டுமே அவள் சொன்னாள்.

“இனியா! நீ சொல்றதுமாதிரி ஏதும் நடக்கல.... பயப்படாதீங்க... உங்ககிட்ட சொல்றதுல எங்களுக்கு ஒன்னும் தயக்கமில்லை கோதை... இருந்தாலும் எதுக்கு உங்களை கஷ்டப்படுத்தணும்ன்னு தோணுது...” என்று அனு நிலைமை புரியாமல் பேசத் தொடங்க ... பேட்ரீசியோவின் முகம் அவள் செய்வது தவறு என்பதற்கு அறிகுறியாக, அதிருப்தியை அப்பட்டமாக காண்பித்தது.

ஆதர்ஷ்க்கு விஷயம் புரிந்து அனுவின் கையைப் பிடித்து வேகமாக இழுத்துக் கொண்டு வெளியில் போனான்.

உடனே இனியா விறுவிறுவென்று வெளியில் ஓடி படாரென்று கதவை அடித்து சாத்திவிட்டு அந்த இடம்விட்டு நகர்ந்தாள்.

“எதுக்காக அனு எப்போதும் அவசரப்படுற..? நீ பேட்ரீசியோ சொன்ன விஷயத்தை கொஞ்சம் நிதானமா ஒரு நிமிஷம் யோசிச்சு இருந்தேன்னா... இனியா வந்தப்போ இதப்பத்தி பேசிருக்க மாட்ட...” என்று வராண்டாவில் நின்று ஆதர்ஷ் அனுவிடம் கடிந்துகொண்டிருக்க... அவர்கள் நின்றதற்கு எதிர்பக்கமாய் இனியா நடந்து சென்றாள்..

“இனியா அந்தப் பாடலைப் பத்தின குறிப்புகள் நமக்குக் கொடுத்ததுனால, அவதான் அந்தக் கெட்டவனோட பொண்ணுன்னு நீங்க சொல்றீங்களா... அவளைப் பாருங்க, ரொம்ப நல்ல பொண்ணாதான் தெரியுறா...” என அனன்யா அவள் போகும் திசையைப் பார்த்துச் சொன்னாள்.

“அனு, உனக்கு எல்லாருமே நல்லாதான் தெரிவாங்க... நீ இன்னும் மனுஷங்களைப் படிக்க கத்துக்கவே இல்ல... அவ

ஒருவேளை அந்த இந்திரநீலக் கல்ல எடுக்க கூட நல்லவ மாதிரி நடிச்சிருக்கலாம் இல்லையா..? என்னதான் மித்ரனுக்கு அவளைப் பிடிச்சிருந்தாலும், கொஞ்சம் எச்சரிக்கையாக தான் இருக்கணும்..'' என ஆதர்ஷ் அறிவுரைபோல் சொல்லிக்கொண்டிருந்தான்.

கதவு திறந்து கோதை வெளியில் வர... அவளோடு மித்ரன் வெளியில் வந்தான். மித்ரன் கண்ணில் ஓர் அடிபட்ட உணர்வு தெரிந்தது... ஏமாற்றப்பட்டோம் என்பதுபோல் உணர்ந்தான்... ஆனால் அதை வெளியில் காட்டிக்கொள்ளாமல் வந்து,"அவ ஏன் அப்படிப் பேசிட்டுப் போறான்னு எனக்கு தெரியல...'' என்று வருத்தமாக ஆதர்ஷிடம் சொன்னான்.

கோதை இங்கிருந்து செல்ல நினைத்தும் போகாமல் மருகி மருகி நின்றுகொண்டிருந்தாள்.

''ஹேய்..... நான் ஒன்னும் அவ இப்படிப் பண்ணதுக்கு கோச்சுக்கவெல்லாம் இல்ல... நீ போ... போய் அவகிட்ட என்னன்னு கேளு...'' என்று மித்ரன் சொன்னான்.

கோதையோ, ''பரவாயில்ல... நான் இங்கே கொஞ்ச நேரம் இருக்கேனே...'' என்று சொல்ல ''இல்ல... அவகூடவே இரு... என்ன பண்றான்னு கொஞ்சம் பாரு...'' என்று சொல்லி அனுப்பிவைத்தான் மித்ரன்.

அனு, இவர்கள் பேசிக்கொண்டதை கோதை கேட்டிருப்பாளோ என்று சங்கடமாக உணர்ந்தாள்.

'உண்மையில் இனியா அப்படிக் கெட்டவளா இல்லைன்னா, இதைக்கேட்டு எவ்ளோ வருத்தப்படுவா...

சரி... ஏதோ நடந்தது நடந்துடுச்சு... இனி கொஞ்சம் கவனமா இருப்போம்னு மனச தேத்திக்கிட்டுப் போடி...' என்று தனக்குத் தானே பேசிக்கொண்டு உள்ளே வந்தாள்.

அனு நுழையவும் பேட்ரீசியோ ''அவள்தான் நீலோட மகள்... ஏன் இப்படி சூழ்நிலைய நீங்களே சிக்கலாக்கினீங்க...'' என்று சத்தம் போட்டு கேட்கவும் சரியாக இருந்தது.

தன் கணிப்பு ரொம்பத் தவறாகிப் போனதால் அனு முகம் சிறுத்தது.

அப்போது கப்பலில் ஒலிபெருக்கிமூலம் ஓர் அறிவிப்பு செய்யப்பட்டது...

❑

41
யார் அவள்?

கப்பலில் ஒலிபெருக்கிமூலம்...

“உங்கள் கனிவான கவனத்திற்கு... இன்னும் இரண்டு நிமிடங்களில் நாம் கரையை அடையப் போகிறோம். இறங்க ஆயத்தமாகுங்கள்.” என அறிவிக்கப்பட்டது.

அறிவிப்பு முடியும்வரை காத்திருந்து “யாரு நீல்...?” என்று அனு கேட்டாள்..

பேட்ரீசியோ பதில் சொல்வதற்கு முன்பே அங்கு கோதை மீண்டும் அவசரமாக ஓடிவந்து “இனியாவைக் காணோம்... நான் எல்லா இடத்துலயும் தேடிப்பாத்துட்டேன்... யாராவது என்கூட வாங்க...” என்று படபடத்தாள்.

இதைக்கேட்டதும் மற்றவர்கள் ஏதும் பேசுவதற்குமுன் அனு பதட்டமாகி “எங்கே எல்லாம் பாத்த கோதை... எல்லா இடத்துலயும் தேடிட்டியா..? நானும் வரேன்... வா, போய் பாப்போம்... ஆதர்ஷ் நீங்க இங்கேயே இருங்க.” என்று சொல்லிவிட்டு கோதையை இழுத்துக்கொண்டு ஓடினாள்.

அங்கே இவர்கள் மூவரும் தங்கியிருந்த அறையில் சென்று பார்த்தபோது இனியாவைக் காணவில்லை. அவள் பொருட்கள் அனைத்தும் வைத்தது வைத்தபடி இருந்தன.

இனியாவின் தண்ணீர் பாட்டில் திறந்த நிலையில் கீழே விழுந்து பாதி நீர் ஊற்றி ஈரமாகியிருந்தது தரை.

“கோதை... இங்க பாரு... தண்ணி கீழ ஊத்தியிருக்கு... அப்போ அவதானா எங்கேயும் போகல... வலுக்கட்டாயமா ஏதோ நடந்துருக்கு...” என்று அனன்யா அதிர்ந்து சொன்னாள்.

“ஏன் அனு அப்படிச் சொல்ற, அவசரமா செய்யும்போதுகூட தவறி கீழ விழுந்துருக்கும்... இங்க வந்து யாரு அவள என்ன செய்யப் போறாங்க... நீயா ஏதும் கற்பனை செஞ்சு எனக்கும் பீதி ஏத்தாத...” மிகவும் சாதாரணமாகப் பேசினாள் கோதை.

“அவ உன்கிட்ட ஏதும் சொன்னாளா..? எங்கேயும் போகணும்... ல்ல, ஏதாவது லட்சியம்... இப்படி ஏதும் சொல்லிருக்காளா...?” என்று அனு கேட்டதற்கு கோதை பதிலொன்றும் சொல்லாமல் அந்த அறையைவிட்டு வெளியே வேகமாகச் சென்றாள்.

“கோதை! இங்க பாரு... நான் பேசிட்டே இருக்கேன்... நீ கண்டுக்காம போனா என்ன அர்த்தம்..?” அனு இவ்வாறு கேட்டுக்கொண்டே அவள் பின்னே ஓடினாள்.

“பின்ன என்ன... நீங்க எல்லாரும் பேசுறதெல்லாம் அதீத கற்பனைமாதிரியே தோணுது... ஏதோ படத்துல வரதுமாதிரி சின்ன விஷயத்துக்கெல்லாம் பெருசா கதை கட்டி ஒரு உருவம் குடுத்துடுறீங்க...” என்று அலட்சியமாகப் பதில் சொன்னாள்.

“நீதானே இனியாவ எங்க தேடியும் காணும்னு சொல்லி என்னக் கூட்டிட்டு வந்த... இப்போ என்னடான்னா இப்படிப் பேசுற திடீர்னு..” ஏதோ நினைவு வந்து சட்டென்று நிறுத்தியவள், “இனியா உங்க அறைக்குள்ளே போனதையும் நான் பாத்தேன்... பின்னாடியே நீயும் போனதையும் பாத்தேன்... இந்த அறைக்கு வேற ஏதும் வழி இல்ல...” என்று சொல்லி கோதையின் கண்களை நேராகப் பார்த்தாள்.

அவை கோவைப்பழம் போல் கோபத்தின் உச்சியில் சிவந்திருந்தன. அதில் தெரிந்த வெறியால் ஒருநிமிடம் தூக்கி வாரிப் போட்டது அனன்யாவுக்கு...

இருந்தும் திடமாகிக்கொண்டு “சொல்லு கோதை... என்ன நடக்குது இங்க..?” என்று கோபத்துடன் அவளை உலுக்கிக் கேட்டாள் அனு.

“அதுக்குப் பதில் நான் சொல்றேன்...” என்று ஒரு கரடுமுரடான குரல் கேட்டது.

......

கோதையைப் பார்த்ததால் பாம்பை பார்த்ததுபோல் நடுங்கினார் பேட்ரீசியோ.

“ஏன் எதுவுமே முழுசா சொல்ல மாட்டேங்குறீங்க... யாரு நீல்... அவரு பொண்ணு யாரு..? தயவுசெஞ்சு குழப்பாம சொல்லுங்க... எனக்குத் தலையே வெடிச்சுடும்போல இருக்கு...” என்று ஆதர்ஷ் கோபத்தில் குரலை உயர்த்த...

“இவதான்... இப்போ வந்தாளே... இவ தான் நீலோட பொண்ணு...” கைகள் நடுங்கியது.

“நீல்ன்னா அந்தக் கொலைகாரனா..?” மித்ரன் அதிர்ந்து கேட்டான். இந்த சூறாவளியிலும் அவன் மனதில் ஓர் ஆறுதல் தென்றலாய் வீசியது.

இனியா நம்பிக்கைத் துரோகம் செய்யவில்லை என்பதற்கான ஆறுதல் அது.

ஆனால் சட்டென்று அவன் முகம் இருண்டது. அவள் இருக்கும்போது இரண்டு முறை ஆதியும் அனுவும் இவ்வாறு வெளியில் சென்றதால் அவள் மனம் புண்பட்டிருக்கும். தன்னை வேண்டுமென்றே புறக்கணிப்பதுபோல் தோன்றியிருக்கும். அதுவே அவள் கோபப்படக் காரணம் என்று உணர்ந்தான்.

“ஆமா... அவன்தான் நீல்...” என்று பேட்ரீசியோ சொன்னது மித்ரனின் நினைவுகளைக் கலைத்து தலையில் இடியிறக்குவதுபோல் இருந்தது.

இனியாவைக் காணோம்...

அதுவும் நாம இவரு கூட பேசிக்கிட்டு இருந்ததைப் பாத்த பிறகு...

இப்போ அனுவும் அவளத் தேடில்ல போயிருக்கா...

“என்ன சொல்றீங்க நீங்க...இத ஏன் முன்னாடியே சொல்லல... அனு போன போதாவது தடுத்து இருக்கலாம் இல்ல..?” என்று கேட்ட ஆதியும் அதே பதட்டத்துடன் பய ரேகைகள் முகத்தில் ஓட நின்றிருந்தான்.

“எனக்கு அந்தப் பொண்ணப் பாத்ததும் சகலமும் நடுங்கிடுச்சு... ஒன்னும் சொல்ல முடியல...” என்று பரிதாபமாகச் சொன்னார்.

சட்டென்று மூவரும் பெண்கள் தங்கியிருந்த அறைக்கு ஓடினார்கள். அங்கு சென்று பார்த்தபோது கதவு அகல விரித்து திறந்திருந்தது. யாருமே தென்படவில்லை.

கப்பல் கரைக்குச் செல்ல, அனைவ ரும் இறங்கத் தொடங்கிவிட்டனர்.

மித்ரனுக்கு கண்ணீர்... இனியாவை நோகடித்ததற்காகவும்... இப்போது அவளோடு சேர்த்து அனுவையும் தொலைத்து விட்டதற்காகவும்...

கண்ணால்கூட சொல்லப்படாத தன் காதலும், கல்யாணம் வரை சென்றுவிட்ட நண்பனின் காதலும் இப்போது அந்த கொலைகாரனின் கையில் மாட்டிக்கொண்டதை நினைத்தாலே அவனுக்கு உடம்பெல்லாம் எரிவதுபோல் தோன்றியது.

"நிச்சயமா அவங்க வெளியில போயிருக்க முடியாது... இங்க கடலோரங்களில் ஆழம் ரொம்பக் கம்மி...கப்பல ஆழமான கடலில்தான் நிறுத்தணும்... நம்ம பூம்புகாரிலிருந்து கப்பலுக்கு வரதுக்கு படகு உதவியோடுதான் வந்தோம்... படகில் புது ஆள் ஏறினா கண்டுபிடிச்சுடுவாங்க... அதனால அனுவக் கூட்டிட்டு ரொம்ப தூரம் போயிருக்க முடியாது" மித்ரன் தனக்குள் இருந்த சோகத்தை மறைத்து ஆதிக்கு ஆறுதல் கூறினான்.

"மச்சா... நீ உனக்குள்ள இருக்கறத மறைச்சிக்கிட்டு எனக்கு ஆறுதல் சொல்லாதடா... வா... போய் இனியா, அனு ரெண்டு பேரையும் காப்பாத்தணும்..." என்று அவனை தோளில் சாய்த்துக்கொண்டான்.

கதறியழ இது நேரமில்லை... அதேபோல் ஆண்களுக்கு அழும் சுதந்திரத்தை இந்த சமூகம் ஒருபோதும் கொடுப்பதில்லை.... எனவே ஆத்திரத்தை உள்ளே தேக்கிக்கொண்டு இருவரும் கப்பல் முழுவதும் தேடினர்.

இவர்களோடு பேட்ரீசியோவும் இருந்தார். பேராசையால் ஏற்படும் விபரீத விளைவுகள்பற்றி எத்தனை கதைகள் சொல்லியிருந்தால் என்ன..? தினமொரு இன்னல் அதனால் நடந்தேறிக்கொண்டுதான் இருக்கிறது என்பதற்கு அவர் ஒரு சான்று.

அவர் உண்மையிலேயே மிக நல்ல மனிதர். தங்கநாணயங்கள் மேலிருந்த மோகம் அவர் உள்ளத்தின் நாணயத்தை நசுக்கிவிட்டது.

ஆற்றங்கரையில் இருந்து கப்பலுக்கு வந்தது எப்படி என்று அவருக்கு உண்மையிலேயே தெரியாது. அவர் கண் விழித்தபோது அவர் அறையிலேயே இருந்தார். சரியாக அப்போது நீல் மற்றும் கோதை அந்த அறைக்குள் நுழையவும் கண்களை மூடி மயங்கியதுபோலவே நடித்தார்.

"அப்பா... இவர வெளில விடுறது அவ்வளவு நல்லதாப் படல எனக்கு..." என்று சொல்லிக்கொண்டே துப்பாக்கியுடன் அவரை நெருங்கினாள்.

❑

42

வஞ்சகர் சூழ் உலகு

“இவர வெளில விடுறது அவ்வளவு நல்லதாப் படல எனக்கு...” என்று கோதை ஒரு துப்பாக்கியுடன் பேட்ரீசியோவை நெருங்கவும் அவருக்கு தூங்குவதுபோல் நடிப்பது மிகவும் சிரமமாகிப் போனது. ஆனால் அந்த பய உணர்வை வெளிக்காட்டாமல் நேர்த்தியாக நடித்துவிட்டார்.

“நமக்கு கிடைக்க வேண்டிய பொருள் வந்தபிறகு எதுவும் முடிவு செய்யலாம்... பொறுமையா இரு...” நீல் இவ்வாறு சொல்லிவிட்டு அங்கிருந்த அனைத்தையும் ஆராய்ந்துவிட்டு வெளியேறினான்.

வெளியில் சென்ற நீல் சிறிதுநேரம் நின்று இவரையே பார்ப்பதுபோல் தோன்றியது.

அவர்கள் சென்றது உறுதியான பின்பு கண்களைத் திறந்தார் பேட்ரீசியோ.

நீல் உடன் இருந்தால் தன் உயிருக்கும் உத்தரவாதம் இல்லை... இந்திரநீலமும் தனக்கு கிடைக்காது என்பது அவருக்குப் புரிந்தது.

‘அவர்கள் வந்திருப்பார்களா , இல்லையா என்னும் குழப்பமிருந்தாலும், எப்படியும் சென்று ஒருகை பார்த்துவிட வேண்டும்’ என்று எண்ணிக்கொண்டார்.

‘நாம் போய் அதனை அருங்காட்சியகத்திற்கு என்று சொல்லி வாங்கிவிட வேண்டும். இல்லையென்றால் அவ்வளவு சக்தி மிகுந்த இந்திரநீலம் இவன் கைக்குச் சென்றுவிடும். அதன் விளைவுகள் கனவில்கூட காணாதவையாக இருக்கும்.’ இப்படியெல்லாம் யோசித்துக்கொண்டு அவர்கள் அறை தேடிச் சென்றார்.

♦♦♦

அந்த நேரம் இனியா மற்றும் கோதை தங்கியிருந்த அறையில் சத்தம் கேட்டது.

“இனியா... இவருதான் காணாமப் போன என் அப்பா... நம்ம கப்பல் தளத்தில் மயக்கப்பட்டு கிடந்தார்... அவருக்கு சொந்தமான பொருளை மித்ரனும் அவர் நண்பர்களும் வச்சுருக்காங்க... அத வச்சு கடந்த காலத்துக்கு பயணம் செய்ய முடியும்...அத இழந்ததுனாலதான் இவருக்கு அவ்ளோ கஷ்டம்..." என்று கோதை சொல்லவும் அங்கே மறுபேச்சின்றி அமைதி நிலவியது.

இனியா ஒன்றுமே விளங்காது விழித்தாள்.

நீல், தான் அங்கு சென்றது, சிறையில் துன்பப்பட்டது, பின் இவர்களிடம் இருக்கும் இந்திரநீலத்திற்காக இத்தனை ஆண்டுகள் காத்திருந்தது என்று எல்லாம் சொல்லிவிட்டு இறுதியில் ‘எப்படி வந்தேனென்று புரியாமல் இங்கே வந்துவிட்டேன்’ என்று கூறினார். கேட்கும் யாருக்கும் அவன் மேல் தவறு எதுவுமே இல்லை என்பதுபோல் தோன்றும்.

“இதுக்காகத்தான் அந்தச் செய்யுள்பத்தி கேட்ருக்காங்க...ஆனா நம்மகிட்ட எதுவுமே சொல்லல... இப்போகூட போய் கேப்போம்... சொல்ல மாட்டாங்க... நீ வேணா பாரு..” என்று கோதை சொல்ல...

“வேணாம் கோதை... எதுக்கு கேக்கணும்... அப்பா தான் நல்லபடியா வந்துட்டாங்களே.. எல்லாம் ஊருக்குப் போய் பேசிக்கலாம்.. இப்போ இருக்கற பிரச்சனையே போதும்” என்று சொன்னாள்.

இதையெல்லாம் கேட்டுக்கொண்டிருந்த பேட்ரீசியோ ‘இந்திரநீலம் அவர்களிடம்தான் இருக்கும்’ என்று நினைத்து மித்ரனின் அறைக்கு வர, முதலில் அந்த அறையில் யாருமில்லாதது போல் தோன்றியது.

உள்ளே வந்தபோது இவர்கள் அவரைத் தாக்கி நிலைகுலையச் செய்ததும் தடுமாறிப்போனார். தன் பதவி பற்றியெல்லாம் சொல்லி... விரைப்பாகப் பேச நினைத்ததெல்லாம் மழுங்கி, உண்மையை ஒப்புக்கொள்ள வேண்டியதானது. சின்னப்பிள்ளைகள்முன் அவமானப்பட்டதுபோல் தோன்றியது. இனி ஒருபோதும் பேராசை வேண்டாம்’ என்று அவர் மனம் முடிவு செய்தது.

இன்னும் சொல்லவேண்டியது நிறைய... மீதமிருக்கும் நேரத்தில் இனியாவும் கோதையும் வந்துவிட்டார்கள். கோதையைக் கண்டதும் இவருக்கு அனைத்தும் மறந்துபோனது. ஒரு பெண் கொலை செய்வது பற்றி அவ்வளவு சாதாரணமாகப் பேசுவாள் என்று அவர் நினைத்ததில்லை.

அதன்பின் எல்லாம் துரிதமாக நடந்தேற, மீதிக்கதையை முடிக்காமல் விட்டதற்காக அவர் மனம் அவரை அரித்துக்கொண்டிருந்தது.

பேட்ரீசியோ தங்கியிருந்த அறை மற்றும் எல்லா அறைகளிலும் தேடியாயிற்று. எங்கேயும் அவர்கள் இல்லை.

கப்பலில் இருந்து படகுகள் இறங்குமென்று எதிர்பார்த்து இருந்தவர்களுக்கு அதிர்ச்சி. நேரடியாக கடற்கரைக்கு அருகிலுள்ள துறைமுகத்தில் கரைசேர்ந்து, பயணிகள் இறங்கிக்கொண்டிருந்தனர்.

"அப்படின்னா... இது பூம்புகார் இல்ல..." மற்றவர்களின் மனதில் தோன்றிய குழப்பம் தீர மித்ரன் வாய் திறந்து பதிலளித்தான்.

ஆம்... அவர்கள் கணிப்பு சரியே... அது இராமேஸ்வரம் அருகிலுள்ள பாம்பன் துறைமுகம்.

"ஒருவேளை இலங்கையின் மறைவில் இருக்கறதால ஆழிப்பேரலை இந்தப் பகுதியை தாக்கியிருக்காது. அதனால, இங்கே கப்பலை கொண்டுவந்து இருக்கலாம்" ஆதர்ஷ் சொல்வதைக் கேட்டு மித்ரன் ஆமோதித்தான்.

அதுதான் உண்மையும்கூட...

♦♦♦

அப்போது கப்பல் தலைவர் அறையிலிருந்து ஒரு அறிவிப்பு வந்தது...

"இனியாவும் அனன்யாவும் உயிரோட வேணும்னா யாராவது ஒருத்தர் மட்டும் இங்க வரணும்.. நீங்க தாமதிக்குற ஒவ்வொரு நொடியும் தோட்டா அவங்கள நெருங்கிட்டே இருக்கும்" இதுவரையில் கேட்டிடாத அந்த ஆழமான நடுங்கவைக்கும் குரல் மயிர்கூச்சச் செய்தது.

ஆதர்ஷ் தடதடவென்று ஓடத்தொடங்க... மித்ரன் அவனை நிறுத்தினான்.

“கண்டிப்பா இது நீல்தான்...” பேட்ரீசியோ வெளிறிப்போன முகத்துடன் முணுமுணுத்தார்...

“நீதான் இளவரசர்ன்னு நெனச்சுட்டு இருக்கான்... உன்னைப் பாத்தா எதுவும் செஞ்சுடுவான்...” என்று மித்ரன் சொல்லிக் கொண்டிருக்கும்போதே அதைக் கேட்காமல் ஆதர்ஷ் “நான் போறேன் மச்சான்... நீ இங்க இரு...” என்று அவன் கையை தள்ளினான்.

“அவர் சொல்றதக் கேளுங்க ஆதர்ஷ்... நீங்களும் முக்கியம்..” என்று பேட்ரீசியோ சொல்ல, மித்ரன் ஆதர்ஷின் தோளைப் பிடித்து அமர வைத்தான்.

“இந்த ஒரு விஷயத்துல மட்டும் என் பேச்ச கேளு... இதுக்கு மேல உன்னத் தடுக்க மாட்டேன்...” என்று சொல்லிவிட்டு கப்பல் கட்டுப்பாட்டு அறையை நோக்கிச் சென்றான்.

அங்கே ஓர் ஓரமாக அனு மற்றும் இனியா ஒன்றாக கட்டிப்போடப்பட்டிருந்தனர்.

உள்ளே நுழைந்த மித்ரனுக்கு இதைப் பார்த்ததும் கோபம் தலைக்கேறியது."உனக்கு என்னதான் வேணும்... எதுக்கு இப்படி எங்கள பாடா படுத்துற...” என்று கேட்க... அங்கே கதவுக்கு அருகில் நின்றிருந்த கோதை, மித்ரன் கைகளை பின்னாலிருந்து பிடித்து மடக்கி அவனை மண்டியிட வைத்தாள். அவன் தலையில் துப்பாக்கியை வைத்திருந்தாள். நிச்சயமாக ஒருவர் அறியாமல் அவரை இவ்வாறு தாக்கி செயல் இழக்கவைக்க பெரும் பயிற்சி தேவை.

நீல் அப்போது மித்ரன் அருகில் வந்து “இந்த ரெண்டு பேரையும் உயிரோட விடணும்னா, நான் கேட்கிற ஒரு விஷயத்தை நீ தரணும்...” என்று அவன் முடியைப் பிடித்து தலையை ஒரு சுற்று சுற்றிக்கொண்டே சொன்னான்.

வலி கடுமையாக இருந்தாலும் அதனைப் பொறுத்துக்கொண்டு பல்லைக் கடித்தபடி “அப்படி எங்க கிட்ட என்ன இருக்கு..? இவங்களவிட எதுவும் முக்கியம் இல்ல... தந்துடறோம்” என்று மித்ரன் மூடியிருந்த கண்களைத் திறந்தான்.

“இந்திரநீலம்...” சலனமில்லாமல் துப்பாக்கியைப் பார்த்தபடி நீல் பேசினான். இரக்கமில்லாத அவன் இறுகிய முகத்தைப் பார்க்கவே தொண்டைக்குள் ஏதோ அடைப்பதுபோல் தோன்றியது மித்ரனுக்கு.

“அது இப்போ எங்ககிட்ட இல்ல...” என்று சொல்லும்போதே அவன் குரலில் நடுக்கம் தெரிந்தது.

இனியா ஆவேசமாக"இந்திரநீலம் உன்கிட்ட இருந்ததை நான் பார்த்தேன். அத நான் பார்த்தவுடன்தானே என்னை நீ கட்டிவச்ச... இப்போ அவர் கிட்ட கேக்குற..” என்று கத்தினாள். அழுகை தொண்டையை அடைத்தது.

நீல் திரும்பி, அவளை ஒரே ஒரு பார்வை பார்க்க... இனியா நடுங்கி அமர்ந்தாள்.

நிற்காமல் அவள் தேகம் நடுங்கிக்கொண்டே இருந்ததைக் கவனித்த மித்ரனின் நெஞ்சம் உடைந்து நொறுங்கிக்கொண்டிருந்தது.

“எனக்கு கடலில் மூழ்கின சுவருக்கு கீழ இருக்கற இந்திரநீலம் வேணும். அதை நீயோ, உன் நண்பனோ போய் எடுத்துட்டு வரணும். அப்படி எடுத்துட்டு வந்து தந்தா இவங்க ரெண்டு பேரையும் உயிரோட விடுவேன்...” என்று தன் கையிலிருந்த தோட்டாக்களை தூக்கிப்போட்டுப் பிடித்தபடி சொன்னான் நீல்.

❑

43

சூட்சுமம்

கடலுக்கடியில் சென்றுவரவேண்டுமென்று சொன்னதும் மித்ரன் அடைந்த அதிர்ச்சியை வார்த்தைகளால் விவரிக்க முடியாது.

“இப்போ நாம பாம்பன்கிட்ட இருக்கோம். பூம்புகார்ல இல்ல... எப்படி எடுக்கறது? அதுவும் 100 அடி ஆழம் இருக்கும் அந்த இடத்தில்” என்று மித்ரன் சொல்ல..

நிதானமாக அவனைச் சுற்றி நடந்துகொண்டே, “அது எனக்குத் தெரியாது... உனக்கு இந்தப் பொண்ணுங்கள உயிரோட பாக்கணும்னு ஆசை இல்லையா... ஒருவேள இருந்தா... நான் சொல்றதச் செய்...” என்றான் நீல்.

மித்ரன் மூளை அதிவேகமாக இயங்கத் தொடங்கியது. அவன் படித்த மரைன் இன்ஜினீயரிங் மனதில் நம்பிக்கை கொடுக்க... இதுவரை இருந்த அச்சம் மெது மெதுவாய் விலக ஆரம்பித்திருந்தது.

கப்பல் எவ்வாறு இயக்குவது என்பதற்கான பயிற்சிகளும் எடுத்திருக்கிறான். ஆழ்கடல் நீச்சலுக்கும் பயமில்லை. ஆனால் பயமெல்லாம், எப்படி அந்த மற்றொரு கல்லைக் கண்டுபிடித்து எடுப்பது என்பதில்தான்.

இன்னொரு பெரும் சங்கடம் இதில் இருக்கிறது. நீச்சல் மிகவும் பிடித்ததாக இருந்தாலும், ஆழ்கடலுக்குள் மூழ்கும்போது அவனுக்கு சில நேரங்களில் ரத்த அழுத்தம் உயர்ந்து மயக்கம் வந்துவிடும். அதனால்தான் கப்பலில் அவன் செய்த வேலையை விட்டுவிட்டு ஆராய்ச்சிப் பணியில் சேர்ந்தான். இதை வெளியில் சொல்லி அனுதாபம் தேடிக்கொள்ள அவன் ஒருபோதும் விரும்பியதில்லை.

இப்போதும் இவர்களிடம் இதைச் சொல்லாமல் மறைக்கவே அவன் மனம் எண்ணமிட்டது.

“உன்னோட நிபந்தனைகளுக்கு நான் சம்மதிக்கிறேன். ஆனா எல்லாம் முடிஞ்ச பிறகு எங்கள வெளில விடுவீங்கன்னு எப்படி

நம்புறது..?” என்று மித்ரன் கண்களை சுருக்கிக்கொண்டு கேட்டான்.

“இந்தக் கப்பல்ல இருக்கற தகவல்தொடர்புச் சாதனங்கள் மூலமா நீங்க யாருக்கு வேணும்னாலும் தகவல் அனுப்புங்க. அதப்பத்தி எனக்கு கவலையில்லை... எனக்கு தேவை அந்தக் கல் மட்டும்தான்... நான் அவ்ளோ மோசமான வில்லன் இல்ல... ஆனா என்னபத்தியோ, இல்ல என் பொண்ணப் பத்தியோ வெளில யாருக்கும் தெரியக்கூடாது...மீறி தெரிஞ்சா!" என்று சொல்லிவிட்டு தூரத்திலிருந்தே துப்பாக்கியை அனன்யாவின் தலை மீது குறிவைத்து சுடுவதுபோல் காண்பித்தான்.

“உங்களப் பத்தி நாங்க யார்கிட்டயும் சொல்ல மாட்டோம். அதேபோல எங்களையும் விட்ருங்க..” என்று சொல்லிவிட்டு எழுந்துகொள்ள முயன்றவனின் அருகில் சென்று “நீ ரொம்ப புத்திசாலின்னு எனக்குத் தெரியும். ஆனா அதை என்கிட்ட காட்டணும்னு நினைக்க வேணாம். ஜாக்கிரதை...” என்று எச்சரித்து அனுப்பினான் நீல்.

மித்ரன் சோர்ந்து போய் வந்தாலும் அவன் முகத்தில் சிறு தெளிவு தெரிந்தது. அவன் அறைக்குள் நுழையும் முன்னரே ஆதர்ஷ் ஓடிச்சென்று “என்னாச்சு மச்சான்... ஏன் முகம் ஒரு மாதிரி இருக்கு... அவன் என்ன சொன்னான்?” என்று பதட்டத்துடன் வினவினான்.

அவன் சொன்ன நிபந்தனைகளைக்கேட்டு ஆதர்ஷ் முழுவதுமாக அதிர்ந்து நின்றான்."பேட்ரீசியோ சொன்னது போலவே நீல் ரொம்பக் கொடூரமானவன்தான்” என்ற ஆதர்ஷ் அங்கிருந்த நாற்காலியில் அமர்ந்து தலையில் கை வைத்துக்கொண்டான்.

பேட்ரீசியோ 'இந்திரநீலம்' தேடப்படுவதன் நோக்கம் இதுவாக இருக்குமென்ற ஒரு யூகத்தை அவனிடம் கூறியிருந்தார்.

“அந்த இரண்டு கற்களும் சேரும்போது உண்டாகும் ஆற்றல் மிகப் பெரியது. அவ்வாற்றலைப் பயன்படுத்தி அணு ஆயுதங்களை தயாரிக்கும் நோக்கத்துடனேதான் நீல் அதனைத் தேடுகிறான்” என்றார்.

ஆதர்ஷ் “இது குவாண்டம் பிசிக்ஸ்... இப்போதான் எனக்கு எல்லாமே சரியா புரியுது” என்று சொல்ல... “தலையும் இல்லாம

வாலும் இல்லாம பேசாத ஆதர்ஷ்... நமக்கு நேரம் குறைவாதான் இருக்கு...'' என்று சூடானான் மித்ரன்.

“அதாவது காலப்பயணம் என்பது இரண்டு கருந்துளைகள் (black hole) ஒன்னா சேரும் இடத்தில் நடக்கும்.

'Interstellar' படம் பாத்திருக்கோம்ல... அதேமாதிரி...

கருந்துளைகள் அண்டத்தின் (universe) இரண்டு பகுதிகளை அல்லது இரண்டு காலங்களை (time) இணைக்கும். இரண்டு பிளாக் ஹோல் கிண்ணம்போல ஒன்னு பின்னாடி ஒன்னு ஒட்டி இருந்தா, ஒரு கருந்துளை வழியா அடுத்த கருந்துளைக்குள் நுழையும்போது நம்ம வேறொரு பரிமாணத்திற்குப் போகலாம். இந்த இரண்டுக்கும் இடையில் உள்ள பாதையை wormhole அப்படின்னு சொல்லுவாங்க. ஆனால் இதுநாள் வரை இது வெறும் கருதுகோளா (theoritical concept) மட்டும் தான் இருந்ததுன்னு நெனச்சேன். இப்போதான் அது உண்மைன்னு நான் உணர்றேன்'' என்று ஆதர்ஷ் சொல்ல... பேட்ரீசியோ அதை 'ஆம்' என்பதுபோல் தலையசைத்து, கண்களை மூடியவர், ஒரு மூச்சிழுத்து வெளிவிட்டார். நீல் கைகளில் இருக்கும் இந்திரநீலம் உலகை என்னவாக மாற்றப்போகிறதோ என்னும் அச்சம் வாட்டியது அவரை.

“ஆனா கருந்துளைக்குள் போன எந்தப் பொருளும் திரும்பி வராது அப்படின்னுதானே படிச்சிருக்கோம்...?'' என்று மித்ரன் புறந்தலையைத் தேய்த்தான்.

“சித்தர் நம்மகிட்ட முன்னயே சொன்னதுமாதிரி, நமக்குத் தெரிஞ்ச விஷயம்தான் உண்மைன்னு நெனைக்கிறோம். ஆனா உண்மை ஒவ்வொரு நூற்றாண்டுக்கும் வெவ்வேறா இருக்கு. நம்மால நம்ப முடியாத விஷயங்கள் உலகத்துல நிறைய இருக்கு. புரிஞ்சவன் அதை அறிவியல்ன்னு சொல்லி சோதனைக்குழாயில் போட்டு அலசுறான். புரிஞ்சுக்க முடியாதவன் அதைக் கடவுள்ன்னு சொல்லிட்டு கடந்து போயிடறான்... அவ்ளோதான்'' என்று ஆதர்ஷ் சொல்லிக்கொண்டிருக்கும்போதே மிதமாக காற்று வீசியது.

அசரீரி ஒலித்தது... “உன் வார்த்தைகள் அனைத்தும் உண்மையே. காலதாமதம் வேண்டாம். வீண் வாதம் வேண்டாம். செயலைத் தொடங்குங்கள்...'' என்றது அந்த ஆண் குரல்.

அனன்யா மற்றும் இனியாவை கட்டிப்போட்டிருந்த இடத்தின் அருகில் அவர்களோடு கொஞ்சம் தள்ளி தரையில் அமர்ந்தபடி கோதை கடல் பரப்பை வெறித்துப் பார்த்துக்கொண்டிருந்தாள். நீல் அங்கே இல்லை.

அவளை பார்த்து"எப்படி டி இவ்வளவு நாள் என் கூட பழகின... ஆனா உன்ன பத்தின எந்த விஷயமும் எனக்கு தெரியாம.." என்று சொல்லி முடிப்பதற்குள் இனியா ஆத்திரம் தாங்காமல் திணற...

அனன்யா பேசினாள்... "நீ இப்படி எங்கள முதுகுல குத்துவன்னு நெனச்சதே இல்ல கோதை... சின்னக் குழந்தமாதிரி சிரிச்சுட்டுச் சுத்துன உனக்குள்ள இப்படி குரூரமான ஒரு முகம் இருக்கும்ன்னு தெரியாம போச்சு எனக்கும்..." அவள்

அடிமனதிலிருந்து அழுத்தமான வார்த்தைகள் வெளிவந்தன.

"ஹேய்... சும்மா பினாத்திக்கிட்டு இருக்காதீங்க... நான் எங்க அப்பாவ தேடுறதுக்காகத்தான் இங்க ஆராய்ச்சி உதவியாளரா சேர்ந்தேன். இங்க வரணும், இந்திரநீலம் எங்க கைக்கு கிடைக்கணும்ங்கிறது எல்லாம் எங்களோட ரொம்ப நாள் கனவு... உங்கள ஏமாத்தி எதுவும் செய்யல... வாய மூடலன்னா நடக்குறதே வேற... சொல்லிட்டேன்..." லாவகமாய் தன் குதிரைவால் சடையை இன்னும் உயர்த்தி இறுக்கியபடி சொன்னாள் கோதை. அவள் பேச்சில் வேண்டுமென்றே வரவழைத்துக்கொண்ட அலட்சியம் தெரிந்தது.

"இந்திரநீலத்தை ஒளிச்சு வச்சுக்கிட்டு இல்லன்னு சொன்னீங்க... அது ஏமாத்து இல்லையா?" என்று அனன்யா கேட்க...

"உங்ககிட்ட வந்து இந்திரநீலத்த நாங்க வச்சிக்கலன்னு நான் சொல்லல... நீங்களா நெனச்சுக்கிட்டா நான் பொறுப்பில்ல..." ஒற்றைக் காலை நீட்டிப்போட்டு மற்றொரு முட்டியை மடக்கிவைத்துக்கொண்டு சுவரில் சாய்ந்தாள்.

அப்போது நீலின் காலடி ஓசை கேட்டது...

அனன்யாவுக்கு பக் பக்கென்று உள்ளம் அடித்துக்கொண்டது...

❑

44

முதல் பலி

அங்கே நீல் வரும் காலடிச் சத்தம் கேட்டவுடன் அனன்யா அமைதியானாள்.

அவர்களின் மனதைப்போல் ஆரவாரமின்றி இருந்த கடலும், அந்தக் கடலின் உப்புக்காற்றும் ஒருவித அசாதாரணச் சூழ்நிலையை ஏற்படுத்தின. எதுவும் சரியில்லை என்பதுபோன்ற படபடப்பு நெஞ்சினுள் குடிகொண்டிருந்தது.

"உனக்கு அந்தக் கல் என்கிட்ட எப்படி வந்ததுன்னு தெரியணும் அவ்வளவுதானே..." என்று மெதுவாக அவள் அருகில் முட்டி போட்டு அமர்ந்து கேட்டான் நீல். அவன் கைகள் துப்பாக்கியைப் பிடித்திருந்தன. அவ்வளவு பக்கத்தில் அவனைப் பார்த்ததும் பயம் மீண்டும் அவர்களுக்கு உதறலைக் கொடுத்தது.

"மணிமேகலையை கைது செஞ்சு அழைச்சுட்டுப் போனபிறகு, நான் அங்க போய் இந்திரநீலத்த எடுத்துட்டேன். மயங்கியிருந்த பேட்ரீசியோவையும் தூக்கிட்டு அந்தக் கல் உதவியோட இங்கே வந்துட்டேன். அதுல யோசிக்க ஒன்னுமே இல்ல.... ஆனா நீங்க எப்படி வந்தீங்கன்னுதான் நான் யோசிச்சு யோசிச்சு குழம்பிக்கிட்டு இருக்கேன்" என்று நீல் சொன்னான்.

இக் கேள்வியை எதிர்பார்க்காத அனு சற்று தடுமாறினாள். 'சித்தர் பற்றி இவனுக்குத் தெரியுமா, தெரியாதா... தெரியலன்னா நாம சொல்லி மாட்டிக்கக் கூடாது.

அப்படி தெரிஞ்சிருந்தும் இவன் இந்த கேள்வியை கேட்டா, அதில் ஏதோ சூழ்ச்சியிருக்கு.

எப்படியும் அவன்கிட்ட சொல்ல வேண்டாம்' என்று முடிவெடுத்தாள்.

"அது எங்களுக்கும் தெரியல... ஒருவேளை புராணத்தில் சொல்றதுபோல மணிமேகலையின் சக்தியாகூட இருக்கும்" என்று திடமாக, தான் சொல்வது பொய்யென்று முகத்தில் துளியும் வெளிக்காட்டாமல் சொன்னாள்.

“என்னால இதை முழுசா நம்ப முடியல...” அவள் கண்களை நேராகப் பார்த்து நீல் சொல்ல, அந்தக் கூர்மையான பார்வை உண்மையை வெளியில் எடுக்கும் ஆயுதம்போல் தோன்றியது அனுவுக்கு.

கண்களை வேறு பக்கம் திருப்ப முயன்றவளின் தாடையைப் பிடித்து வலுக்கட்டாயமாக தன் முகத்துக்கு நேரே திருப்பினான் நீல்.

“இந்த விஷயத்துல நீ விரும்பினாலும் விரும்பலன்னாலும் என்கிட்ட எல்லா உண்மைகளையும் சொல்லித்தான் ஆகணும். இல்லன்னா உங்கள விடமாட்டேன்...” என்றான் தன் இறுகிய முகம் இன்னும் விகாரமாகும்படி பல்லைக் கடித்துக்கொண்டு. அவன் வலிமையான பிடியில் அனுவின் கன்னத்தில் விரல்கள் அழுத்தியதால் பதிந்த சிவப்பு தெரிந்தது.

“என்ன, மேல மேல அடுக்கிட்டே போற... உனக்குத் தேவை அந்தக் கல்... அவ்ளோதானே... ஒழுங்கா அவமேல இருக்க கைய எடுடா... இவ்ளோ நேரம் வயசுக்கு மரியாத குடுக்கணும்னு நெனச்சேன். உனக்கு அதுக்குத் தகுதியில்ல...” இனியா பயத்தை உடைத்து கோபத்தை உமிழ்ந்தாள்.

“எனக்குத் தேவை அந்த இந்திரநீலம் மட்டும் தான்... மரியாதை இல்ல... சொல்லப்போனா நீ அவசியமே இல்ல... இவள வரவைக்க உன்ன நடுவுல இழுக்க வேண்டியதாயிடுச்சு... வேலை முடியற வரை அமைதியா இல்லன்னா உன் சத்தத்த என் ஒரு தோட்டா நிறுத்திடும்...” எழுந்து நடந்தபடி துப்பாக்கியைக் காட்டினான்.

அடி மனதின் ஆழத்தில் இருந்த பயத்தை தொண்டைக்குழிக்குள் கொண்டுவந்து நிறுத்தியது அவன் பேச்சு.

இதற்குமேல் இவனிடம் பேசுவது இன்னும் சூழ்நிலையைக் கடினமாக்கும். அதனால் அமைதியே நலம் என்று இருவரும் முடிவு செய்தனர்.

♦♦♦

இனியா யோசித்துப் பார்த்தாள்....

கோதை அவ அப்பாவை அழைச்சிட்டு வந்து மித்ரன் மற்றும் அவன் நண்பர்கள் கிட்டதான் இந்திரநீலம் இருக்குன்னு சொல்லி இனியாவ நம்ப வச்சா.

முதல்ல இனியா பிரச்சனை வேணான்னு சொன்னாலும், பிறகு கோதை அந்த இந்திர நீலத்த அரசாங்கத்துல குடுக்காம சட்டத்துக்கு புறம்பாக இவங்களே வச்சுக்கப் போறாங்கன்னு சொன்னதும்தான் இனியா, வா போகலாம்ன்னு எழுந்து போனா...

அங்க போய் மித்ரன்கிட்ட பேசிட்டு அவங்க அறைக்குத் திரும்பும்போது நீல் இந்திரநீலத்தக் கையில் வச்சுப் பாத்துக்கிட்டு இருந்தான்.

வெளியிலிருந்து விடியற்காலை சூரிய ஒளி அந்த இந்திரநீலத்தின் மேல் பட்டது. அது, உள்ள வேகமா வந்து தண்ணி எடுத்துக் குடிக்கப் போன இனியாவோட கண்ணுல படவும் அவளுக்குத் தூக்கிவாரிப்போட்டது.

இதுதானே அவங்ககிட்ட இருக்குன்னு சொன்னாங்க... நம்மள நம்பவச்சு ஏமாத்திட்டாங்கன்னு நினைக்கும்போதே தவறுதலாக கையில் இருந்த பாட்டில் நழுவி கீழே விழுந்தது.

அந்த ஓசை கேட்டதும் நீல் அவள் பக்கம் திரும்பினான். இனியா அந்த நேரம் அவன் முகத்தைப் பார்த்தபோது பயந்தே போனாள். அவள் சற்றுமுன் கோதையுடன் பார்த்த முகத்தில் இருந்த அப்பாவிபோன்ற பாவனை மாறி, ஒரு குரூரம் தெரிந்தது.

அவள் ஓட முயன்றபோது, தரை விரிப்பில் கால் தடுக்கி கீழே விழுந்தாள். நீல் இனியாவின் அருகில் மெல்ல மெல்ல நெருங்கி வந்து ஒரு நயவஞ்சகப் புன்னகையுடன் அவள் முகத்தில் ஒரு கைக்குட்டையை வைத்து அழுத்தினான். இனியா பேச்சு மூச்சற்று அந்த இடத்திலேயே மயங்கிப்போனாள்.

அவன் சொன்னதை வச்சு, அனுவுக்கும் இதேதான் நடந்துருக்கும்னு அவளால ஊகிக்க முடிஞ்சுது.

◆◆◆

"**ஆ**தர்ஷ்... உனக்கு நீச்சல் தெரியும்ல...?" மித்ரன் கேட்டவுடன் ஆதர்ஷ் திடுக்கிட்டு "எனக்கு நீச்சல் ஒன்னும் பிரச்சனை இல்ல... ஆனா ஆழம்தான் கொஞ்சம் பயம்" என்றான்.

‘தனக்கும் அதுதானே பிரச்சனை?’ என்று தோன்றியது மித்ரனுக்கு.

“முதல்ல நாம பூம்புகாருக்குப் போகணும். உனக்கு இந்தக் கப்பல செலுத்தத் தெரியுமா..?” என்று கேட்ட ஆதர்ஷிடம்,

“எனக்கு அதுல பயிற்சி இருக்கு... ஆன ா இந த கப்பல் சாதாரணக் கப்பல் இல்லையே...” என்று அவன் சொல்லிக்கொண்டிருக்கும்போதே மாலுமி கப்பல் முழுதும் சுற்றி சரிபார்க்க அனுப்பியிருந்த ஆள் அங்கு வந்து சேர்ந்தார்.

அவரிடம் “ஒரு பிரச்சனையில் மாட்டிருக்கோம். கப்பல் தலைவர் வந்தாதான் எங்களைக் காப்பாத்த முடியும்ன்னு அவர்கிட்ட கொஞ்சம் சொல்றீங்களா..? ஆனா நாங்க பேசினதக் காமிச்சுக்காம கப்பல முழுசா நீங்க சுத்தி பார்த்துட்டு கீழே

போங்க...”என்று ஆதர்ஷ் அவரிடம் கெஞ்சும் தோரணையில் பேசிக்கொண்டிருந்தான்.

அவனிடம் நடந்தவற்றை சொல்லி இவர்கள் உதவி கேட்பதை கண்காணிப்பு அறையிலிருந்த திரையில் நீல் பார்த்துக்கொண்டிருந்தான்.

மாலுமியின் உதவியாளர் இவர்கள் இருந்த அறையிலிருந்து வெளியேறினார். சிறிது நேரம் கழித்து துப்பாக்கி சுடும் ஓசை கேட்டது.

அந்த ஓசையின் அதிர்வலைகள் ஓயும் நேரத்தில், ஏதோ கடலில் தொம்மென்ற சத்தத்துடன் ஒரு கனத்த பொருள் விழுந்தது.

அப்போது கப்பலின் அறிவிப்பு ஒலிபெருக்கிகள் சர் சர் என்று சத்தமிட்ட பின்,

“முட்டாள்தனமா ஏதாவது செஞ்சு, கடலுக்கு அடுத்த பலி கொடுத்துடாதீங்க.

மித்ரன்!

சொல்லித்தானே அனுப்பினேன்.

புத்திசாலித்தனமா காரியம் ஏதும் செஞ்சு தப்பிக்க பாக்காதன்னு... மறந்துபோச்சா..?” என்று கடுமையாக ஒலித்தது நீலின் குரல்.

❑

45

நீருக்குள் மின்மினி

துப்பாக்கிச் சத்தம் கேட்டதும் ஆதர்ஷின் மனம் படபடவென்று அடித்துக்கொள்ளத் தொடங்கியது. 'அது யாராக இருக்கும்?' என்ற கேள்வி மனதை துளைத்தெடுத்தது.

மித்ரன், நீலின் செய்கைகளை நேரில் பார்த்ததால் அவன் எதற்கும் துணிந்தவன் என்பதை உணர்ந்திருந்தான்.

பேட்ரீசியோவுக்கோ இது முன்பே பரிச்சயமான ஒன்று. எனவே மூவரும் அங்கே ஓட முயற்சிக்க, மறுபடியும் ஒலிபெருக்கி சப்தமிட்டது.

"இப்போ கீழே விழுந்தது, துணை மாலுமிதான். உங்களுக்கு இந்தப் பொண்ணுங்க உயிரோட வேணும்னா, மேலும் நேரத்தைக் கடத்தாம விரைவா செயலில் இறங்குங்க... இதுதான் கடைசி எச்சரிக்கை... இனியும் தப்பிக்க முயற்சி செஞ்சா விளைவுகள்

மோசமா இருக்கும்." என்று எச்சரித்தான்.

மித்ரனுக்கு இனி அவன்தான் கப்பலை எப்படியாவது செலுத்தியாக வேண்டும் என்பது புரிந்தது.

வேறு எவரையும் உதவிக்கு அழைப்பது இந் நேரத்தில் ஆபத்தாகும் என்று நன்றாக அவர்கள் உணர்ந்துகொண்டார்கள்.

மூவரும் பூம்புகாருக்குச் சென்றபின் கடலுக்குள் குதிப்பதாக முடிவு செய்தார்கள். மித்ரன் தன் மனதை ஒருநிலைப்படுத்திக்கொண்டான்.

♦♦♦

கப்பலை இயக்குவதற்கு தயார் நிலையில் மாலுமி அறைக்குச் சென்றான். மீண்டும் மீண்டும் அனன்யாவும் இனியாவும் அங்கு கட்டப்பட்டு இருப்பதைப் பார்த்தபோது அவன் உள்ளம் வலிக்கத்தான் செய்தது.

இருந்தும் அவன் செய்தே ஆக வேண்டிய கடமை கண்ணுக்கு முன்னே காத்திருந்தது. இவர்களைக் காப்பாற்ற அவனுக்கு வேறு வழியில்லை.

மனதை கல்லாக்கிக்கொண்டு அவன் கப்பலை செலுத்தினான். ஒன்றரை மணி நேரத்தில் அவர்கள் பூம்புகாரை அடைந்தனர்.

முதல் நாள் இரவு அவர்கள் கப்பல் எங்கே இருந்ததோ, அதே இடத்தில் திசைகாட்டியின் துணைகொண்டு கப்பலை நிறுத்தினான்.

கப்பலின் கண்காணிப்புக் கருவியை நீருக்கடியில் இறக்கி, அந்த சுவர் எங்கே இருக்கிறது என்று ஆழம் பார்த்துக்கொண்டார்கள். அது நீர் மட்டத்திலிருந்து 25 மீட்டர் ஆழத்தில் இருந்தது.

இவர்கள்தான் நீருக்குள் குதித்து இந்திரநீலத்தை எடுத்து வரவேண்டும். இந்திரநீலம் அந்த சுவரின் அடியில் எங்கே இருக்கிறது என்பதைக் கண்டறிவதே மிகப்பெரும் சவாலான ஒன்று.

ஆதர்ஷும் பேட்ரீசியோவும் நீச்சலுடைகளுடன் ஆயத்தமாய் நின்றிருக்க... மித்ரனும் அவர்களோடு சேர்ந்துகொண்டான்.

நீல் முன்பு ஒரு முறை அங்கு சென்று வந்திருப்பதால் அவன் கட்டுப்பாட்டு அறையில் நின்றபடியே இவர்களுடன் தொடர்பில் இருந்தான்.

அவர்கள் அணிந்திருக்கும் நீர் புகாத உடையில் பொருத்தப்பட்ட புகைப்படக் கருவி வழியே அவனால் அனைத்தையும் பார்க்க முடியும்.

மூவரும் தொப்பென்று குதித்தவுடன் நீர்த்துளிகள் கப்பல் மேலே பட்டுத் தெறித்தன. நீர் தளும்பும் சத்தம் அனன்யாவுக்கு கேட்டது.

♦♦♦

“இந்த ஆள் சொல்றதால நடுக்கடலுக்குள் குதிச்சுருக்காங்க. உண்மையதான் சொல்றானான்னுகூட தெரியல... எனக்கு ரொம்ப பயமா இருக்கு இனியா.... என்ன நடக்கும்னு தெரில...” என்று இனியாவிடம் அவள்... தேம்பிக்கொண்டே சொல்ல

இனியாவோ,"ஒன்னும் ஆகாது.. தைரியமா இரு அனு... எல்லாம் நல்லபடியாக நடக்கும்... இவன விடக்கூடாது... அந்த இந்திரநீலம் இவன் கைக்குக் கிடைக்காமல் பார்த்துப்போம்”

என்று அனுவுக்கு மட்டும் கேட்கும் அளவுக்கு மெதுவாகச் சொன்னாள்.

அது நடக்குமா.?

♦♦♦

கடலுக்கு அடியில்...

இவர்கள் குதித்ததும் நீரில் அதிர்வலைகள் அடங்க சிறிது நேரம் ஆனது. அது அடங்கியபின் நீருக்குள் மூழ்கி நீந்தத் தொடங்கினர். கடலின் ஆழத்துக்கு முன்னேறினர்.

"நீங்க போற திசை சரிதான்... அதேமாதிரி முன்னேறுங்க..." "ஆழத்துக்குப் போங்க... இன்னும்... இன்னும்..."

"அதோ அங்க ஒரு மேடு தெரியுதா... அதுதான் சரியான இடம்..."

இவ்வாறு நீல் தொலைத்தொடர்புக் கருவி மூலம் இவர்கள் மூவரையும் வழிநடத்திக்கொண்டிருந்தான். அவன் கண்களில் பேராசை தாண்டவமாடிக்கொண்டிருந்தது. வாழ்நாள் கனவு நனவாகப் போகிறதென்ற உணர்வு குரூரத்தன்மையைக் குறைத்து பரபரப்பை அவனுள் ஏற்படுத்தியது.

அந்த சுவர் தற்போது ஒரு பவளப்பாறைபோலக் காட்சியளித்தது. அங்கே இருக்கும் அனைத்தையும் இயற்கை அணைத்துக் கொண்டது. இப்படி பாசி பிடித்த இடத்தில் எவ்வாறு இந்திரநீலத்தைக் கண்டுபிடிப்பது என்று குழம்பிப் போனார்கள்.

அது பகலாகவே இருந்தாலும் ஆழம் என்பதால் வெளிச்சம் குறைவாகவே இருந்தது. இரண்டு வருடங்கள் அல்லது நான்கு வருடங்களுக்கு முன்புதான் நீல் இங்கே வந்திருப்பதால் பவளப்பாறை எங்கேனும் சிதைந்து இருக்கிறதா என்று ஆதர்ஷ் நோட்டமிட்டான்.

"நீ போற திசை சரிதான். கொஞ்சம் காலால ஒதச்சு அந்தப் பவள பாறையெல்லாம் ஒடச்சுவிடு" நீல் சொன்னதை கேட்டு ஆதர்ஷ் திடுக்கிட்டான்.

'இது இயற்கை கொடுத்த அரண் இல்லையா... இதப்போய் உடைக்கச் சொல்றானே... வேற ஏதும் வழி இருக்கான்னு பாக்கணும்' என்று நினைத்தான்.

ஆனால் நீருக்கடியில் அவர்களால் பேசிக்கொள்ள முடியவில்லை. இன்னொரு பிசகு என்னவென்றால், உடல்மொழியில் பேசிக்கொண்டாலும் நீலுக்குத் தெரிந்துவிடும்.

அப்போது ஓர் இடத்தில் செங்கற்கள் சிறிதாக உடைந்திருப்பதுபோல் தென்பட்டன. அந்த இடத்தை நோக்கி அவர்கள் நீந்தும்போது வெகுதூரத்திலிருந்து, நீல நிறத்தில்... இருட்டில் ஒளிரும் தன்மையுள்ள ஏதோ தெரிந்தது.

இருண்ட வானத்தில் தோன்றும் நட்சத்திரங்கள்போல ஒளி குறைந்த அந்த இடத்தில் மின்னியது ஒரு நட்சத்திரக் கூட்டம்.

சற்றும் தாமதிக்காது, யாரும் எதிர்பாரா சமயத்தில் ஆதர்ஷ் அதனை நோக்கி நீந்திச் சென்றான்.

மித்ரன் இதனை கவனிக்காத நிலையில், பேட்ரீசியோ பதறிப் போனார்.

அவரால் பேச முடியவில்லை. நீச்சலில் நன்கு பயிற்சியுள்ளவர் என்பதால், ஆதர்ஷுக்கு அருகில் நீந்திச் சென்று அவன் காலைப் பிடித்தார்.

நீருக்குள் அழுத்தம் அதிகமிருப்பதால் நிலத்தில் இருப்பதுபோல் சுலபமாக முன்னேற இயலாது.

அருகில் சென்ற பின்தான் ஆதர்ஷுக்கு அது என்னவென்று உறைத்தது. இந்நேரம் நெருங்கியிருந்தால் மரணம் நிச்சயம்.

அது இழுது மீன் அல்லது கடல் சொறி என்று அழைக்கப்படும் 'ஜெல்லி மீன்'. நிலவுபோலவே நீல நிறத்தில் இருப்பதால் இந்த வகை மீன்கள் நிலா இழுது மீன்கள் என்று அழைக்கப்படுகின்றன.

அவை பார்ப்பதற்கு மிக அழகாக இருக்கும்... ஆனால் இயற்கையின் விதியில் அழகு எப்போதுமே ஆபத்தின் அறிகுறி.

நெருங்கியிருந்தால் அதன் உணர் கொடுக்குகள் நொடிநேரத்துக்குள் நஞ்சை செலுத்தியிருக்கும். அந்த நஞ்சு உடலில் மின்சாரம் பாய்வதுபோல் ஆக்கி, மரணம் தந்திருக்கும்.

ஆதர்ஷுக்கு இதயம் வெளியேறி விழுந்துவிடும்போல் அச்சம் தொண்டையை அடைத்தது. அதிவேகமாக நீந்தி மித்ரன் நிற்கும் இடத்திற்கு இருவரும் வந்தனர். ஆனால் மித்ரன் நீந்தாமல் நிலைகுலைந்து மூழ்கிக்கொண்டிருந்தான்.

❑

46

காக்க! காக்க!

மித்ரனுக்கு நீருக்குள் ஆழம் செல்லச் செல்ல... ரத்த அழுத்தம் உயர்ந்து மயக்கம் வந்திருந்தது. நீல் அங்கிருந்து தொலைத்தொடர்பு சாதனம் வழியாக "அவனுக்கு ரத்த அழுத்தம் ஏறிடுச்சு... அவ்வளவு தான்...

நீங்க சொன்ன வேலையை சரியா செய்யுங்க...

அவன அப்புறம் பார்க்கலாம்" என்றான் ஆதர்ஷின் காதுகளில். இதைக்கேட்டதும் கோபம் தலைக்கேறிய ஆதர்ஷ் அவன் பேச்சை மதிக்காமல் வேகமாக முன்னேறி மித்ரனிடம் சென்றான். "இங்க ரெண்டு உயிர் என் கையில் இருக்கு...!" என்று அவன் செய்த கர்ஜனை ஆதியின் செவிகளை எட்டவில்லை. நீருக்குள் சுயநினைவின்றி மூழ்கும் மனித உடலின் எடை அதிகரிக்கும்.

ஆதியால் மித்ரனைத் தூக்கிக்கொண்டு நீந்த இயலவில்லை. இருவரும் நீருக்குள் மூழ்குவது நன்றாகத் தெரிந்தது. அப்போது பேட்ரீசியோ இவர்களை நெருங்கி, மித்ரனின் நீச்சல் கவச உடையில் இருந்த ஒரு விசையை அழுத்தினார். சட்டென்று காற்றடைத்த நெகிழிக் குழாய்போல ஒன்று அவனை சூழ்ந்தது. மித்ரன் மூழ்காமல் மிதந்து மேலே சென்றான்.

◆◆◆

ஆதர்ஷிடம் இந்திரநீலத்தைத் தேடச் சொல்லி அனுப்பிவிட்டு பேட்ரீசியோ மேலே நீர்மட்டத்திற்கு நீந்திச் சென்றார். அங்கே சென்று அவன் உயிர்வளிக் கவசத்தை நீக்கினார்.

"நீல்! நாங்க ரெண்டு பேரும் மேல வந்துருக்கோம். எங்களுக்கு உதவி தேவை... உனக்கு இந்திரநீலத்தை ஆதர்ஷ் எடுத்துட்டு வருவான். இவன் உயிருக்கு ஆபத்தான நிலையில் இருக்கான். இந்த நேரத்துல விளையாடாத... தயவுசெஞ்சு அந்த ஏணியை கீழ அனுப்பு..." என்று பேட்ரீசியோ இத்தாலிய மொழியில் கெஞ்சினார்.

நீல் அதற்கு “அதெல்லாம் தெரியாது.. இந்திரநீலம் என் கைக்கு வரணும்...” என்று சொல்லவும், கோதை அருகில் வந்து தானியங்கி ஏணி இறங்குவதற்கான விசையை அழுத்தினாள். நீல் கண்கள் சிவக்க அவளை முறைத்தான்.

“அப்பா... நமக்குத் தேவை இந்திரநீலம் மட்டும்தான். மித்ரன் எனக்கும் நண்பன்தான். நான் உங்ககூட இருந்து நம்ம கனவு நிறைவேற இதெல்லாம் செய்றேன். அதுக்காக அவன சாகடிக்க எனக்கு மனசு வரல....” என்று சொல்லிவிட்டு வேகமாக ஓடினாள்.

அந்த ஏணியின் வழியே அவள் இறங்கினாள். மித்ரனை அவளும் பேட்ரீசியோவும் சேர்ந்து தூக்கிக்கொண்டு வந்து கப்பல் தளத்தில் படுக்கவைத்தனர்.

இந்தியாவைப்போல் அல்லாமல் வெளிநாட்டினர் ஏதேனும் ஓர் உயிர்காக்கும் பயிற்சியில் தேர்ச்சி பெற்றிருப்பார்கள். பேட்ரீசியோ நீச்சலில் வல்லவர். அவர் ஆழ்கடல் நீச்சல் பயிற்சி பெற்றிருந்தார். நீரில் மூழ்கியவர்களுக்குத் தரவேண்டிய முதலுதவிபற்றி அவர் நன்கு அறிந்திருந்தார்.

மித்ரனை அங்கே படுக்கவைத்ததும் முதலில் அவன் வயிற்றை அழுத்தி தண்ணீர் ஏதும் உள்ளே சென்றிருக்கிறதா என்று பரிசோதித்தார். பின்பு அவன் கவச உடையைக் கொஞ்சம் தளர்த்தி விட்டு கோதை தந்த ரத்த அழுத்தத்திற்கான மாத்திரைகளை மித்ரன் வாயில் போட்டு, அவன் கை, கால்களை நன்றாகத் தேய்த்து விட்டார். இவற்றைப் பார்த்துக்கொண்டிருந்த இனியா மற்றும் அனன்யா அதிர்ச்சியில் உறைந்து அமர்ந்திருந்தனர்.

இருவருக்குமே அவன் நல்ல நண்பன். முதலில் பூம்புகாருக்கு வந்தபொழுது அனன்யாவுக்கு மித்ரனுடன் சில கருத்து வேறுபாடுகள் இருந்தாலும் போகப்போக அவன் கோபத்திலும் முன்னெச்சரிக்கை குணத்திலும் நியாயம் இருப்பதாகவே அவளுக்குப் பட்டது.

இனியா அவனை தன் குழுவின் தலைவனாக மட்டுமின்றி நல்ல நண்பனாகவும் நினைத்திருந்தாள். அவனிடம் ஏதோ ஓர் ஈர்ப்பு இருந்தது இனியாவுக்கு.

அவனை இந்த நிலையில் பார்க்கும்போது மனம் மிகவும் வலித்ததுபோல் இருந்தது. கண்ணில் இருந்து நீர் நிற்காமல் அருவிபோல் பெருகிக்கொண்டிருந்தது.

சிறு தென்றல் அவளை தழுவிச் சென்றது. திரும்பிப் பார்த்தபோது மித்ரன் கண் விழித்திருந்தான். அவள் கண்களில் இப்போது புன்னகையுடன் கூடிய ஆனந்தக் கண்ணீர்..!

மெல்லிய விசும்பலுடன் அவள் தேம்பும் சத்தம் மயங்கியிருந்த மித்திரனின் மூளைக்குள் ஏதோ மாறுதலை ஏற்படுத்தியது போலும். உடலில் உத்வேகம் பாய... கண் விழித்தவன், இனியா இருந்த திசை பார்த்து புன்னகைத்தான்.

♦♦♦

இப்போது ஆதர்ஷ் மட்டும் அந்த அசாதாரண சூழ்நிலையில் தனித்துவிடப்பட்டிருந்தான். பயம் என்பது இல்லாவிட்டாலும் என்ன ஆபத்து வரும் என்பதை அவன் மூளை கணக்குப்போடத் தொடங்கியிருந்தது. சுவரில் பவளப்பாறைகள் உடைந்து காணப்பட்ட இடத்தை நோக்கி ஆதர்ஷ் நீந்திச் சென்றான்.

அப்போது ஒரு பெரு வெளிச்சம் அந்த இடத்தை நிரப்பியது. என்னவென்று திரும்பிப் பார்த்தபோது கப்பலில் இருந்து பெரிய மின்விளக்கு ஒன்று எரிந்துகொண்டிருந்தது. நீல் “இப்போ நீ இந்திரநீலத்தை எடுத்தால் மட்டுமே, நீங்க எல்லாரும் தப்பிக்க

முடியும். மயங்கி இருக்கற உன் நண்பனையும், புதுசா சேர்ந்த இந்த வெள்ளைக்கார நண்பனையும் காப்பாத்தணும்னா, நீ போ... நேரம் கடந்துகொண்டே இருக்கு... தாமதமாகும் ஒவ்வொரு வினாடியும் நாலுல ஒரு உயிர் போய்ட்டே இருக்கும்...” என்று அவன் காதுகளில் ஈயத்தை ஊற்றிக்கொண்டிருந்தான்.

ஆதர்ஷ் நீந்தி அந்த இடத்தை நோக்கிச் சென்றான். அப்பொழுது ஏதோ அசைவு தெரிய, ஆதர்ஷ் நகராமல் நின்றான். அந்த இடத்திலிருந்து ஒரு பெரிய கணவாய் மீன் நகர்ந்து ஓடி ஒளிந்தது.

ஆக்டோபஸ் என்னும் கணவாய் மீன் தன் நிறத்தை அவ்வப்போது மாற்றிக் கொள்ளும் தன்மையுடையது. தனக்கு ஆபத்து என்று தெரிந்தால் எதிரியின்மேல் நீல நிற திரவத்தைப் பீச்சியடித்து அவர்களைக் கொன்று விடும். அத்திரவத்தின் வீரியம் மிகக் கொடுமையானது. சுவரின்மேல் அதன் நிறத்திலேயே படிந்திருந்த அந்தக் கணவாய் மீன், தன் எட்டு கரங்களை விரித்தும் சுருக்கியும் அந்த இடத்திலிருந்து நகர்ந்து சென்றது.

ஆதர்ஷ் அசையாமல் நின்றதும் தனக்கு அவன் ஏதும் தொல்லை தர மாட்டான் என்று அதுவும் உணர்ந்ததுபோல. அது நகர்ந்த பின் அவ்விடத்தில் பளிச்சிட்டது இந்திரநீலம். ஆதர்ஷ் தன் கைகளை நீட்டி இந்திரநீலத்தை எடுத்தான். அவன் கண்கள் அதிலேயே நிலைத்திருந்தன...

♦♦♦

'இத்தனை ஆண்டு களாக நீ அ மை தி ய ாக து யி ல் கொண்டிருக்கிறாய்... ஆனால் உன்னை வைத்து உலக அமைதியைக் குலைக்க அவன் நினைத்திருக்கிறான். எப்படியாவது நீதான் எங்களையும் காப்பாற்றி உன்னையும் காத்துக்கொள்ள வேண்டும்.

இந்திரநீலத்தை அவன் சித்தராக உருவகப்படுத்தி அதையெடுத்து நெஞ்சோடு வைத்து வணங்கியபடி நீந்தி கப்பலை அடைந்தான். அவன் கப்பலில் ஏறி வந்தபோது நீல் கண்களில் தெரிந்த பிரகாசம் பேராசையின் மொத்த வடிவமாக இருந்தது. அவனிடம் ஆதர்ஷ் இந்திரநீலத்தை எடுத்துக் கொடுத்தான்.

ஆதர்ஷ்க்கு அவன் முகம் எங்கேயோ பார்த்ததுபோல் தோன்றியது. இளவரசர் இவனை சிறைபிடித்து வைத்திருந்தபோது காண்பித்த அந்த ரோமானிய மந்திரியின் ஓவியத்தோடு அச்சு பிசகாமல் ஒத்துப்போனது அந்தக் குரூர முகம். ஆதர்ஷ் அச்சத்தில் உறைந்துபோனான்.

அவன் இந்திரநீலத்தைக் கொடுப்பதற்கும் சூரியன் மறைவதற்கும் சரியாக இருந்தது.

நீல் தன் பையிலிருந்த மற்றொரு இந்திரநீலத்தையும் எடுத்தான். இரண்டு இந்திரநீலங்களும் நிலவின் கிரணங்களால் உயிர்பெற்று, ஒரு மின்னல் மின்னி அமைதியாகின.

காற்று பன்மடங்கு வேகத்தில் சுழன்றடித்தது.

❑

47

முடிவா? தொடக்கமா?

சுழன்றடித்த காற்றின் வேகத்தை யாராலும் தாக்குப்பிடிக்க முடியவில்லை. அனைவரும் கப்பலின் தளத்தோடு ஒட்டிப் படுத்துக்கொண்டனர்.

இந்திரநீலக் கற்களை கையில் வைத்திருந்த நீல், அந்த சுழலின் நடுவில் இருக்கிற அவனைச் சுற்றி ஒரு குமிழ் உருவானது.

அது அப்படியே மேலெழுந்து இன்னும் வேகமாக பந்துபோல் சுழலத் தொடங்கியது.

அப்போது ஓர் அசரீரி அங்கே ஒலித்தது.

காற்றின் வேகம் குறைந்து அந்தக் குமிழின் சுழற்சியும் நின்று அவ்விடம் அமைதியானது.

சித்தரின் குரல் எட்டுத் திசைகளும் அதிரும்படி ஒலித்தது.

"இந்திரநீலமும் அதன் ஆற்றலும் என்னால் உருவாக்கப்பட்டவை. இயற்கையை மாற்ற நினைக்கும் மனிதனின் பேராசைக்கு ஒருபோதும் நான் துணைபோக மாட்டேன். உன் பேராசையை நீ விடுக்கும்வரை இக்குமிழுக்குள்ளேயே நீ இருப்பாய்.

கடந்த காலமும் நிகழ்காலமும் எதிர்காலமும் எதுவும் இல்லா வெளியில் நீ இருப்பாய். உன்னிடம் இருந்து பேராசை எப்போது விலகுகிறதோ, அக்கணமே குமிழ் உனைவிட்டு விலகும்.

அதுவரை இச்சிறையிலேயே பசியும் பிணியும் மூப்பும் இன்றி நீ உயிரைப் பிடித்துக்கொண்டு வாழ்ந்திருப்பாய். ஜென்ம ஜென்மங்களுக்கும் இந்திரநீலத்தின்மீது ஆசை கொண்ட நீ அத்துடனேயே மடியாமல் உழன்றுகொண்டிருப்பாய்.

எப்போது உன் மனம் அமைதி அடைகிறதோ, அப்போது நீ இவ்வுலகில் நன்மை பயக்கும் ஒரு உயிராய் பிறப்பெடுப்பாய்...!" என்று சொல்லி அக்குரல் காற்றில் கரைந்து காணாமல் போனது.

சூழ்ந்திருந்த இருள் இன்னும் இன்னும் அதிகமானது.

காற்றுக் குமிழி கடலுக்கு அடியில் சென்று மறைந்தது.

அமைதியான அந்தக் கடல் பரப்பின் மேலே மிதந்துகொண்டிருந்தது கப்பல்.

சிறிது நேரத்திற்கு அந்த இடத்தில் ஒருவரும் அசையவில்லை.

அனைவரும் அதிர்ச்சியில் உறைந்த நிலையில் இருந்தனர். கோதை கண்களிலிருந்து நீர் முதலில் வெளிவ ந்தது . நின்றுகொண்டிருந்தவள் தன்னையறியாமல் மண்டியிட்டு, முகத்தில் கைகளை மூடிக்கொண்டு தேம்பித் தேம்பி அழத்

தொடங்கினாள்."அப்பா.........!!!" என்று அவள் அலறும் சத்தம் கடலின் நிசப்தத்தைக் கிழித்துக்கொண்டு நாலா புறமும் சென்றது.

ஆழிப்பேரலையின் தாக்கம் கோரமாக இருந்தது.

ஆனாலும் மீட்புப் படையினர் பல கடற்கரைக் கிராமங்களில் மற்றும் நகரங்களில் இருந்த மக்களை முன்னெச்சரிக்கையோடு அப்புறப்படுத்தி விட்டனர். அதனால் உயிர்ச்சேதம் குறைவாகவே இருந்தது. பொருட்சேதம் மட்டும் கணிசமான அளவு இருந்தது.

எல்லாம் முடிந்து அவ்விரண்டு வாகனங்களும் வெவ்வேறு திசைகளில் பயணித்தன.

ஒன்றில் ஆதியும் அனுவும் மதுரையை நோக்கி தெற்கே பயணித்துக்கொண்டிருந்தனர்.

மற்றொன்றில் கோதை, மித்ரன், இனியா மூவரும் சென்னை நோக்கிச் சென்றுகொண்டிருந்தனர்.

இக்கதையில் இனி நாம் இவர்களைச் சந்திக்கப் போவதில்லை....

♦♦♦

கடல் அலைகளின் கோரத்தாண்டவத்தையும் அ தன் விளைவுகளையும் பார்த்துக்கொண்டே ஆதியும் அனுவும் தங்கள் சொந்த ஊரை அடைந்தனர். ஆதி முதலில் அனுவை அவர்கள் வீட்டில் இறக்கிவிட்டான்.

அனன்யா வீட்டில் மிகவும் பயந்து இருந்தனர். அமெரிக்காவிலிருந்து அவள் அண்ணனும் அண்ணியும் திருமணத்திற்காக வந்திருந்தனர்.

அவர்களிடம் அறிமுகம் செய்துகொண்டு, பின் சிறிது நேரம் அவர்கள் கடல் சீற்றத்திலிருந்து எப்படித் தப்பித்தார்கள் என்று சொல்லி அவர்கள் பயத்தை நீக்கினான் ஆதர்ஷ்.

அனன்யா அங்கு நடந்த அனைத்தையும் ஆவணப்படுத்தி தன் புகைப்படக் கருவியின்மூலம் எடுத்த படங்களையும் உட்புகுத்தி தன்னுடைய ஆய்வுக்கட்டுரையை முடித்து, அவள் கல்லூரியில் சமர்ப்பித்து விட்டாள்.

ஆதர்ஷுக்குப் புகைப்படங்களை மேம்படுத்தும் தொழில்நுட்பத்தில் முனைவர் பட்டம் பெறுவதற்காக கடலுக்கடியில் எடுத்த புகைப்படங்கள் அனைத்தையும் பத்திரமாக வைத்துக்கொண்டாள்.

நாட்கள் நகர்ந்து நகர்ந்து அவர்கள் திருமண நாளும் நெருங்கியது.

மகிழ்ச்சியோடு இரண்டு குடும்பங்களும் சேர்ந்து அனைத்தையும் பார்த்துப் பார்த்து செய்தனர்.

திருமணம் ஆண், பெண் இருவரின் வாழ்விலும் முன்னேற்றத்தைக் கொடுக்க வேண்டும் என்பது ஆதர்ஷின் மன எண்ணம். அவனுடைய வருங்கால மனைவிக்கு அவள் வாழ்வின் பெரும் கனவை நிறைவேற்றிக்கொடுத்து அவள் காதலைப் பெற்றுவிட்ட மகிழ்ச்சியில் இருந்தான்.

அனன்யாவுக்கோ தன் மனதில் தோன்றுவதை, தான் உணரும் முன்பே கண்டுபிடித்துவிடும் நண்பன் கணவனாக வரப்போகிறான் என்னும் ஆனந்தம் ஊற்றெடுத்து திருமண வாழ்வை எதிர்நோக்க வைத்தது.

வந்தது அந்நாள்... இரு மனம் ஒருமனமாகும் திருமணம்...

ஆயிரம் நல் உள்ளங்கள் வாழ்த்த, இணையேற்பு இனிதே நடைபெற்றது.

இருவரும் மாலை மாற்றி ஒருவருக்கொருவர் துணையாய் இருப்போமென்று உறுதியேற்றனர்.

அனன்யா கண்களில் கட்டி நின்ற கண்ணீரில், வலக்கண்ணிலிருந்து முதல் துளி கன்னங்களில் விழுந்தது. கலங்கியிருந்த கண்களில் கலைந்த மையை தன் கைக்குட்டைமூலம் சரிசெய்தான் ஆதர்ஷ்.

அது ஆனந்தக் கண்ணீர் என்றாலும், இந்தக் கண்கள் இதற்குமேல் கண்ணீர் சிந்தக்கூடாது என்பதுபோல் ஆதர்ஷ் பார்த்த பார்வையின் அர்த்தம் புரிந்து புன்னகைத்தாள் அனு.

அங்கே கூடியிருந்தவர்கள் தூவிய மலர்கள் இவர்கள் எண்ணங்களைக் கலைத்தபடி வந்து மழையாய் பொழிய... இருவரும் அதில் நனைந்து இல்வாழ்விற்குள் அடிவைத்தனர்.

♦♦♦

இரண்டு வாரம் சென்று அவர்கள் திருமணக் காணொலித் தகடு தரப்பட்டது.

அனுவையும் ஆதர்ஷையும் வளைத்து வளைத்து எடுத்த புகைப்படங்களின் மென்நகல்களும் தரப்பட்டன.

கூட்டத்தில் இருந்த முகங்களை, இவர் இன்னார் என்று சொந்தங்களை ஆதர்ஷின் அம்மா, அனுவுக்கு அறிமுகம் செய்துகொண்டிருந்தார்.

“இவரு யாரு..?

நம்ம பக்கத்து ஆளா தெரில...

உனக்குத் தெரியுமா ஆதர்ஷ்?

உனக்குத் தெரியுமாம்மா அனு?” என்று ஒருவரை சுட்டிக்காட்டி அம்மா கேட்க... அனுவும் ஆதியும் பயத்தில் உறைந்து போயிருந்தனர்.

அவர் காண்பித்த அந்த நபர்...

நீல்..!

-முற்றும்-

முடிவுரை

புலவர்கள் சொன்னது எல்லாமே பொய்யென்றுதான் நாம் பல காலமாக நம் முன்னோர்பற்றிய வரலாறுகளைப் புறந்தள்ளி வைத்திருந்தோம்.

ஆனால் கீழடியென்று ஓர் இடம்... அங்கே தோண்டத் தோண்ட புதையல்கள்போன்ற வரலாற்றுப் பொக்கிஷங்கள் பல கிடைத்ததும்தான், தங்கத்தில் தாயக்கட்டை, தந்தத்தில் சீப்பு என்று சங்கப்பாடல்கள் சொன்னதெல்லாம் உண்மையென்று உணர்ந்தோம்.

அதுபோல் நம் சங்க இலக்கியங்கள் சொல்லும் உண்மைகளையும் கொஞ்சம் நாம் தேடத் தொடங்குவோம்.

பூம்புகார்பற்றி அவ்வப்போது பல கடலாய்வுகள் நடந்துகொண்டேதான் இருக்கின்றன. ஆனால் முடிவுகள்தான் வெளிவருவது இல்லை.

முதல் சங்கம் நடந்தது தென்மதுரை, அடுத்தது கபாடபுரம், அப்புறம் மூன்றாம் சங்கம்தான் இப்போது உள்ள மதுரை. மீதமுள்ள இடங்கள் கடற்கோளில் அழிந்தன...

இது எல்லாமே உண்மைதான்...

கடந்த இருபதாயிரம் ஆண்டுகளில் பூம்புகாரின் எல்லையில் முப்பது கிலோமீட்டர் தொலைவுக்கு கடல் சூழ்ந்திருக்கிறது...

சங்கப்பாடல்கள் சொன்ன பூம்புகார் கடலுக்குள் இருக்கிறது... இன்னும் என்னவெல்லாம் இருக்கிறது...

அது ஓர் அழகான கடற்கரை நகரம்... இரண்டாயிரம் ஆண்டுகளுக்குமுன் அதன் சிறப்பு உலகம் முழுவதும் பேசப்பட்டது.

அலைகடலை ஆடையாகவும், மழைப் பொழிவால் உண்டான காவிரியாற்றைக் கூந்தலாகவும்கொண்டு அமர்ந்திருக்கும் நிலமகள் போன்றதுவும்...

கதிரவன் விடியும்வரை ஒளிரும் கலங்கரை விளக்கு கொண்டதுவும்...

கூரை வேயா நிலாமுற்றம், சிறு மான் கண் போன்ற ஜன்னல்கள் கொண்டதுவும், அறியாமல் எவரும் உள்ளே புகமுடியாத யவனர் காவலால் காக்கப்படுவதும், பன்னாட்டு மக்கள் புலம்பெயர்ந்து கலந்து வாழும் நீர்சூழ் நகராகிய..

பூம்புகார்...

அந்நகர்பற்றி நாமும் சிலவற்றைத் தெரிந்துகொள்வோம்...

பத்தொன்பதாம் நூற்றாண்டில் இருந்த லண்டன் மாநகரைக் காட்டிலும் பன்மடங்கு பெரியது காவிரிப்பூம்பட்டினம் என்று சில அறிஞர்கள் அந்நகரைப்பற்றி புகழ்ந்திருந்தனர்.

காவிரி புகும் பட்டினம் – அதாவது காவிரி நதி கடலுடன் சங்கமிக்கும் இடமே காவிரிப்பூம்பட்டினம்.

அந்த ஊர் பட்டினப்பாக்கம், மருவூர்ப்பாக்கம் என்று இரண்டு தனித்தனியான பிரிவுகளைக் கொண்டது. அவ்விரண்டு பிரிவுகளுக்கும் இடையில் அமைந்திருந்தது நாளங்காடி.

மருவூர்ப்பாக்கம் கடலோரத்தில் அமைந்திருந்த இடமாகும். அங்கே யவனர் இருப்பு எனும் இடம் இருந்தது. யவனர் என்பது ஐரோப்பியர்கள் அதாவது கிரேக்கர், ரோமானியர் மற்றும் அரேபியர்களைக் குறிக்கும் சொல்லாகும்.

மருவூர்ப்பாக்கத்தில் துறைமுகம், ஏற்றுமதி, இறக்குமதி செய்யப்பட்ட பொருட்கள் விற்கும் கடைகள், கலைஞர்கள் தொழிலாளர்கள் போன்றோர் வீடுகள் ஆகியவை இருந்தன.

கொல்லர் உலைகள், சாயமேற்றும் தொழிற்கூடங்கள், நெசவு தொழில் செய்யுமிடங்கள், சரிகை நெய்பவர்கள், பொற்கொல்லர்கள், மணியிழைப்போர் பட்டறைகள் அனைத்தும் இங்கிருந்தன.

காவிரியாறு இப்போது இருப்பதுபோல் இல்லாமல் அக்காலத்தில் மிகப் பெரியதாக இருந்திருக்கிறது.

அது கடலில் கலக்கும் இடமான காவிரிப்பூம்பட்டினத்தில் எண்ணிலடங்காத ஏரிகள் இருந்திருக்கின்றன. அவற்றைத் தடாகங்கள் என்றனர்.

இச்சிறப்புகள் கொண்ட புகார் நகரத்தில் ஐந்து மன்றங்கள் இருந்தன. அவை தற்போதைய நீதிமன்றங்கள்போல் செயல்பட்டன.

அரசர் தவறு செய்தாலும் தண்டனை வழங்கக்கூடிய வல்லமை பெற்றிருந்த மன்றங்கள் அவை. எனவே தவறு செய்தவர் எவராக இருந்தாலும் தண்டிக்கப்படுவர் எனும் நம்பிக்கை மக்களின் மனதில் வேரூன்றி இருந்தது.

ஆதலால் அங்கே தவறுகள் குறைவாகவே நடந்தன. குற்றங்கள் யாவும் ஆழ்ந்து பரிசீலிக்கப்பட்டபின் கடுமையான தண்டனைகள் வழங்கப்பட்டன.

புகார் நகரின் நீர் மேலாண்மை மிகவும் மேம்பட்ட நிலையில் இருந்தது. காவிரியில் இருந்து வரும் நீரை தானாகவே நிரப்பவும் வெளியேற்றவும் தேவையான தொழில்நுட்பங்கள் கொண்ட ஏரிகள் அங்கே இருந்தன.

அங்கே பல கோவில்களும் இருந்தன. அவை அனைத்தும் முன்னோர் வழிபாட்டுக்கு உரியனவாக இருந்தன.

'புத்த சைத்தியத்து இந்திரன் எடுப்பித்த விகாரங்கள்' என்று சிலப்பதிகாரத்தில் கூறியுள்ளதனை அசோகர் காலத்தில் எழுப்பப்பட்ட ஏழு புத்த விகாரங்கள் என்று நான் பொருள் கொள்கிறேன்.

வட திசைநாடுகளிலிருந்து கங்கைச் சமவெளி விளைபொருட்களும், இமயமலை ரத்தினங்களும், பாண்டி நாட்டு முத்து போன்றவையும் கிழக்கு கடல் பவளமும், வைகை ஆற்றின் முகத்துவாரத்தில் விளைந்த வாசனைப் பொருட்களும், காவிரி பிறக்கும் இடத்திலிருந்து வந்த சந்தன மரங்களும், அகில் கட்டைகளும், காழகம் எனப்படும் பர்மாவிலிருந்து உலோகப் பாத்திரங்களும் என பலவாறான பொருட்கள் துறைமுகத்தில் வந்து இறங்கும்.

பட்டினப்பாக்கத்தில் தேரோடும் வீதிகளும் அரசர்கள், அமைச்சர்கள், கலைஞர்கள், அரசுப் பணி செய்பவர்கள், யானைப் பாகர்கள், குதிரைப் பாகர்கள், ஆநிரை மேய்ப்பவர்கள் மற்றும் அரசு சம்பந்தப்பட்ட அனைவரின் வீடுகளும் இருந்தன. செங்கற்களால் வீடுகள் கட்டப்பட்டு சுடுமண் ஓடுகள் மற்றும் கூரைகள் வேயப்பட்டு இருந்தன. நான்கு மாடிகள்கூட இருக்கும்.

குடிநீருக்கு வீடுகளில் 7 அடி ஆழம்வரை உறைகிணறுகள் குடிநீர் ஊற்றுகளாக இருந்தன.

இரண்டாயிரம் ஆண்டுகளுக்கு முன்பு அந்நகரில் 60,000 குடும்பங்கள் இருந்ததாக இலக்கியங்கள் குறிப்பிடுகின்றன. எனில் சற்றேறக்குறைய 3 லட்சம் மக்கள் அங்கே இருந்திருக்க வாய்ப்புள்ளது.

புகார் நகரம் முழுவதும் நான்கு காவதம், அதாவது முப்பது மைல் பரப்பளவு கொண்டது. அதில் இருபதில் ஒரு பாகம் மக்கள் வாழிடமும் மீதம் மற்ற இடங்களும் அமைந்ததாகும்.

பன்னிரண்டாயிரம் வருடங்களாக மக்கள் புழங்கி இருப்பதாய் சில ஆய்வாளர்கள் சொல்கிறார்கள்....

ஆனால் இப்போது அந்தச் சிறப்புகள் ஏதுமில்லாமல் ஒரு சிற்றூராய்... நிர்கதியாய் நிற்கிறது...

வரலாற்றை மீட்க முடியாவிட்டாலும்.....

மீதமிருக்கும் பொக்கிஷங்களையாவது காத்திடுவோம்.

நன்றி... (REFERENCES)

1. இளங்கோவடிகள் - சிலப்பதிகாரம்

2. சீத்தலை சாத்தனார் - மணிமேகலை

3. கடியலூர் உருத்திரங்கண்ணனார் - பட்டினப்பாலை

4. *Drowned valleys of Vaigai and Tamiraparani rivers in the Gulf of Mannar region, India - SM. RAMASAMY, J. SAR-AVANAVEL.*

   CURRENT SCIENCE, VOL. 116, NO. 12, 25 JUNE 2019

5. *Submerged river systems hint at India-Sri Lanka water links K. S. Jayaraman, doi:10.1038/nindia.2019.91 Published online 18 July 2019.*

6. *keeladi - An Urban Settlement of Sangam Age on the banks of river Vaigai by DEPARTMENT OF ARCHAEOL OGY, GOVERNMENT OF TAMIL NADU.*

7. *A Study of the Poompuhur"U-Shaped" Object by -Gra hamHancock.com Editor.*

8. பழந்தமிழர் கட்டடக் கலையும் நகரமைப்பும், ஆசிரியர் நா. பார்த்தசாரதி.

www.ingramcontent.com/pod-product-compliance
Lightning Source LLC
LaVergne TN
LVHW090326051026
849518LV00005B/1898
* 9 7 8 8 1 1 9 1 7 6 4 7 2 *